ഗ്രീൻ ബുക്സ്

കാവ്യകേളി

തെരഞ്ഞെടുത്ത മലയാളത്തിലെ
മികച്ച കാവ്യഭാഗങ്ങൾ

എൻ.കെ. ദേശം

കവി. സാംസ്കാരികപ്രവർത്തകൻ.
ആലുവാപ്പുഴത്തീരത്തുള്ള ദേശം ഗ്രാമത്തിൽ 1936ൽ ജനനം.
എൻ. കുട്ടിക്കൃഷ്ണപിള്ള എന്നാണ് പേര്.
അന്തിമലരി, കന്യാഹൃദയം, പവിഴമല്ലി, ഉല്ലേഖം,
അൻപത്തൊന്നക്ഷരാളീ, അപ്പൂപ്പൻതാടി, എലിമീശ, ചൊട്ടയിലെ ശീലം,
മഴത്തുള്ളികൾ, മുദ്ര എന്നീ കൃതികൾ പ്രസിദ്ധീകരിച്ചു.
ഇടശ്ശേരി അവാർഡ് (1982), ചങ്ങമ്പുഴ അവാർഡ് (2010),
കേരള സാഹിത്യ അക്കാദമി അവാർഡ് (2010) എന്നിവ നേടി.
എൽ.ഐ.സിയിൽ ഉദ്യോഗസ്ഥനായിരുന്നു.

കാവ്യകേളി

തെരഞ്ഞെടുത്ത മലയാളത്തിലെ
മികച്ച കാവ്യഭാഗങ്ങൾ

സമാഹരണം

എൻ.കെ. ദേശം

ഗ്രീൻ ബുക്സ്

green books private limited
little road, ayyanthole, thrissur- 680 003
ph: 0487-2361038
website: www.greenbooksindia.com
e-mail: info@greenbooksindia.com

(malayalam)
kaavyakeli
(collection of eight-line poems)

selected & compiled by
n.k. desam

first published august 2016

cover design : rajesh chalode

branches:
thrissur 0487-2422515
palakkad 0491-2546162
kannur 0497-2763038
thiruvananthapuram 9846670899

isbn : 978-93-86120-42-7

GBPL/812/2016

മുഖക്കുറി

കാവ്യകേളി എന്ന എട്ടുവരിക്കവിതകളുടെ
പരിഷ്ക്കരിച്ച പതിപ്പാണ് പ്രസിദ്ധീകൃതമാകുന്നത്.
ഇത് തയ്യാറാക്കുവാൻ കവിയായ
ശ്രീ. എൻ.കെ. ദേശം എടുത്ത പരിശ്രമങ്ങൾ
നന്ദിപൂർവ്വം രേഖപ്പെടുത്തുന്നു.

കൃഷ്ണദാസ്
മാനേജിങ് എഡിറ്റർ

കാവ്യകേളി

അ

അക്കീർത്തിസഞ്ചയം ഭാരത്താൽ വീഴാതെ
യിക്ഷിതി താങ്ങുമനന്തമൂർത്തി;
കാലത്താലല്ലമായ്ത്തീരാത്ത പീയൂഷം
കാലത്താൽവാടാത്തകല്പമാല്യം
കാലമാംസ്വർബ്ഭാനുതീണ്ടാത്ത രാകേന്ദു;
കാലമാം കാലനുകൈലാസേശൻ
അച്ഛ! ഞാനായതുനേടുകിൽനേടിനേൻ
അക്ഷയപാത്രസ്യമന്തകങ്ങൾ!
കർണ്ണഭൂഷണം - ഉള്ളൂർ

അഖിലാണ്ഡമണ്ഡലമണിയിച്ചൊരുക്കി,
അതിനുള്ളിലാനന്ദ ദീപം കൊളുത്തി,
പരമാണുപ്പൊരുളിലും സ്ഫുരണമായ് മിന്നും
പരമപ്രകാശമേ, ശരണം നീയെന്നും,
സുരഗോളലക്ഷങ്ങളണിയിച്ചു നിർത്തി,
അവികല സൗഹൃദബന്ധം പുലർത്തി,
അതിനൊക്കെയാധാരസൂത്രമിണക്കി,
നിലനിർത്തും പ്രേമമേ, ശരണം നീയെന്നും!
ഉപാസന - പന്തളം കെ.പി. രാമൻപിള്ള

അങ്ങടുത്തായ് മേഞ്ഞു നാളേറെയായ് നിറം
മങ്ങിപ്പതിഞ്ഞു പാഴ്പുല്ലുമാടം
കാണാംചെറുതായകലെ നിന്നാലൊരു
കൂണെന്നപോലേ വയൽവരമ്പിൽ
അന്തികത്തിൽച്ചെല്ലുംതോറുമൊരു ചൊവ്വും
ചന്തവുമില്ലക്കുടിലുകണ്ടാൽ
വൃത്തവും കോണും ചതുരവുമല്ലതി
ലെത്തിനോക്കീട്ടില്ല ശില്പിതന്ത്രം
ദുരവസ്ഥ - ആശാൻ

അ

അടുത്തുനിൽപ്പോരനുജരെനോക്കാനക്ഷികളില്ലാത്തോർ
ക്കരൂപനീശ്വരനദൃശ്യനായാലതിലെന്താശ്ചര്യം
അഹോജയിപ്പൂജഗദാധാരമൊരദ്ഭുതദിവ്യമഹ
സ്സഖണ്ഡമദ്വയമചിന്ത്യവൈഭവമനാദിമദ്ധ്യാന്തം
ആഴ്‌വാഞ്ചേരിത്തമ്പ്രാക്കളിലുണ്ടയ്യൻപുലയനിലു
ണ്ടാദിത്യനിലുണ്ടണുകൃമിയിലുമുണ്ടതിൻപരിസ്ഫുരണം
അരചർക്കരചനുമടിമയ്ക്കടിമയുമഭിന്നർ; ഉള്ളിലവർ-
ക്കതിൽകൊളുത്തിനതിരിതാൻകത്തുവതന്തഃ കരണാഖ്യം.
പ്രേമസംഗീതം - ഉള്ളൂർ

അണ്ടികൾ ചപ്പിനടക്കുന്നവനൊരു
തണ്ടിലിരിക്കാനാഗ്രഹമയ്യോ!
കുണ്ടുകിണറ്റിൽത്തവളക്കുഞ്ഞിനു
കുന്നിനുമീതെ പറക്കാൻ മോഹം
ചൊട്ടച്ചാൺവഴിവട്ടം മാത്രം
കഷ്ടിച്ചങ്ങുപറക്കും കോഴി(കൾ)
ഗരുഡനുപിറകേചിറകുംവീശി
ഗ്ഗഗനേ ഗമനം വാഞ്ഛിക്കുന്നു
രുഗ്മിണീസ്വയംവരം - കുഞ്ചൻ നമ്പ്യർ

'അത്ത'മടുത്തുപോയ് ബാലകൻമാ
രത്തലെന്നുള്ളതറിയാതായീ
മെത്തിനകൗതുകാൽ കൂട്ടരുമാ
യെത്തുന്നു പൂങ്കാവിൽ പൂവിറുക്കാൻ
ഓമനക്കുഞ്ഞുങ്ങളൊത്തുകൂടി
ഓണപ്പാട്ടോരോന്നു പാടിപ്പാടി
തൂമലർതേടി നടക്കുന്നേരം
കോൾമയിർ ഭൂവിനും കൊള്ളും പാരം
പോവല്ലേ പോവല്ലേ പൊന്നോണമേ - ഇടപ്പള്ളി

അ

അദ്ഭുതമാ,യമൃതായ്, മറ നാലിനു-
മറിവായ്, അഖിലജഗത്പൂർണ്ണവുമായ്,
ഉദ്ഭവ മരണാദികൾ കരണാദികൾ
ഒന്നിനൊടും കൂടാതൊളിവായേ
പുഷ്പമണംപോൽ സ്ഥാവരചരമൊടു
പുണരാതേ പുണരും പൊരുളായ് നി-
ന്നെപ്പൊഴുതും സച്ചിത്സുഖമായ് നി-
ന്നീടിന പരമാത്മാനം തൊഴുതേൻ
ഭഗവദ്ഗീത - മാധവപ്പണിക്കർ

അനുസ്മരിക്കെസ്സതതംകൂമ്പും കൈമൊട്ടുകൾ ഞങ്ങൾ-
ക്കനന്തചിന്താസാന്ദ്രം താവകമൃദുസ്മിതം, ധീമൻ!
അതേതുരോമാഞ്ചത്തിൻകാഞ്ചനമരീചികൾക്കുള്ളിൽ
സ്വതന്ത്രഭാരതഹൃദ്രക്തത്തെച്ചൂടുപിടിപ്പിക്കാ?
നടുങ്ങുമല്ലോവിശ്വാദർശപ്പൊരുളാപ്പുഞ്ചിരിതൻ
സ്ഫുടപ്രകാശംകാൺകെസ്സാമ്രാജ്യോന്മദധാർഷ്ട്യങ്ങൾ
അധർമ്മമേന്തുംവാൾത്തലതാനേകമിഴ്ന്നുമൺകപ്പും
ചിദാത്മസൂക്തികൾവഴിയുംവായ്മലർതെല്ലുവിടർന്നീടിൽ
ജീവിതഗായകൻ -പാദമുദ്രകൾ -വയലാർ

അന്യമതങ്ങളിൽജാതിയില്ലെന്നുള്ള
ധന്യതയുണ്ടതുനേരെന്നാലും
ഇന്നിളക്കീടാവതല്ലെനിക്കുള്ളിൽ വേ
രൂന്നിയുറച്ച വിശ്വാസ വൃക്ഷം
വിശ്വാസമല്ലോ വിളക്കു മനുഷ്യനു
വിശ്വാസം ജീവസർവ്വസ്വമല്ലോ
ഒക്കെയും പോമതുപോയാൽ കെടുമാരും
ചുക്കാൻ പോയുള്ളൊരു കപ്പൽ പോലെ
ദുരവസ്ഥ-ആശാൻ

അ

അപുത്രമിത്രാ കാന്താരം പു-
ക്കനർത്ഥ ഗർത്തേ വീണാളേ;
ആനന്ദിച്ചേ വാഴേണ്ടുന്നവ-
ളല്ലേ കമനീ, നീണാളേ;
അപത്രപിച്ചീടേണ്ടാ ഞാനോ
വനത്തിൽ മേവുന്നാണാളേ;
ആരെന്നാലും രക്ഷിപ്പാനിനി-
യപരൻ വരുമോ കേണാളേ?
നളചരിതം രണ്ടാം ദിവസം - ഉണ്ണായി വാരിയർ

അമ്പിളിതന്നെയും താഴത്തുവച്ചതാ,
കുമ്പിട്ടുനില്പൂചിരിച്ചുകൊണ്ടംബരം;
ചെങ്കുരുന്നംഗുലികൊണ്ടലിവോടിതാ
നിൻകുളിർനെറ്റിതലോടുന്നുപൊൻവെയിൽ
ഫുല്ലപുഷ്പത്താൽചിരിപ്പിച്ചുകൊണ്ടിളം
ചില്ലയാംകൈനീട്ടിനിൽക്കുന്നു മല്ലിക;
നിന്നെമമത്വച്ചരടുമുറുക്കിഞാൻ
നന്നെനോവിച്ചുപോയെങ്കിൽക്ഷമിക്കുക.
ഓമന - ജി.

അമ്പെഴുംതാരാനിരയാമ്പലപ്പൂവിൻവെള്ളി
ത്താമ്പാളങ്ങളിലല്ലിൻവെള്ളരിചൊരിയുമ്പോൾ
നൽത്തുലാത്തിലെ വാവുബലിയുംകഴിഞ്ഞുനാ
മൊത്തുകൈകൂപ്പീഭക്ത്യാശ്രീനാവാമുകുന്ദനെ
ഭക്തിതൻമണിമാലചാർത്തുംനിൻമുത്തശ്ശിയോ
ടൊത്തു നാം ഗുരുവായൂരമ്പലനടകണ്ടൂ
നിത്യവുംസ്മരിപ്പൂനാമാവൃന്ദാവനത്തിലെ
വൃശ്ചികനിലാവൊളിപൂശിയൊരേകാദശി
അയയ്ക്കാത്ത കത്ത് -പി.

അ

അമ്മമാരുടെ മുഗ്ദ്ധതകൾക്കി
ങ്ങവസിതിയുണ്ടോ ഭുവനത്തിൽ?
തന്നെത്തന്നേ തീറ്റ കൊടുത്തിവർ
പോറ്റിയെടുപ്പീലാരാരെ?
ആടിനെയിടയനെയരചനെ, നീ പെ
ണ്ണാടേ, പെറ്റൂ പല പേരെ;
നേടിയതെന്തപവർഗ്ഗമിതേവരെ,
നെടുതാം വീർപ്പുകളല്ലാതെ?
ബിംബിസാരന്റെ ഇടയൻ -ഇടശ്ശേരി

അമ്മയാമൂഴികനിഞ്ഞുനല്കും
പൊൻമണിമാല്യമെടുത്തണിഞ്ഞു
പ്രേമമരന്ദപ്പുഴയിലുള്ള
താമരത്തോണിക്കടവുതാണ്ടി
ഓണമലരുകൾ താണുനിന്നു
കാണിക്കവയ്ക്കുംവരമ്പിലൂടെ
പൊന്നുഷസ്സാന്ധ്യപ്രഭയിൽമുങ്ങി
വന്നുപോയ്വന്നുപോയ്ചിങ്ങമാസം
ഓണക്കാഴ്ച-പി.

അമ്മയ്ക്കും പുനരച്ഛനും ഭാര്യയ്ക്കും
ഉണ്മാൻ പോലും കൊടുക്കുന്നില്ലാ ചിലർ
അഗ്നിസാക്ഷിണിയായൊരുപത്നിയെ
സ്വപ്നത്തിൽപ്പോലും കാണുന്നില്ല ചിലർ
സത്തുക്കൾ കണ്ടു ശിക്ഷിച്ചുചൊല്ലുമ്പോൾ
ശത്രുവെപ്പോലെ ക്രുദ്ധിക്കുന്നു ചിലർ
വന്ദിതൻമാരെക്കാണുന്ന നേരത്തു
നിന്ദിച്ചത്രേ പറയുന്നിതുചിലർ
ജ്ഞാനപ്പാന - പൂന്താനം

അ

അരച! നിന്നോർമ്മയിലൊരശ്രുകണമുണ്ടോ?
അതിനുള്ളിലൊരു പുഷ്പനൃത്തകഥയുണ്ടോ?
കഥയിലൊരുനാൾ നിന്റെ യൗവനശ്രീയായ്-
ക്കുടികൊണ്ട ദേവിയാം വൈദേഹിയുണ്ടോ?
ഉരുവമറ്റഭയമറ്റവളിവിടെയെങ്ങോ
ഉരിയ വെള്ളത്തിന്നു കുരലുണക്കുന്നു;
അവളൊരു വിതുമ്പലായ്ത്തൊണ്ട തടയുന്നു;
മൃതിയുടെ ഞരക്കമായ് മേനി പിഴിയുന്നു.
അഗസ്ത്യഹൃദയം - വി. മധുസൂദനൻ നായർ

അരിയനീർത്താർമൊട്ടേ, നിൻതലയിൽ
സ്ഫുരിതമാം തൂമഞ്ഞിൻ തുള്ളിതന്നിൽ
അരുണൻനിർമ്മിച്ചൊരപ്പദ്മരാഗം
പൊരുളാകില്ലീയർക്കദീപ്തിതന്നിൽ
അതുമല്ല, മുത്തേലും ബിന്ദുമാഞ്ഞു
സുധയൂറും നിൻ കരൾക്കാമ്പിൽമെല്ലെ
ദിവസം പുലർന്നു വിടർന്നിനി നീ
യവികല ശോഭവഹിക്കും പൂവേ !
ചണ്ഡാലഭിക്ഷുകി - ആശാൻ

അർത്ഥമെത്ര വളരെയുണ്ടായാലും
തൃപ്തിപോരാമനസ്സിന്നൊരുകാലം
പത്തുകിട്ടുകിൽ നൂറുമതിയെന്നും
ശതമാകിൽ സഹസ്രം മതിയെന്നും
ആയിരംപണം കൈയിലുണ്ടാകുമ്പോൾ
അയുതമാകിലാശ്ചര്യമെന്നതും
ആശയായുള്ള പാശമതിങ്കേന്നു
വേർവിടാതെകരേറുന്നുമേൽക്കുമേൽ.
ജ്ഞാനപ്പാന - പൂന്താനം

അ

അലറിപൂത്തുകാവുകളിൽകുരുതിയൂത്തപോലെ
പകലറുതിപ്പരൽനിരകൾകോൽത്തിരികൾപോലെ
സമയമായീ സമയമായീ തേരിറങ്ങുകംബേ
സകലലോകപാലനൈക സമയമതാലംബേ!
കന്യകയാ,ണെങ്ങളുടെ കൂപ്പുകൈകളാലെ
കഞ്ജമലർമൊട്ടുകോർത്തമാലയിടുംദേവീ;
കന്യകയാ,ണെങ്ങളുടെ യാനമിതശീർഷ
കമ്രരുദ്രാക്ഷങ്ങൾകോർത്ത മാലയിടുംദേവി
കാവിലെപാട്ട് -ഇടശ്ശേരി

അവിടത്തെത്തൃക്കൈയിലെക്കടുംതുടിയുടെ ധ്വനി
വിവിധഭാഷകളായി വികസിക്കുന്നു
സ്വയമന്തർന്നിഹിതമാം താളരാഗലയംഛന്ദോ
മയംജഡപദങ്ങൾക്കു ചിറകാകുന്നു.
ചിറകടിച്ചുയരുന്നിതെന്റെ കൊച്ചുമൊഴിപോലും
മറകൾക്കുമപ്പുറത്തേയ്ക്കനായാസമായ്!
തിളങ്ങുമാത്തൃക്കണ്ണിലെ ചിത്പ്രകാശലേശംകൊണ്ടു
കൊളുത്തുന്നുയുക്തിയുടെ കൊച്ചു നാളങ്ങൾ
ശിവതാണ്ഡവം - ജി.

അഴകൊഴുകുന്ന ജീവിതപ്പൂക്കളം
വഴിയരികിലെ വിശ്രമത്താവളം
കഴുകനിജ്ജഡം കാത്തുസൂക്ഷിക്കുന്ന
കഴുമരം ഹാ ഭ്രമിച്ചുഞാൻ തെല്ലിട.
അഴലിലാനന്ദലേശമിട്ടെപ്പൊഴും
മെഴുകിമോടി വളർത്തുമീ മേടയിൽ
കഴലൊരല്പമമർത്തിയൂന്നീടുകിൽ
വഴുതിവീഴാതിരിക്കില്ല, നിശ്ചയം
മണിനാദം - ഇടപ്പള്ളി

ആ

അറിവിൻതിരികൾകൊളുത്തി, ക്കലകൾ
ക്കാവേശത്തിൻ ചൂടേകി,
മാലോടിഴയും മർത്ത്യാത്മാവിനു
മേലോട്ടുയരാൻ ചിറകുതകി,
പാരിൽ മനുഷ്യപുരോഗമനക്കൊടി
പാറിച്ചവയീപ്പന്തങ്ങൾ,
മെത്തിടുമിരുളിതിലെത്രചമച്ചൂ
പുത്തൻ പുലരിച്ചന്തങ്ങൾ
പന്തങ്ങൾ - വൈലോപ്പിള്ളി

അന്ധകാരത്തിൽപ്പരസ്പരം കൊല്ലുന്ന
ബന്ധങ്ങൾതൻമഹാഭ്രാന്താലയങ്ങളിൽ,
കുന്തിരിക്കപ്പുക ഭ്രൂണബലിയുടെ
ഗന്ധം മറയ്ക്കും വിവാഹരംഗങ്ങളിൽ,
എങ്ങുമൊടുങ്ങാത്തജീവിതാസക്തികൾ
തൂങ്ങിമരിച്ച വഴിയമ്പലങ്ങളിൽ
കാരമുള്ളിന്റെ കിരീടവും ചൂടി നാം
തേടിനടന്നതു സൗഖ്യമോ മൃത്യുവോ?
ഒരു പ്രണയഗീതം (പതിനെട്ട് കവിതകൾ) -ചുള്ളിക്കാട്

ആടിടുന്നവനിലും പാടിടുന്നവനിലും
ഗൂഢമാംനാരീവൃത്തംമറയ്ക്കുന്നവനിലും
ഇഷ്ടമായുള്ളവസ്തുകൊടുക്കുന്നവനിലും
ഇഷ്ടമായതുതന്നെപറയുന്നവനിലും
കണ്ടഭൂഷണമെല്ലാമണിയുന്നവനിലും
കണ്ടാൽനല്ലവനിലുംകേളിയുള്ളവനിലും
ഉണ്ടാകുമല്ലോമധുവാണികൾക്കനുരാഗ
മുണ്ടല്ലോ കചനേവമാദിയാംഗുണമെല്ലാം
മഹാഭാരതം - എഴുത്തച്ഛൻ

ആ

ആകാശത്തെങ്ങുമിടികുടുക്കം
ആകാമയങ്ങാനുമെന്തുരുക്കം
ചീറലുംമിന്നലുമെത്രകേമം
ചാറുവാൻമാത്രംമഹാഞെരുക്കം
വ്യോമാങ്കണത്തിൽനീർകൊണ്ടൽ തമ്മിൽ
പ്രേമസല്ലാപമുതിർത്തുനിൽക്കെ
നൊന്തുതപിച്ചുശപിച്ചുമേവീ
ജന്തുവുംസസ്യവും പൂഴിമണ്ണും
പൂച്ചക്കുട്ടികൾ - വൈലോപ്പിള്ളി

ആറ്റിലേയ്ക്കച്ച്യുത ചാടൊല്ലെ ചാടൊല്ലെ
കാട്ടിലെ പൊയ്കയിൽ പോയി നീന്താം
കാളകൂടോൽക്കടകാകോളമാളിന
കാളിയൻപാർപ്പുണ്ടിക്കാളിന്ദിയിൽ
ആരിതെറിഞ്ഞുകൊടുത്തുയശോദതൻ
മാറിലെത്തൂമണിമാല്യമതാ
കാളിന്ദിതന്നുടെ കാളിമാവേന്തിയ
ചേലയിൽ ചീളെന്നുചെന്നുവീണു
കർമ്മഭൂമിയുടെ പിഞ്ചുകാൽ - വള്ളത്തോൾ

ആരുശീലിപ്പിച്ചു പട്ടകളിൽ
ച്ചാരുകുരുവിയെക്കൂടുനെയ്യാൻ
അഗ്ഗുരുതാൻപഠിപ്പിച്ചതല്ലോ
കൊച്ചുകുയിലിനെപ്പാട്ടുപാടാൻ
ധന്യൻഗുരുവിന്നുദക്ഷിണയീ
പ്പഞ്ചമാലാപസ്വരങ്ങളെല്ലാം
പാവനപ്രേമത്തിൻപൂജയാണീ
ജീവിതഗാനവികാസമെല്ലാം
ഗുരുദക്ഷിണ - പി. കുഞ്ഞിരാമൻനായർ

ആ

ആരിതെന്നാരായാനല്ലവനെച്ചിക്കെന്നുതൻ
മാറത്തൊന്നണപ്പാനാണിച്ഛിച്ചതൃഷിപ്രൗഢൻ
സാഹസക്കാരൻ പൈതലാവിമുക്തനെവീണ്ടു
മൈഹികത്തിലേയ്ക്കതാവലിച്ചുതാഴ്ത്തീക്ഷണാൽ
കുനിഞ്ഞുവാരിയെടുത്തുണ്ണിയെപ്പുണ്യാകാരൻ
കനിഞ്ഞുകെട്ടിപ്പൂണ്ടാൻപെരിയബാഹുക്കളാൽ
ലസിച്ചുമാന്തോലേറാപ്പിട്ട തൻമാറിൽപ്പൊൻകു
ഞ്ഞസിതാകാശോദ്ദേശത്താതിരത്താരംപോലെ
അച്ഛനും മകളും - വള്ളത്തോൾ

ആ രാത്രിചേരാറായ് വാസരശ്രീയോടു
സൂരജവിണ്ണാറോടെന്നപോലെ
തൂമയിൽത്തൻവസുതൂകാറായ്മേല്ക്കുമേൽ
ധാമനിധിയായദേവൻവീണ്ടും
ചോപ്പങ്കവാൽത്തൊപ്പിചാർത്തിനമൗലികൾ
മേൽപ്പോട്ടുനീട്ടിക്കൊണ്ടങ്ങുമിങ്ങും
ഉച്ചത്തിലാചാരവാക്കോതിനീങ്ങുന്നു
നൽച്ചരണായുധർ നാഗരികർ
കർണ്ണഭൂഷണം - ഉള്ളൂർ

ആരോമൽപ്പൈതലേ, ഹാ കഷ്ടമല്ലോ! നീ
യാരെന്നുരച്ചുപോയ് ഹന്തനിന്നെ?
രാധേയനല്ല നീ, യാധിരഥിയല്ല,
സൂതകുലത്തിൽജ്ജനിച്ചോനല്ല
പാലാഴിപ്പൈതലാംപാരിജാതത്തെയോ
കാലിക്കുളമ്പുചാൽപെറ്റിടുന്നു?
പാണ്ഡരകീർത്തിയാം നിൻജനയിത്രിയ
പ്പാണ്ഡവമാതാവാം കുന്തീദേവി
കർണ്ണഭൂഷണം - ഉള്ളൂർ

ആ

ആടിപ്പിറവിയിലാദ്യത്തെച്ചില
കോടപ്പെരുംമഴതോർന്നപ്പോൾ
ചുണ്ടുചുകന്നകതിരുണ്ടേ, നിര
പ്പാണ്ടവയൽകളിലങ്ങോളം
കോരിത്തരിച്ചൊരുമാറോടെചെന്നു
കോമൻപുണർന്നുകുടുംബത്തെ
പുത്തരിക്കുള്ളരികുത്താനെന്തൊരു
ബദ്ധപ്പാടാണാവീട്ടിൽ!
പുത്തൻകലവും അരിവാളും - ഇടശ്ശേരി

ആരെ ഞാനന്വേഷിപ്പതാ പ്രേമപുഞ്ജംതന്നെ
തീരെയില്ലെന്നോതുന്നനാവെനിക്കവിശ്വാസ്യം
ആ മുഗ്ദ്ധമുല്ലപ്പൂക്കൾമുകരുന്നനേരംഞാ
നാമുഖമനോഹരസൗരഭം സ്മരിക്കുന്നു.
ചോലയിൽ സതൃഷ്ണനായ് ചുണ്ടടുപ്പിക്കെ സ്നിഗ്ദ്ധ
ലോലമാക്കപോലത്തിൻ തണുപ്പുഞാനോർമ്മിപ്പൂ.
മാനസം സ്മരണയാലുൻമത്തമാവില്ലല്ലോ
ഞാനലഞ്ഞന്വേഷിക്കുമോമൽമിത്ഥ്യയാണെങ്കിൽ
അന്വേഷണം - ജി.

ആരൊഴുക്കും ചോരയാലെൻ തലയണ
പാതിരാതോറും കുതിർന്നൊട്ടിവീർക്കുന്നു?
ആരുടെ ബാധയകറ്റുവാൻനെറ്റിയാൽ
പാലമേലാണിയടിച്ചുകേറ്റുന്നുനാം?
ആരെറിയുന്നു ചേർ പുത്തരിച്ചോറി? ലാ
രാരകത്തന്യമാം ഭാഷമൊഴിയുവോൻ?
ആരെന്റെവാക്കിന്റെയർത്ഥങ്ങൾചോർത്തുവോൻ?
ആരെൻക്രിയകൾകുടിച്ചുവറ്റിക്കുവോൻ?
വീടുമാറ്റം - സച്ചിദാനന്ദൻ

ആ

ആ വഴിക്കപ്പോളൊരുദരിദ്രന്റെ നിർ
ജീവമാംദേഹമടക്കിയ പെട്ടി പോയ്
ഇല്ലാപെരുമ്പറ, ശുദ്ധയാം വിശ്വസ്ത
വല്ലഭ തന്നുടെ നെഞ്ചിടിപ്പെന്നിയേ;
ഇല്ല പൂവർഷം, വിഷാദം കിടന്നല
തല്ലുന്ന പൈതലിൻ കണ്ണുനീരെന്നിയേ
വന്നുതറച്ചിതെൻ കണ്ണിലാപ്പെട്ടിമേൽ
നിന്നുമാറക്ഷരം; "ഇന്നു ഞാൻ, നാളെ നീ!"
ഇന്നുഞാൻ നാളെ നീ - ജി.

ആരന്ധകാരത്തെസ്സൃഷ്ടിച്ചവൻ, ദയാ
വാരാശിയദ്ദേഹം വാഴ്ത്തപ്പെട്ടോൻ!
നാളേയ്ക്കു വയ്ക്കായ്‌വി, നെത്രപേരിന്നിയും
നാളെയിമ്മട്ടുമരിക്കാനുണ്ടാം!
അല്ലെങ്കിൽത്തന്നെയും തിന്നുവാനില്ലാതെ
യിന്നോളവുമെലിചത്തതുണ്ടോ?
ഇല്ല സാമ്രാജ്യവുമില്ലടിമത്തവു
മില്ലമാത്സര്യവും മൂഷികരിൽ
എലികൾ - എൻ.വി.

ആരുടെ തിരുമുമ്പിൽ നർത്തനം ചെയ്തീടുന്നു
ചാരുരൂപകളുഷസ്സന്ധ്യകളാജ്ഞാധീനം,
കുനിയും ശിരസ്സിങ്കലാരുടെ നിദേശത്തെ
ജ്ജനിയും മൃതിയുമാം ദ്വാരപാലർചൂടുന്നു.
ആ മഹാപ്രഭാവത്തെയൊന്നെത്തിനോക്കിപ്പൂർണ്ണ
കാമനാവോളം ഞാനിഗ്ഗോപുരദ്വാരത്തിങ്കൽ
എന്നുടെ ഹൃദന്തമാ മുടുക്കും കൊട്ടിപ്പാടി
നിന്നുകൊള്ളുവാനെനിക്കനുജ്ഞലഭിച്ചെങ്കിൽ!
വിശ്വദർശനം - ജി.

ഇ

ഇന്ദിരാതന്നുടെ പുഞ്ചിരിയായൊരു
ചന്ദ്രികമെയ്യിൽപരക്കയാലെ
പാലാഴിവെള്ളത്തിൽ മുങ്ങിനിന്നീടുന്ന
നീലാഭമായൊരു ശൈലം പോലെ
മേവിനിന്നീടുന്ന ദൈവതം തന്നെ ഞാൻ
കൈവണങ്ങീടുന്നേൻ കാത്തുകൊൾവാൻ
കീർത്തിയെവാഴ്ത്തുവാനോർത്തുനിന്നീടുമെൻ
ആർത്തിയെ തീർത്തു തുണയ്ക്കേണമേ
കൃഷ്ണഗാഥ - ചെറുശ്ശേരി

ഇന്ദിരാതുല്യയാംദേവിയെവേട്ടവ
നിന്നൊരുസമ്പന്നനായിരിക്കാം
എന്നാലിതോർക്കണം; മൂടൽമഞ്ഞാർന്നൊരു
കുന്നെങ്ങിപ്രാലേയ ശൈലമെങ്ങോ?
കൊള്ളാമോ ശ്രേയസ്സിൽ സംതൃപ്തി നമ്മൾക്കു
വെള്ളിനിലാവിൽ കുളിച്ചരാവും
ചെമ്പൊന്നാമാദിത്യരശ്മിയെയാരാഞ്ഞു
മുൻപോട്ടു പോവതുകാണുന്നില്ലേ?
ഭാരതസ്ത്രീകൾതൻ ഭാവശുദ്ധി - വള്ളത്തോൾ

ഇന്നുമുഴുവൻ ഞാനേകനായ-
ക്കുന്നിൻചെരുവിലിരുന്നുപാടും
ഉച്ചയ്ക്കു പച്ചമരത്തണലിൽ
സ്വപ്നവും കണ്ടു കിടന്നുറങ്ങും
ഇന്നു ഞാൻ കാണും കിനാക്കളെല്ലാം
പൊന്നിൽ കുളിച്ചുള്ളതായിരിക്കും
ഇന്നുഞാൻ കാണും കിനാക്കളെല്ലാം
നിന്നെക്കുറിച്ചുള്ളതായിരിക്കും
രമണൻ - ചങ്ങമ്പുഴ

ഇ

ഇടയിൽക്കണ്ണുനീർ മുത്തുകൾകോർത്തു-
മിടയിൽപ്പുഞ്ചിരിപ്പൂവുകൾ ചേർത്തും
ഇതുമട്ടത്തുഭൂതഹാരങ്ങൾ തീർക്കാൻ
കരളുംകണ്ണുമെവിടെന്നു കിട്ടി?
കലിതാനന്ദം നീ പാടിയ നേരം
കവിൾനനഞ്ഞതിന്നെന്തു സംബന്ധം
മധുരഗാനതരംഗത്തിലെന്നും
കദനസ്പന്ദനമെങ്ങനെയെത്തി?
പാടുന്ന മണൽതരികൾ - പി.ഭാസ്കരൻ

ഇന്നുനാമേകാന്തതയിങ്കലാണുറമഞ്ഞു
വന്നുബന്ധിച്ചാൽപ്പോലെഹൃദയം മരവിപ്പൂ
ആ മരവിപ്പിൻമീതേ ചവിട്ടിമുന്നേറുന്നു
നാമറിയാത്തോർ ഒട്ടും നമ്മളെയറിയാത്തോർ
ക്ഷമ ദുർബ്ബലതയായ് നിയമം ചതിയായി
സമയം ധനമായിട്ടന്നമീശ്വരനായി
പ്രേമമൊരുമിനീരായ് കാണുവോർ കായിൻ പേരിൽ
പൂമതിക്കുവോർ ഒന്നും പുണ്യമായെണ്ണീടാത്തോർ.
യുഗപരിവർത്തനം - വൈലോപ്പിള്ളി

ഇത്തുഞ്ചൻ പറമ്പിലെ തൈത്തെങ്ങിൽ തണലിങ്ക
ലിത്തിരിയിരുന്നാലും ഭക്തലോകോത്തംസമേ
രാമനാമാലാപമാമിളന്നീർവെള്ളം മോഹി
ച്ചീമന്നിലെത്തീഭവാൻ തീർത്താലും തൃഷാർത്തിയെ
പാപകർമ്മത്തിൻ തഴമ്പുറ്റൊരെൻ കൈയാലങ്ങേ
പ്പാദങ്ങൾശുശ്രൂഷിക്കാനനുജ്ഞതരേണമേ
രാമകിങ്കരനമസ്കരിപ്പൂ നിന്നെ-ക്കനി
ഞ്ഞീമന്ദപ്രജ്ഞന്റേതാം പൂജകൾ കൈക്കൊണ്ടാലും.
ഹനുമൽസേവ തുഞ്ചൻപറമ്പിൽ - ഇടശ്ശേരി

ഇ

ഇത്ര കുടിലതയുണ്ടായൊരുത്തനെ
പ്പൃത്ഥ്വിയിലിങ്ങനെ കണ്ടീലകേശവ!
പാങ്ങായൊരുപുറം നിന്നു നീ പോരതിൽ
നീങ്ങാതഭിമാനികളായ ഭൂപരെ
രണ്ടുപുറത്തുമുള്ളോർകളെക്കൊല്ലിച്ചു
കൊണ്ടതുമറ്റാരുമല്ല നീയെന്നിയേ
എന്തിന്നു മറ്റുള്ളവരെപ്പറയുന്നു?
ചിന്തിക്കിൽ നിൻമറിമായമിതൊക്കെയും
മഹാഭാരതം -എഴുത്തച്ഛൻ

ഇമ്മൺ പാൽത്തരിയാവോളം, വിഷു
ക്കൊന്നയിൽപ്പൂക്കണിവെപ്പോളം
കോമനുഴുതുമറിച്ചൂപാടം
കോമൻ വിതച്ചൂപൊന്നാര്യൻ
പുതിലിറക്കിക്കൊണ്ടുപുതുവിത്തണിനിലം
പതിയുംകാർമുകിൽനീങ്ങുമ്പോൾ
ഏറെപ്പൊൻമുളപാടത്തോകുളിർ
കോരിയ കോമനു മാറത്തോ!
പുത്തൻ കലവും അരിവാളും - ഇടശ്ശേരി

ഇരുപതാം നമ്പർ വീട് അതേ മുറി
ഒരു മെഴുകുതിരിമാത്രമെരിയുന്നു
നയനരശ്മിയാൽപ്പണ്ടെൻഗ്രഹങ്ങളെ
ബ്ഭ്രമണമാർഗ്ഗത്തിൽ നിന്നും തെറിപ്പിച്ച
മറിയ നീറിക്കിടക്കുന്നു തൃഷ്ണതൻ
ശമനമില്ലാത്തൊരംഗാര ശയ്യയിൽ
"എവിടെ ജോൺ?" സ്വരം താഴ്ത്തി ഞാൻ ചോദിച്ചു.
'അവനു ഞാനല്ല കാവലാൾ,' പോവുക
എവിടെ ജോൺ? - ബാലചന്ദ്രൻചുള്ളിക്കാട്

ഇ

ഇനിയു മിങ്ങെത്തും മധുകിനിയുന്ന വസന്തവും
കനികളിൽ കഴമ്പൂറും ശരത്തു;മെന്നാൽ
തിരികെത്തൻകൂടുതേടി വരികയില്ലൊരിക്കലും
തരുണിമയൊരുവട്ടംപറന്നകന്നാൽ
ഒറ്റ വേലിയേറ്റവുമൊരിറക്കവും അടിക്കടി
വറ്റുകയായ് പിന്നെ മർത്ത്യയുവത്വവാർദ്ധി
മരണത്തിൽചിരിപോലെ ജഡഹിമനിബിഡമാം
മരവിച്ചശിശിരമാണൊടുവിലോളം
വസന്തത്തിന്റെ വിളി - എൻ.കെ.ദേശം

ഇളക്കിലോകരെയുൻമേഷത്തിൻമംഗളകളകളമാം
വളക്കിലുക്കം, നൂപുരനാദം കിങ്കിണിനിർഘോഷം
കൊഴുത്തുമേളം; നീങ്ങീയവനിക: ദമ്പതിമാരുള്ളിൽ
കൊതിച്ചമധുവിധുവാകുന്നേരം മന്ദാക്ഷംപോലെ
അരങ്ങിൽ നിൽപൂസർവ്വജനേക്ഷണമധുകരമഞ്ജരിയായ്
കരങ്ങൾ കൂമ്പി, ക്കണ്ണിണ ചാമ്പി, ക്കനകമനോജ്ഞാംഗി
സുലാള്യമരതകഹരിതത്തുകിലാലാവൃതയത്തന്വി
വിലാസകാരിണി കാവിൽത്തെളിയുംനിലാവുപോൽമിന്നി
പുഞ്ചിരിക്കുശേഷം - വെണ്ണിക്കുളം

ഇല്ലിനി ദ്ദരിദ്രത; ഇപ്രഭാതത്തിൻ പൊന്നിൽ
പ്പുല്ലിനും മരത്തിനും തുല്യമാണവകാശം;
ഇല്ലിനിയസമത; തളിർക്കാം കുരുക്കുത്തി
മുല്ലയ്ക്കും വാനം പുൽകും മുകിലിൻ പടർപ്പിന്നും.
ശുദ്ധമാം കുളിർകാറ്റും സ്വച്ഛമാംവെളിച്ചവും
സിദ്ധമിച്ഛപോലാർക്കും; ആർക്കുവി,നാഹ്ലാദിപ്പിൻ!
അന്യർ തന്നാന്ധ്യത്തിങ്കലുല്ലാസംകോലും ധന്യം
മന്യമാം നക്ഷത്രമേ, നിനക്കില്ലിതിൽസ്ഥാനം
നാളെ - ജി.

ഇ

ഇവിടെയുണ്ടുഞാനെന്നറിയിക്കുവാൻ
മധുരമാമൊരുകൂവൽമാത്രം മതി;
ഇവിടെയുണ്ടായിരുന്നുഞാനെന്നതി
ന്നൊരുവെറുംതൂവൽതാഴെയിട്ടാൽ മതി.
ഇനിയുമുണ്ടാകുമെന്നതിൻസാക്ഷ്യമായ്
അടയിരുന്നതിൻ ചൂടുമാത്രം മതി
ഇതിലുമേറെ ലളിതമായെങ്ങനെ
കിളികളാവിഷ്കരിക്കുന്നു ജീവനെ?
കാണെക്കാണെ - പി.പി. രാമചന്ദ്രൻ

ഇറ്റുപൂന്തേൻ തുള്ളിതപ്തഹൃത്തടത്തിൽതളിക്കുന്ന
കൊച്ചുനീലക്കുരുവിതൻ തെളിഞ്ഞ ശബ്ദം
രാത്രിയിലുറക്കുപാട്ടായ്, തളർന്നമെയ് തലോടുന്ന
നേർത്തമഴത്തുള്ളികൾതൻതണുത്തതാളം;
കാറ്റുലർത്തും കാട്ടിലഞ്ഞിപ്പൂമുടിച്ചാർത്തിലെ ഗന്ധം
പൂത്തനിലാവാർത്തിയോടെ കുടിക്കും ദാഹം
കണ്ണുനീരിന്നുപ്പുകല്ലുനുള്ളിയെന്നുംനുണഞ്ഞാലും
പിന്നെയു മീ മധുരങ്ങൾ കൂട്ടിനെത്തുന്നു
ഇത്തിരിമധുരം - ലക്ഷ്മീദേവി

ഇതുവരെ നമ്മുടെ ചോര കുടിച്ചവ-
രിനിയുമിച്ചതികൾ തുടർന്നുകൂടാ;
ഇളവെന്യേചുടുവേർപ്പാലീനമ്മൾ പോറ്റിയ
വിളവെല്ലാം നാംതന്നെ കൊയ്തെടുക്കും;
അതിനൊട്ടനവധി പ്രതിബന്ധം വന്നാലു-
മവയെല്ലാം നാംതന്നെ തട്ടിനീക്കും;
ഇതുവരെപ്പാടത്തിൽ വീഴ്ത്തിയതല്ലാതെ-
യിനിയുമീ നമ്മളിലുണ്ടുരക്തം.
സമരപ്രതിജ്ഞ - തിരുനല്ലൂർ കരുണാകരൻ

ഈ

ഇനിയീമനസ്സിൽക്കവിതയില്ല
മണമില്ല മധുവില്ല മധുരമില്ല
ഇനിയീമനസ്സിൽ കിനാക്കളും പൂക്കളും
മഴയും പ്രഭാതവും ബാക്കിയില്ല.
അഴകില്ല, പൂപോൽനിലാവു തൂകാൻ
അനുരാഗമില്ല കണ്ണീരുമില്ല.
വിരഹവും ഭീതിയും സ്നേഹമോഹങ്ങളും
വ്യഥയും പരാതിയും തീരെയില്ല.
ഇനിയീമനസ്സിൽ കവിതയില്ല അമ്പലമണി - സുഗതകുമാരി

ഇന്നലെയോളമെന്തെന്നറിഞ്ഞീലാ,
ഇന്നി നാളെയുമെന്തെന്നറിഞ്ഞീലാ,
ഇന്നിക്കണ്ട തടിയ്ക്കു വിനാശവു-
മിന്ന നേരമെന്നേതുമറിഞ്ഞീലാ.
കണ്ടു കണ്ടങ്ങിരിക്കും ജനങ്ങളെ-
ക്കണ്ടില്ലെന്നു വരുത്തുന്നതും ഭവാൻ.
രണ്ടുനാലു ദിനംകൊണ്ടൊരുത്തനെ-
ത്തണ്ടിലേറ്റി നടത്തുന്നതും ഭവാൻ
ജ്ഞാനപ്പാന - പൂന്താനം

ഈരേഴുപാരിനുംകാരണമായോരു
കാരുണ്യപൂരമാം വാരിരാശേ!
പാരിടം പൂരിച്ച ഭാരത്തെത്തീർത്തിന്നു
പാലിച്ചുകൊള്ളണം പാരാതെ നീ
നിൻകനിവില്ലായ്കിലെങ്ങളിന്നെങ്ങനെ
സങ്കടംപോക്കുന്നു തമ്പുരാനേ!
വൻകനിവാണ്ടെങ്ങൾസങ്കടം പോക്കണം
പങ്കജലോചനാ ശങ്കിയാതെ
കൃഷ്ണഗാഥ - ചെറുശ്ശേരി

ഈ

ഈ വല്ലിയിൽനിന്നു ചെമ്മേ പൂക്കൾ
പോവുന്നിതാ പറന്നമ്മേ
തെറ്റീ നിനക്കുണ്ണി ചൊല്ലാം നൽപ്പൂ
മ്പാറ്റകളല്ലേയിതെല്ലാം
മേൽക്കുമേലിങ്ങിവപൊങ്ങീ വിണ്ണിൽ
നോക്കമ്മേയെന്തൊരു ഭംഗി
അയ്യോ പോയ്കൂടെക്കളിപ്പാൻ അമ്മേ
വയ്യേയെനിക്കു പറപ്പാൻ
കുട്ടിയും തള്ളയും - ആശാൻ

ഈ വഴികൾമൺമറഞ്ഞപിതൃശ്യാമ
കാലങ്ങളിൽ നിന്നിഴഞ്ഞുവരുന്നവ;
ഈ വഴികൾമരക്കൊമ്പുകളെപ്പോലെ
ഭാവിയിലേക്കു തളിർത്തുചെല്ലുന്നവ;
ഭ്രാന്താലയങ്ങളിലേക്കലറുന്നവ;
പാതിയിൽവച്ചുമുറിഞ്ഞുവീഴുന്നവ;
പച്ചകരിച്ചു തീയാടിവരുന്നവ;
പക്ഷികളെപ്പോൽപ്പറന്നുപോകുന്നവ
വഴികൾ - നെല്ലിക്കൽ മുരളീധരൻ

ഈ ഹിമാലയത്തിലാണെന്റെയാത്മാവിൻ ഗൃഹം,
ഈ ഹിമപ്പരപ്പെന്റെയന്തിമ ശയ്യാതലം,
ഇതിങ്കലൊരുവാനപ്രസ്ഥനായ്, ജനിമൃതി-
വിധി പൗരുഷ വ്യഷ്ടി സമഷ്ടി ദ്വന്ദ്വങ്ങളെ
നിദിധ്യാസനം ചെയ്തു നിത്യതൃപ്തനായ്, സർവ്വ-
നിരപേക്ഷനായ് വാഴ്വതെൻ പ്രജ്ഞ തേടും ലക്ഷ്യം.
ആയിരം തലമുറയായിട്ടെൻ പിതാമഹർ
താലോലിച്ചിരുന്നതീയരുമക്കിനാവല്ലോ.
അവസാനത്തെ ആസ്പത്രി - എൻ.വി.

ഉ

ഉണ്ണീ,മകനേ,ദുരിയോധനാ, തവ
പൊന്നിൻ കിരീടവും ഭൂഷണജാലവും
ഉമ്പർകോനൊത്തൊരു വൻപും പ്രതാപവും
ഗംഭീരമായോരു ഭാവവും ഭംഗിയും
ഇട്ടും കളഞ്ഞുടനെന്നെയുമെത്രയു
മിഷ്ടനായീടും പിതാവിനെത്തന്നെയും
പെട്ടെന്നുപേക്ഷിച്ചുപൊയ്ക്കൊണ്ടതെന്തുനീ?
പൊട്ടുന്നിതെൻമനം കണ്ടിതെല്ലാ മഹോ!
മഹാഭാരതം - എഴുത്തച്ഛൻ

ഉച്ചലമാക്കീയൂഴിയെ, ഞങ്ങടെ
യുജ്ജ്വലഹൃദയസ്പന്ദങ്ങൾ
അടിമച്ചങ്ങല നീറ്റിയുടപ്പാൻ
അഭിനവലോകം നിർമ്മിപ്പാൻ
ആശയ്ക്കൊത്തുതുണച്ചൂ ഞങ്ങളെ
യാളിക്കത്തും പന്തങ്ങൾ
കൂരിരുളിൻ വിരിമാറുപിളർത്തി-
ച്ചോരകുടിക്കും ദന്തങ്ങൾ
പന്തങ്ങൾ - വൈലോപ്പിള്ളി

ഉണരുവിൻ സഹജരേ ഭരതോർവ്വീ തനയരേ!
ശനിയൊഴിഞ്ഞിന്നു വീണ്ടും മനുഷ്യരായ്നാം.
എഴുനേറ്റുനിവർന്നുയർന്നെവിടെയുമിപ്പുലരി
യൊഴുക്കുന്നപൊൻപുഴയിൽത്തുടിച്ചുനീന്താം.
അടിമച്ചങ്ങലയെല്ലാമയഞ്ഞഴിഞ്ഞറ്റുവീണു,
തടങ്കൽക്കൽത്തുറുങ്കെങ്ങും താനേതുറന്നു,
സ്വതന്ത്രരായ്സകലരുമീനിമിഷംമുതൽനമ്മൾ
ക്കിതിൽപ്പരമൊരുഭാഗ്യമെന്തിനിവേണ്ടൂ?
ജയഭേരി - ഉള്ളൂർ

ഉ

ഉയരാനും താഴുവാനും പരിധിയുണ്ടതുവിട്ടാ
ലുദയാസ്തമയങ്ങൾ തൻ താളമേ പോകും.
അസ്തമിച്ചാലുദിക്കേണ, മർക്കനതിൻ തെളിവല്ലേ?
അർത്ഥവത്തായ്ത്തീർന്നതാണീയുത്സവമേള.
തമ്മിൽ മുട്ടിയിണങ്ങുന്നതിരകൾപോൽസമൂഹമേ
യൊന്നാണെന്നസ്നേഹഭാവം പോരിലും വേണം.
പാട്ടിനെപ്പാട്ടിലാക്കുമ്പോൾ കർമ്മ ശക്തിയുണർത്തുന്ന
നാട്ടുതാളപ്പറ്റിൽ നമ്മളൊന്നു ചേരട്ടെ.
കലിസന്തരണം - കാവാലം

ഉജ്ജ്വലനിമേഷത്തിലെ ഹൃത്തിൻ
ദർശനങ്ങളെക്കെ പകർത്തീടിൽ
ശുദ്ധമാക്കിടാമൂഴിയെയൊറ്റ
ശ്ശുഭ്രപുഷ്പത്തിൻ നീഹാരനീരാൽ
പാരിൽ വെട്ടം വിതച്ചിടാ, മേക
താരകത്തിൽ നിന്നേന്തിയ തീയാൽ
മർത്ത്യസൗന്ദര്യബോധങ്ങൾ പെറ്റ
മക്കളല്ലീ പുരോഗമനങ്ങൾ?
കുടിയൊഴിക്കൽ - വൈലോപ്പിള്ളി

ഉളിഞാൻ പിടിപ്പിച്ചകൈകളാലെൻകുഞ്ഞപ്പൊ
ന്നൊളിചിന്നിടും ക്ഷേത്രധ്വജത്തിൻ തുംഗാഗ്രത്തിൽ
പറന്നങ്ങിരിക്കുംപോൽച്ചെത്തിയ ഗരുഡന്റെ
ചിറകുചലിപ്പതുണ്ടിപ്പൊഴുമെന്നേതോന്നൂ:
ഞാനതിലസൂയാലുവായിപോൽ! ഏതച്ഛന്നു
മാനമല്ലാമട്ടൊക്കെ മകനെപ്പുകഴ്ത്തുമ്പോൾ?
ആയിരം മണിയുടെ നാവുപൊത്തീടാ; മൊറ്റ
വായിലെ നാവാർക്കാനും കെട്ടുവാൻ കഴിയുമോ?
പെരുന്തച്ചൻ - ജി.

ഉ

ഉടലൊതുങ്ങിയോൾ മദ്ധ്യംചുരുങ്ങിയോൾ
ചൊടികൾ തൊണ്ടിപ്പഴംപോൽ വിളങ്ങുവോൾ,
അരിയവെള്ളരിപ്പല്ലും ഭയന്ന മാൻ-
മിഴികളും നിമ്ന നാഭിയുമുള്ളവൾ,
ചെറുതുചായുവോൾ കൊങ്കയാൽ ശ്രോണിതൻ
ഗുരുതകാരണം മന്ദം നടക്കുവോൾ,
പ്രമദമാരിൽ വച്ചീശന്റെ സൃഷ്ടിയിൽ
പ്രഥമയാണു നീ കാണുമാശ്യാമയാൾ
മേഘസന്ദേശം - തിരുനല്ലൂർ

ഉദ്ധതനാകുന്ന ഭീമസേനൻ തന്റെ
പദ്ധതി തന്നിൽ മുടങ്ങിക്കിടക്കുന്ന
വൃദ്ധനായോരുവലീമുഖനെകണ്ടു
ക്രുദ്ധനായിപ്പറഞ്ഞീടിനാനഞ്ജസാ
നോക്കെടാ നമ്മുടെമാർഗ്ഗേകിടക്കുന്ന
മർക്കടാ നീയങ്ങുമാറിക്കിടാ ശഠാ
ദുർഘടസ്ഥാനത്തു വന്നു ശയിപ്പാൻ നി
നക്കെടാ തോന്നുവാനെന്തെടാ സംഗതി
കല്യാണസൗഗന്ധികം - കുഞ്ചൻ

ഉത്തരാശയ്ക്കുപോകുന്ന നിൻവഴി
യെത്രമാത്രം വളഞ്ഞാലുമെൻസഖേ
ഉദ്യമിക്കൊലാ വേണ്ടെന്നുവയ്ക്കുവാ
'നുജ്ജയിനി'തൻ സൗധാഗ്രസൗഹൃദം
പാളിവീഴുന്ന മിന്നൽപ്പിണരിനാൽ
പേടിതേടും പുരാംഗനമാരുടെ
വാരൊളിത്തുമ്പിളകുംമിഴികളോ-
ടാരമിയ്ക്കായ്കിൽ നീ സ്വയം വഞ്ചിതൻ
മേഘസന്ദേശം - തിരുനല്ലൂർ

ഉ

ഉടനേചക്രങ്ങൾ നിലത്തുരുളുമൊച്ചകൾ കൂട്ടി-
പ്പൊടിപൊങ്ങിച്ചുവീഥിയിൽ വടക്കു നിന്നും
ആനതാഗ്രമായ കൊമ്പിൽ പൂവണിഞ്ഞും തിരയിന്മേൽ
ഫേനപിണ്ഡംപോലെ പൊങ്ങും പോഞ്ഞു തുള്ളിച്ചും
കിലുകിലെക്കിലുങ്ങുന്നമണിമാലയാർന്നകണ്ഠം
കുലുക്കിയും കുതിച്ചാഞ്ഞു താടയാട്ടിയും
കാളരണ്ടുവലിച്ചൊരുകാഞ്ചനക്കളിത്തേരോടി
മാളികതൻമുമ്പിലിതാവന്നണയുന്നു.

കരുണ - ആശാൻ

ഉണ്ണിക്കൈക്കെടുക്കുവാനുണ്ണിവായ്ക്കുണ്ണാൻവേണ്ടി
വന്നതാണീമാമ്പഴം; വാസ്തവമറിയാതെ
നീരസം ഭാവിച്ചു നീ പോയിതെങ്കിലും കുഞ്ഞേ
നീയിതു നുകർന്നാലേ അമ്മയ്ക്കു സുഖമാവൂ
പിണങ്ങി പോയീടിലും പിന്നെ ഞാൻ വിളിക്കുമ്പോൾ
കുണുങ്ങിക്കുണുങ്ങി നീയുണ്ണുവാൻ വരാറില്ലേ?
വരികകണ്ണാൽകാണാൻ വയ്യാത്തൊരെൻ കണ്ണനേ
തരസാ നുകർന്നാലും തായതൻ നൈവേദ്യം നീ

മാമ്പഴം - വൈലോപ്പിള്ളി

ഉപ്പുകല്ലിന്നായുരിയരിച്ചോറിനാ
യിപ്പട്ടണത്തിൽതൊഴിലാളിയായഞാൻ
നേരറ്റനായ്പ്പല്ലിടുക്കിലരയുന്ന
നെയ്യലുവത്തുണ്ടുപോലുരുകീടിലും
തുപ്പന്നുഭാഗ്യമുണ്ടെന്നെന്റെ നാട്ടുകാ
രഭ്യുദയാശംസകോരിച്ചൊരിയവേ
താനേചിലപ്പോൾസ്മരിച്ചുഞാൻ: ഹാ പണ്ടു
ഞാനൊരുമേശാന്തിയായിരുന്നില്ലയോ

പണ്ടത്തെ മേശാന്തി - അക്കിത്തം

ഉ

ഉണ്മകൾ, നന്മകൾ, തിന്മകൾ, ഭംഗി,-
യഭംഗികൾ, ശാന്തി,യശാന്തിക,ളെല്ലാം
വൻപെഴുമപ്പെരുചുഴിയിലകപ്പെ-
ട്ടുഴറിയലഞ്ഞലയാഴിയിലാണ്ടൂ!
അങ്ങനെയൊക്കെ നശിച്ചൂ, കാലവു-
മാകാശവുമിരുളും പാലാഴിയു-
മെന്യേ; നിന്നു തിരിഞ്ഞൂ സാഗര-
മദ്ധ്യേ ചുഴി, യവിരാമ, മഭംഗം
പാലാഴിമഥനം - ചെറിയാൻ കെ. ചെറിയാൻ

ഉത്തമ ചരിതങ്ങളോർമ്മിപ്പിക്കുന്നൂ നമ്മെ;
ഉത്കൃഷ്ടമാക്കാം സ്വസ്വജീവിതം നമുക്കുതാൻ;
വിട്ടുപോകവേ, പിമ്പിൽക്കാലമാം മണലിങ്ക-
ലിട്ടു വയ്ക്കയും വേണം നമ്മൾ തൻ കാല്പാടുകൾ,
ജീവിതോത്താളാബ്ധിയിൽക്കപ്പലും തകർന്നുട-
ഞ്ഞാവതില്ലാതേ നിസ്സഹായനായുഴലവേ
കാലടിപ്പാടിതൊന്നു കണ്ടൊരു സഹോദരൻ
മാലകന്നുരു ധൈര്യം വീണ്ടുകൊണ്ടയ്ക്കാമല്ലോ.
ജീവിതസങ്കീർത്തനം - ഇടശ്ശേരി

ഉരുകിവീഴുന്ന നരവേദനയെച്ചങ്കിലൂടെ
കുടുകുടെയിറക്കുന്ന കവികൾ ഞങ്ങൾ.
തുടികൊട്ടിത്തുടികൊട്ടിപ്പള്ളികൊള്ളും കാലത്തിനെ-
ത്തുയിലുണർത്തുന്ന വെറും കവികൾ ഞങ്ങൾ.
മുഴുപ്പിരിയന്മാരെന്നും മുഴുക്കുടിയന്മാരെന്നും
പഴിയുടെ പഴമീമ്പും കവികൾ ഞങ്ങൾ.
ഒരേയൊരു വയർപെറ്റ പലരെന്നാലുള്ളിനുള്ളി-
ലൊരേയൊരു തുയിർ പോറ്റും കവികൾ ഞങ്ങൾ.
ഒരമ്മമക്കൾ - പുലാക്കാട്ടു രവീന്ദ്രൻ

ഉ

ഉറക്കെക്കരയുവാൻ ധൈര്യമി;ല്ലതുമൂല-
മുറക്കെക്കൂടെക്കൂടെപ്പൊള്ളയായ്ച്ചിരിപ്പൂ ഞാൻ!
റാത്തൽനൂ-റെല്ലും തോലും കുടലും തലച്ചോറും
ചേർ-ത്തേതാണ്ടറുപത്തിയാറിഞ്ച്; വിൽക്കാൻ തയ്യാർ!
എഴുതാൻ, വായിക്കുവാ,നറിയാം സംസാരിപ്പാൻ,
അഴകിൽ തെളിപ്പല്ലു കാട്ടുവാൻ, ചിരിക്കുവാൻ.
വിൽക്കുവാൻ തയ്യാ,റൊരു ദേഹവുമതിന്നുള്ളിൽ
മുക്കാലും ശ്വാസംമുട്ടിച്ചത്തതാമൊരാത്മാവും!
ലോകദുഃഖം - എൻ.വി. കൃഷ്ണവാരിയർ

ഉത്സവമാണിന്നെന്റെ നാട്ടുകാർക്കെല്ലാം; തമ്മിൽ
മത്സരിക്കുന്നൂ നവാഹ്ലാദവുമുത്സാഹവും.
എന്തുകൊണ്ടെന്നോ? ഞങ്ങൾ നിർമ്മിച്ച പാളത്തിലൂ-
ടെത്തുന്നതിന്നാണാവിവണ്ടിയുമാഘോഷവും.
ചെന്നപാരതയുടെ കൈകളിൽപ്പിടിക്കുവാ-
നെന്നപോൽ സമാന്തരം പായുന്ന പാളങ്ങളെ
പുലരിക്കതിർ വന്നു മുത്തവേ പരക്കുന്ന
പുതിയ തിളക്കമീ ഞങ്ങളിൽപ്പകരുന്നു.
ആദ്യത്തെ തീവണ്ടി - തിരുനല്ലൂർ കരുണാകരൻ

ഉപ്പാണു നിങ്ങളിപ്പാരിനെന്നോർക്കുവിൻ,
ഉപ്പിന്നുറ കെട്ടാലെന്തു ചെയ്യും?
ദൂരത്തെറിയും, ചവിട്ടും പഥികന്മാർ,
വേറില്ലതിന്നുപയോഗമൊന്നും.
പാരിന്നു നിങ്ങൾ വെളിച്ചമാണോർക്കണം,
ആരും വെളിച്ചമൊളിച്ചുവയ്ക്കാ.
പീഠത്തിലുച്ചത്തിൽ വയ്ക്കും വിളക്കു നാം
ഗേഹത്തിലേവർക്കും വെട്ടമേകാൻ.
ക്രിസ്തുഗാഥ 32 - മാത്യു ഉലകംതറ

ഋ

ഋതമൃജു മൃദുസ്ഫുടവർണ്ണവാക്യംതെളി-
ഞ്ഞിങ്ങനെ ചൊല്ലുന്നവർ കുറയും തുലോം.
സദയമിഹ വദ മനുജവാനരജാതികൾ
തങ്ങളിൽ സംഗതി സംഭവിച്ചീടുവാൻ.
കലിതരുചി ഗഹന ഭുവികാരണമെന്തേടോ
കാരുണ്യവരാന്നിധേ! കപികുഞ്ജരാ!
തിരുമനസി ഭവതി പെരികെ പ്രേമമുണ്ടെന്ന-
തെന്നോടു ചൊന്നതിൻമൂലവും ചൊല്ലു നീ.
സുന്ദരകാണ്ഡം - എഴുത്തച്ഛൻ

ഋതുക്കളാറും നീ ചമച്ചു മൃത്യുവിൻ
വിശുദ്ധമാം നൂലിൽക്കൊരുത്തു കൊള്ളുക.
മരിച്ച ദേഹത്തിൽക്കടന്നു ചെന്നു നീ
തണുത്ത നോവുകൾ നുണഞ്ഞു കൊള്ളുക.
മുറിഞ്ഞ നാവിനാൽ വഴിയിലൊക്കെയും
പ്രണയഗാഥകൾ തുളിച്ചു നീങ്ങുക.
മരണത്തിൻ വായ തുറന്നു പല്ലെണ്ണും
കുരുന്നു പച്ചയായ് ഉയിർത്തുകൊള്ളുക.
കവിവഴി - പി. മധു

ഋതുക്കൾപോയ്നിറംപകർന്നകാനന
ഹരിതയൗവനംനരച്ചു; തണ്ണീരിൻ
ഉറവവറ്റിയ നിലങ്ങളിൽപുലർ
ത്തുടുപ്പുകൾ ഞെടുപ്പടർന്നുവീണുപോയ്
പുലിമടകളിന്നെലിമടകളായ്
കുറുനരികൾകാടടക്കിവാഴ്ചയായ്
പുനങ്ങളിലൊക്കെപുളവൻമാർസർപ്പ
ക്കളങ്ങളിലിന്നുപടങ്ങൾമാത്രമായ്
കിരാതം - ഏറ്റുമാനൂർ സോമദാസൻ

ഋ

ഋതുഭംഗികളാർന്നെങ്കിലുമുഴവിൻ
ക്ഷതമേൽക്കാതാം താഴ്‌വരകൾ,
ഉടമകൾ വെറുതേ വന്ധ്യകളാക്കി-
ക്കെടുതിയിലാഴ്ത്തിയ വയലുകളും
അവരുടെ പദവിന്യാസരവം കേ-
ട്ടറിയാതാർദ്രത കോലുന്നു;
അവരുടെ നീണ്ട ബലിഷ്ഠകരങ്ങളി-
ലമരാൻ മൂരി നിവർക്കുന്നു.
തരിശുനിലങ്ങളിലേയ്ക്ക് - തിരുനല്ലൂർ കരുണാകരൻ

ഋതുവിൻ മുഖരാഗം പകർത്തുമാകാശം വീ-
ണുടഞ്ഞു കരമുട്ടിയുലയും നീളൻകുളം;
എന്നുമേ പച്ചപ്പിന്റെ പര്യായം വിളിച്ചോതും
കണ്ണെത്താവയലുകൾ, കുറ്റിക്കാടുകൾ, കുന്നും-
പ്രകൃതീശ്വരിയുടെ മുല ചോർന്നൊഴുകുന്നൊ-
രവിടം ഫലപുഷ്പസങ്കുലം, സസ്യശ്യാമം.
ഇവിടെപ്പരിഷ്കാരമലറിത്തിര നീക്കി-
യിരുദ്രംഷ്ട്രവും കാട്ടിപ്പേടിപ്പിച്ചില്ലാരെയും.
ജീവിതം കാവ്യം - ഒ.എം. അനുജൻ

ഋത്വിക്കുകളേ, ചോര പുരണ്ടൊരു
കത്തികൾ പൂഴ്ത്തിടുമുയിരോടേ
നിങ്ങൾ പിൻവാങ്ങിപ്പോം മൂലക-
ളെന്തിരുൾ മൂടും ശാലകൾ!
ഞാനറിവീല മുന്നേ, പിന്നാലെ-
പ്പോന്നവനെങ്കിലുമങ്ങയെ;
ഞാൻ നുകരുന്നൂ നിൻ ദയയെ,പ്പ-
ണ്ടമ്മിഞ്ഞപ്പാലതുപോലെ.
ബിംബിസാരന്റെ ഇടയൻ - ഇടശ്ശേരി

ഏ

എത്രകാമൻതുണച്ചാലുമേതുകണപൊഴിച്ചാലു
മെത്രമാത്രംപരിസരമൊത്തുവന്നാലും
പൂവൽമേനിപ്പുറത്തൊലിപ്പൂച്ചുകണ്ടുമയങ്ങുന്ന
കേവലനാം വിടനല്ല ദേവൻ ഗിരീശൻ
എന്നറിഞ്ഞുതനുമദംസന്ത്യജിച്ചുതപസ്സിനാൽ
തന്നകതാർതനിസ്സത്വസമ്പന്നമാക്കി
ആയതിൽത്തന്നനുകനെയാദരത്തിലണച്ചുത
ജ്ജായയായിജ്ജയംപൂണ്ടാൾ ജഗജ്ജനിത്രി
ചിത്രശാല - ഉള്ളൂർ

എൻ തങ്കക്കുഞ്ഞിളം കൈവിരലാലൊരു
മൺതരി നുള്ളിയെൻ കയ്യിൽവച്ചു.
ചന്തം തിരളുമച്ചെങ്കവിൾ ചുംബിച്ചാ-
നന്തിക്കതിരോനുമെന്നെപ്പോലെ.
കുട്ടിതൻ സമ്മാനം തുഷ്ട്യാനുകർന്നതി-
ലൊട്ടിടയ്ക്കച്ഛനും കുട്ടിയായ്പ്പോയ്.
ആരെയും കൊച്ചുകിടാങ്ങളെപ്പോലാക്കാൻ
പോരുമിങ്ങേതു പരമാണുവും.
മൺതരി - നാലപ്പാട്ട്

എൻ മണമൊക്കെയുണ്ണിക്കെന്നു പൂവുകൾ,
ഈയമൃതെല്ലാം നിനക്കെന്നരുവികൾ,
നീ വിളക്കാവുകെന്നർക്ക ചന്ദ്രാനലർ,
താളമേ നീയെന്നു താരാട്ടുകാറ്റുകൾ,
മുന്നമേ വന്നു നിറഞ്ഞോരാകാശമെൻ
കണ്ഠം തംബുരുവിൽത്തുടർന്നു ശ്രുതിസാധകം.
കാലം കടഞ്ഞോരു വിസ്മയം നക്ഷത്ര-
നാളമായ് നിന്നൂ വിദൂരമരീചിയായ്.
വാക്ക് - വി. മധുസൂദനൻ നായർ

എ

എത്രവട്ടം കൊടിയകാറ്റിൽ കടപുഴങ്ങും മുകിലിരമ്പി-
പ്പൊട്ടവേ മദമാർന്നു പീലികളുലച്ചു പാടീ!
എത്ര മോഹത്തിന്റെ പാട്ടുക,ളെത്ര ദാഹത്തിന്റെ പാട്ടുക-
ളെത്ര ശോകത്തിന്റെ പാട്ടുകളാർദ്രമായ്പ്പാടീ!
എത്ര പാടീ! മതിവരുന്നീലെങ്കിലും ഞാനെത്ര നാളെ-
ന്നൊറ്റയാം തന്തിമേലേറെക്കിനാക്കൾ മീട്ടീ.
വ്യർത്ഥമെന്നോ? സുഹൃത്തേ, നീയെന്തറിവൂ? നിമേഷങ്ങൾ-
ക്കർത്ഥമുണ്ടായ്; എന്റെ ഗാനം ജീവനഗാനം.

ജീവനഗാനം - അമ്പലമണി - സുഗതകുമാരി

എന്നൂക്കു മാത്രം പോരാ ഭാരതാംബയെപ്പാര-
തന്ത്ര്യത്തിൻ കൽത്തുറുങ്കു ഭേദിച്ചു മോചിപ്പിക്കാൻ;
എൻനോക്കു മാത്രം പോരാ മറുനാടരെജ്ജവാ-
ലിന്ത്യവിട്ടെന്നെന്നേയ്ക്കും പിൻതിരിഞ്ഞോടിക്കുവാൻ;
എൻവാക്കുമാത്രം പോരാ സ്വാതന്ത്ര്യബോധമോരോ
ഹിന്ദുവിങ്കലും മുസ്ലീമിങ്കലും ജ്വലിപ്പിപ്പാൻ;
എന്റെ ചൈതന്യം തന്നെ - ഞാൻ തന്നെ-യെൻ നാടിന്റെ
ധന്യസന്താനങ്ങളിലാവേശിച്ചിറങ്ങണം.

കായവ്യൂഹം - കെ.പി. നാരായണപ്പിഷാരടി

എഴുത്താണിയാലവൻ തൊട്ടപ്പോൾ സരസ്വതി-
യുണർന്നാൾ ഭൂഗർഭാന്ത ദീർഘനിദ്രയിൽ നിന്നും.
മുല്ലപ്പൂമണമേന്തീകല്ലുകൾ; ചിരി ചൂടി
പുല്ലുകൾ; ചളിമണ്ണും വാണിതൻ പ്രസാദമായ്.
കാളിദാസനെപ്പെറ്റൂ ഭാരതി വീണ്ടും മുല-
പ്പാലായിച്ചുരക്കവേ പേരാറും പെരിയാറും.
വാല്മീകി മൺപുറ്റിൽ നിന്നുയർന്നു വന്നൂ വീണ്ടും;
നാന്മുഖൻ തൻ നാത്തുമ്പിൽത്തേൻമലയാളം തത്തി.

ജീവിതം കാവ്യം - ഒ.എം. അനുജൻ

എ

എന്തിനുപറയുന്നേറെ? പ്പഞ്ചമിരാവിൽ പ്പനിമതിയുദയംകൊൾകെ
എൻപ്രിയതമയുടെ തെളിനെറ്റിക്കാത്തിങ്കൾത്തെല്ലായ്ത്തീർന്നുപമാനം
വിരഹാകുലനെരിതീക്കനലായീ വിടനുനഖക്ഷതമായി കവിക്കതു
വിരിയാറായൊരുപ്ലാശിൻമൊട്ടായ് തേരാളിക്കു കുളമ്പിൻ പാടായ്
വിപ്ലവകാരനുപൊന്നരിവാളായ് തീറ്റക്കൊതിയനുതേങ്ങാപ്പൂളായ്
വൃദ്ധനുഭസ്മക്കുറിയായ് ഭീരുവിനേതോരാക്ഷസനുടെ വെള്ളെകിറായ്
ഭക്തജനത്തിനു ശ്രീപരമേശ്വരനഭിമാനംപൂണ്ടെല്ലാപ്പോഴും
തൻതിരുമൗലിയിലണിയും ദിവ്യാഭരണവുമായിപ്രതിപദചന്ദ്രൻ
ചന്ദ്രപുരാണം - റെക്സ്

എൻചിതയിങ്കൽത്തന്നെയാണുഞാനെന്നാലേതോ
പുഞ്ചിരിത്തിളക്കത്തെപ്പഥികൻ ദർശിക്കുന്നു.
വീണുഞാനാകാശത്തിന്നത്യഗാധതയിങ്കൽ
ത്താണുപോയേക്കാംമൂർച്ഛാധീനമാ,യല്ലെന്നാകിൽ
ഭസ്മമായേക്കാം; തീരെക്ഷുദ്രനാമെന്നെപ്പിന്നെ
വിസ്മരിച്ചേക്കാംകാലം എന്നാലുമിതുസത്യം:
ജീവിതമെനിക്കൊരു ചൂളയായിരുന്നപ്പോൾ
ഭൂവിനാവെളിച്ചത്താൽ വെൺമ ഞാനുളവാക്കി.
നക്ഷത്രഗീതം - ജി.

എളിയപുറത്തേനിൽപ്പൂ കൃഷ്ണനെല്ലാവറ്റേക്കൊണ്ടും;
ഞെളിയുന്നജനങ്ങളെഞ്ഞെരിപ്പാൻകൂടും
കളിയല്ലേ കർണ്ണന്റെയും ദുര്യോധനന്റെയും വധ
മെളുതാമോ പാണ്ഡവർക്കീബ്ബന്ധുവില്ലാഞ്ഞാൽ?
ദീനദീനനാകകൊണ്ടും ഹീനനാകകൊണ്ടുമേറ്റം
ജ്ഞാനമില്ലാഴികകൊണ്ടുമെനിക്കീശ്വരൻ
താനേകൂടെത്തുണയ്ക്കയാലീവണ്ണംഗാനം ചെയ്യുന്നു
ഞാനല്ലാതെ മതിയാകയില്ലെന്നു നൂനം.
കുചേലവൃത്തം - രാമപുരത്തുവാര്യർ

എ

എരിയും സ്നേഹാർദ്രമാമെന്റെ ജീവിതത്തിന്റെ
തിരിയിൽ ജ്വലിക്കട്ടേ ദിവ്യമാം ദുഃഖജ്വാല
എങ്കിലും നെടുവീർപ്പിൻ ധൂമരേഖയാൽ നൂനം
പങ്കിലമാക്കില്ലെന്നും ദേവമാർഗ്ഗമാംവാനം;
എങ്കിലും മദീയാത്മവ്യാപിയാമൂഷ്മാവാർക്കും
പങ്കിടില്ലാജൻമാന്തം ഞാനതിലെരിഞ്ഞാലും
എൻചിതയിങ്കൽത്തന്നെയാണുഞാനെന്നാലേതോ
പുഞ്ചിരിത്തിളക്കത്തെപ്പഥികൻ ദർശിക്കുന്നു.
നക്ഷത്രഗീതം - ജി.

എരിയും ചൂട്ടുകളേന്തിത്താരകൾ
വരിയായ്മുകളിൽപ്പോകുമ്പോൾ,
ചോരതുടിക്കുംചെറുകൈയുകളേ,
പേറുക വന്നീപ്പന്തങ്ങൾ!
എണ്ണീടാത്തൊരുപുരുഷായുസ്സുകൾ
വെണ്ണീറാകാം പുകയാകാം
പൊലിമയൊടന്നും പൊങ്ങുകപുത്തൻ
തലമുറയേന്തും പന്തങ്ങൾ!
പന്തങ്ങൾ - വൈലോപ്പിള്ളി

എൻകുഞ്ഞേജീവിതമീയുഗത്തിൽ
സങ്കീർണ്ണമല്ലോ കുറച്ചുകൂടി
വാഴ്വിനുള്ളായോധനത്തിൽ നീയേ
തായുധമേന്തണമെന്ന കാര്യം
ഹന്ത! സങ്കല്പിപ്പതില്ലഞാ, നെൻ
ക്രാന്തദർശിത്വക്കുറവുമൂലം
നീയെന്തായ്ത്തീരണം? ആ മുകുളം
നിന്നിലേ നിന്നു വിരിഞ്ഞിടട്ടെ
പള്ളിക്കൂടത്തിലേക്കു വീണ്ടും - ഇടശ്ശേരി

എ

എനിക്കു രസമീനിമ്നോന്നതമാം
വഴിക്കുതേരുരുൾ പായിക്കൽ:
ഇതേതിരുൾക്കുഴിമേലുരുളട്ടേ,
വിടില്ലഞാനീരശ്മികളെ
എനിക്കുരസമത്യാസന്നോദയ
വികാരവിപ്ലവദൃശ്യങ്ങൾ;
അഗാധഹൃദയഹ്രദമഥനോത്ഥിത
സൗന്ദര്യപ്രതിഭാസങ്ങൾ
അമ്പാടിയിലേക്കു വീണ്ടും - ഇടശ്ശേരി

എന്താണിജ്ജീവിതം അവ്യക്തമാമൊരു
സുന്ദരമായ വളകിലുക്കം
സംഗീതതുന്ദിലം നൈമിഷികോജ്ജ്വലം
പിന്നെയോശൂന്യം പരമശൂന്യം
എങ്കിലുംമീതെയായ് മർത്ത്യനീനിൽക്കുന്ന
തെന്തിന് നീയെത്ര നിസ്സഹായൻ
ജീവിതാദ്ധ്യയമൊരിത്തിരിമാറ്റുവാ
നാവാത്ത നീയ്യോ ഹാ സാർവ്വഭൗമൻ
സ്വപ്നം - ചങ്ങമ്പുഴ

എന്താണുയൗവനം? നശ്വരത്വത്തിന്റെ
സുന്ദരമായൊരു വീണവായിക്കലാം
മർത്ത്യതതൻ മൃദുകോമളമാമൊരു
സ്വപ്നാടനത്തിലെ പുഞ്ചിരിക്കൊള്ളലാം
പാവനമാമൊരു പുഷ്പാഞ്ജലിക്കുള്ള
ജീവിതത്തിന്റെ വിളക്കുകൊളുത്തലാം
നമ്മളറിയാതെ നമ്മിൽപ്പൊടുന്നനെ
ചിന്നിപ്പടരുന്നകോരിത്തരിക്കലാം
യൗവനം - ചങ്ങമ്പുഴ

ഏ

എനിക്കുമൊരുമാതുണ്ടായീ പ
ണ്ടെന്നെ നൃപന്നു കൊടുത്തപ്പോൾ
കിട്ടിയവിൽക്കാശപ്പടിയെന്നുടെ
കോന്തലയ്ക്കലുടക്കിയവൾ!
അവൾക്കു കുളിരിനു കമ്പിളിനേടി
പ്പിന്നീടെന്നോ ഞാൻ ചെല്കേ,
ഒരട്ടിമണ്ണു പുതച്ചുകിടപ്പൂ
വീടാക്കടമേ മമ ജന്മം!
ബിംബിസാരന്റെ ഇടയൻ - ഇടശ്ശേരി

എന്തിനാണീശനെൻ വിത്തിനെശൂന്യമാ
മന്ധകാരത്തിൽ വിതച്ചതാവോ?
ഒപ്പംമുളച്ചലതികകളൊക്കെയും
പുഷ്പിച്ചുപുഞ്ചിരിച്ചാനന്ദിപ്പൂ
എത്രവസന്തങ്ങളൂഴിയിൽ വന്നാലും
എത്രയോ കാകളിപാടിയാലും
മാമക മാനസ വല്ലിയിലിന്നോളം
പൂമൊട്ടൊരെണ്ണം കുരുത്തതില്ല.
നിരാശ - ഇടപ്പള്ളി

എൻഗുരുനാഥൻ പാലുംപഴവും കൊടുത്തൊരു
പൈങ്കിളിയാളെപ്പോറ്റീപണ്ടുപണ്ടീപ്പൂന്തോപ്പിൽ
അക്കിളിച്ചുണ്ടാലല്ലോ കേൾക്കായി നടാടെനിൻ
സ്വർഗ്ഗംഗാപ്രതാപാനുവർത്തിയാം വൃത്താന്തങ്ങൾ
അഞ്ജനപെറ്റുണ്ടായശക്തിപുഞ്ജമേ നിന്റെ
കുഞ്ഞിക്കണ്ണിനുകൂരിപ്പഴമോ, ബാലാദിത്യൻ
നീ ജഗൽപ്രാണന്റേയും പ്രാണങ്ങളെന്നോ ലോക
തേജസ്സിൽനിന്നോ നേടിക്കൊണ്ടതക്ഷരശാസ്ത്രം?
ഹനുമൽസേവ തുഞ്ചൻപറമ്പിൽ - ഇടശ്ശേരി

എ

എന്തൊരുദോഷം ചെയ്തേനിന്നുഞാൻനിനക്കെടോ
ചിന്തിതം കർമ്മം മുടക്കീടുവാനെന്തുമൂലം?
അമ്പുകൊണ്ടുള്ളവ്രണം കാലത്താൽനികന്നീടും
കൊമ്പുകൾ കണ്ടിച്ചാലും പാദപം കിളിർത്തീടും
കാട്ടുതീവെന്താൽ വനംപിന്നെയും തളിർത്തീടും
കേട്ടുകൂടാത്തവാക്കാമായുധം പ്രയോഗിച്ചാൽ
കർണ്ണങ്ങൾക്കകം പൂക്കുപുണ്ണായാലതുപിന്നെ
പൂർണ്ണമായ് ശമിക്കയില്ലൊട്ടുനാൾചെന്നാൽപോലും
പഞ്ചതന്ത്രം - കുഞ്ചൻ നമ്പ്യാർ

എങ്ങുനിന്നെങ്ങുനിന്നെങ്ങുനിന്നീ
മഞ്ജീരശിഞ്ജിതമുദ്ഭവിപ്പൂ
മംഗളമാധുരിവാർന്നിടുമീ
സംഗീതസങ്കേതമേതുരംഗം?
കാലത്തിൻ കൈവിരൽസ്പർശമേൽക്കാ
തീനർമ്മസല്ലാപമിത്രനാളും
ഓമനിച്ചേവമൊളിച്ചുവെച്ച
തേതുവൃന്ദാവനമായിരുന്നു?
ദിവ്യാനുഭൂതി - ചങ്ങമ്പുഴ

എന്നുടെതലവേണമങ്ങയ്ക്കുമുക്തിക്കെങ്കിൽ
അന്യൂനഭവാതങ്കവൃത്രനെകൊൽവാനെങ്കിൽ
എന്നോടായതുചൊൽവാനിത്രയും സങ്കോചമോ
ധന്യനാംദധീചിതൻ നാട്ടുകാരല്ലെന്നോനാം
എത്രനിസ്സാരം ഭവാൻ ചോദിച്ചതീ മൃൽപിണ്ഡം
അസ്ഥിരശരീരത്തിൻതാഴികക്കുടം ശ്രീമൻ
ത്വത്തപസ്സിനുപൂർത്തിവരുത്തുമെങ്കിലെ, നി
യ്ക്കത്യൽപവിലയ്ക്കുല്ലോ കിട്ടുന്നൂ മഹാപുണ്യം
മലയാളത്തിന്റെ തല - വള്ളത്തോൾ

ഏ

എൻമകൻതന്നെക്കയർത്തുനിന്നീടും ഞാ
നെങ്ങനെ? ചൊല്ലുവിൻ തോഴിമാരേ!
കോപത്തെക്കോലുമ്പോൾ പ്രേമത്തെക്കൊണ്ടല്ലോ
കോൾമയിർക്കൊള്ളുന്നു മെയ്യിലെങ്ങും
എൻമകനെന്നങ്ങുചൊല്ലുവാനോങ്ങുമ്പോൾ
എൻമുലകാൺകചുരന്നുതെന്നാൽ
ശാസിപ്പുവെന്നതോ ദൂരത്തുതായല്ലോ!
താഡിപ്പുവെന്നേതോ പിന്നെയല്ലോ.
കൃഷ്ണഗാഥ - ചെറുശ്ശേരി

എതിരുനിന്നകശ്മലരെ നീയരിഞ്ഞുതള്ളി
പതിരുപോലെ പാഞ്ഞവരിൽമാരിവിത്തും വീഴ്ത്തി;
തെക്കുതെക്കോരൂരിൽനിന്നുവന്നുവത്രേദേവി,
തെച്ചിമലർപൂത്തലറും വേനലാളും നാളിൽ
ദുരിതവൃത്തരുധിരസിക്തകുടിലഖഡ്ഗമോടേ
കലികയറിക്കമ്പിതയായംബിക നീ നിന്നു;
അന്നുനിന്നോരാൽത്തറയിൽപ്പീഠമിട്ടുപട്ടും
പൊന്നലരും തൂർത്തുവിരിച്ചെങ്ങൾകാത്തു നില്പൂ.
കാവിലെ പാട്ട് - ഇടശ്ശേരി

എങ്ങുമനുഷ്യനു ചങ്ങല കൈകളി-
ലങ്ങെൻ കൈയുകൾ നൊന്തീടുകയാ;
ണെങ്ങോ മർദ്ദന, മവിടെ പ്രഹരം
വീഴുവതെന്റെ പുറത്താകുന്നു;
എങ്ങെഴുനേൽക്കാൻ പിടയും മാനുഷ
നവിടെ ജ്ജീവിച്ചീടുന്നൂ ഞാൻ;
ഇന്നാഫ്രിക്കയിതെൻനാടവളുടെ
ദുഃഖത്താലേ ഞാൻ കരയുന്നു.
ആഫ്രിക്ക - എൻ.വി.

ഏ

ഏതൊരു വേദവുമേതൊരുശാസ്ത്രവു
മേതൊരു കാവ്യവുമേതൊരാൾക്കും
ഹൃത്തിൽപ്പതിയേണമെങ്കിൽസ്വഭാഷതൻ
വക്ത്രത്തിൽ നിന്നുതാൻകേൾക്കവേണം
ഹൃദ്യം സ്വഭാഷതൻ ശീകരമോരോന്നു
മുൾത്തേനായ്ച്ചേരുന്നു ചിത്തതാരിൽ;
അന്യബിന്ദുക്കളോതൽബ്ബഹിർഭാഗമേ
മിന്നിച്ചു നിൽക്കുന്ന തൂമുത്തുകൾ.
സാഹിത്യമഞ്ജരി - വള്ളത്തോൾ

ഏണീശാബവിലോചനയാളേ!
വീണാലാപിനി, നിൻകൃപയാലേ
വാണീഭംഗിതരംഗിണിതന്നുടെ
വേണീമധുരതയാൽ, മധുപോലും
കേണീടേണ, മതിന്നായടിയൻ
ക്ഷോണീതലമതിൽ വീണതിവേലം
പാണികൾ കൂപ്പി വണങ്ങീടുന്നേൻ
വാണീ! ജിതമധു മധുകര വേണീ!
സ്യമന്തകം - കുഞ്ചൻ നമ്പ്യാർ

ഏറിയെന്നാലമൃതം വിഷമെന്നു
കൂറിടുന്നവർനേരു കണ്ടുള്ളവർ
കർണ്ണമുൽക്കടനാറ്റം ശ്രവിക്കുമോ?
കണ്ണു കാണുമോ ദൂരവസ്തുക്കളെ?
ആട്ടിയോടിയ്ക്കാഞ്ഞാനെൻ വറുതിയെ;
കൂട്ടിവയ്ക്കയുമില്ല വിഭൂതിയെ.
എങ്കിലുമെനിക്കുണ്ടൊരു സംശയം
എൻകരൾക്കുമൊരപ്പുറമില്ലയോ?
വനാന്തസഞ്ചാരം - കെ.കെ. രാജാ

ഏ

ഏറെത്തുടങ്ങിയാലൊന്നും ഫലം വരാ
വാറില്ല വാക്കിനെന്നെല്ലാംവരുമിനി
ക്കൂറുള്ളവർക്കുംമുഷിച്ചിൽ തുടങ്ങുമീ
പ്പോറത്തമേറെപ്പറഞ്ഞുതുടങ്ങിയാൽ
ആദരാലെങ്കിലും കോരിവിളമ്പിയാൽ
സ്വാദില്ലയെന്നുവരുമിനി നിർണ്ണയം
പഞ്ചസാരപ്പൊടിയേറ്റം ചെലുത്തിയാൽ
നെഞ്ചകത്തങ്ങുരുചിയും കുറഞ്ഞുപോം
കല്യാണ സൗഗന്ധികം - കുഞ്ചൻ നമ്പ്യാർ

ഏതുമാലിനീതീരത്തിലാകിലും
ഏതുമൺകുടിൽമുറ്റത്തിലാകിലും
ഏതുനന്ദനോദ്യാനത്തിലാകിലും
ഏതഗമ്യവനാന്തത്തിലാകിലും
നിന്റെ നിശ്വാസ സൗരഭം ശേഖരി
ച്ചെന്റെ തീരത്തടുത്തിടും വഞ്ചികൾ
നിത്യഭാസുരം ഭാവസ്ഥിരമെത്ര
ഹൃദ്യമീജനനാന്തരസൗഹൃദം
വാടക വീട്ടിലെ വനജ്യോത്സ്ന - ഒ.എൻ.വി.

ഏഴുകൊല്ലം നോൽമ്പെടുത്തു താലികെട്ടീഞാൻ, പി
ന്നേഴുകൊല്ലം നോൽമ്പെടുത്തു ഞാനവനെപ്പെറ്റൂ
ഏഴുകൊല്ലം പാൽകൊടുത്തെൻമാറവനെപ്പോറ്റീ
ഏഴുകൊല്ലംവാളെടുത്തവൻപയറ്റീപിന്നെ
അംബികേ, നേർചൊല്ലുകെന്നോടായിളംപ്രകോഷ്ഠം
കമ്പിതമായീലയല്ലീതൻകൊലയ്ക്കായ്ത്താഴ്കേ?
തൻകുലം താഴ്ത്തീലയല്ലീയെന്നുയിരൊടുവിൽ
എങ്കലുമാഴ്ത്തീലയല്ലീദുഷ്കളങ്കശല്യം?
കാവിലെ പാട്ട് - ഇടശ്ശേരി

ഒ

ഒടുവിലെക്കലമാത്രമായ് പ്രാചിത
ന്നടിയിൽ മിന്നിടുമമ്പിളിമാതിരി
വിരഹശയ്യയിലാധിയാൽ പ്പാതിയാ
യൊരുവശം ചരിഞ്ഞൂന്നിക്കിടക്കുവോൾ
നിമിഷമെന്നപോലിച്ഛാരതങ്ങളാ
ലിവനുമൊത്തേതുരാവന്നുപോക്കിയോ
വിരഹദീർഘമായ്ത്തീർന്നൊരാ രാത്രിയി
ന്നുരുകുമശ്രുവാൽ നീക്കുകയാവണം
മേഘസന്ദേശം - തിരുനല്ലൂർ

ഒരൊറ്റമതമുണ്ടുലകിന്നുയിരാം പ്രേമം അതൊന്നല്ലോ
പരക്കെനമ്മെപ്പാലമൃതൂട്ടും പാർവ്വണശശിബിംബം
ഭക്ത്യനുരാഗദയാദിവപുസ്സാപ്പരാത്മചൈതന്യം
പലമട്ടേന്തിപ്പാരിതിനെങ്ങും പ്രകാശമരുളുന്നു
അതിന്നൊരരിയാംനാസ്തികൃം താൻദ്വേഷം; ലോകത്തി
ന്നഹോ! തമസ്സാമതിലടിപെട്ടാലകാലമൃത്യുഫലം
മാരണദേവതയാമതുമാറ്റും മണവറപട്ടടയായ്
മടുമലർവാടികമരുപ്പറമ്പായ് വാനം നാരകമായ്
പ്രേമസംഗീതം - ഉള്ളൂർ

ഒറ്റപ്പത്തിയൊടായിരമുടലുകൾ
ചുറ്റുപിണഞ്ഞൊരുമണിനാഗം
ചന്ദനലതയിലധോമുഖശയനം
ചന്തമൊടങ്ങനെചെയ്യുമ്പോൽ
വിലസീവിമലേ ചെറിയൊരുപനിനീ
രലർചൂടിയനിൻ ചികുരഭരം
ഗാനംപോൽ ഗുണകാവ്യം പോൽ മമ
മാനസമോർത്തൂ സഖിനിന്നെ
മനസ്വിനി - ചങ്ങമ്പുഴ

ഓ

ഒരു താരക കാൺകേ രാവറും ചിരി നിന്നിൽ,
മറുതാരക നൽകും സമലോകമെന്നുള്ളിൽ;
നാമൊരേ കുളിർനീരു തേടുവോർ, തമ്മിൽത്തമ്മിൽ
നേരറിയാതേ മരുഭൂമികൾ താണ്ടീടുന്നോർ;
നമുക്കീ ഗുരുവനം പൊലിപ്പിച്ചീടാം, ലോകം
നമിക്കുമാരണ്യക ഗീതസാരമാം കവേ!
നിനക്കീക്കരുത്തിന്റെ മുഷ്ടി ഞാൻ നേദിക്കുന്നൂ
തനിച്ചല്ലല്ലോ നമ്മൾ, നാമല്ലോ നാടും കാടും.
നിഴൽവേരുകൾ - സി.കെ. കുഞ്ഞിരാമൻ

ഒരു മയിൽപ്പീലിയുടെ നിറമല്ലോ സ്വാതന്ത്ര്യത്തി-
ന്നൊരു വേണുഗാനത്തിന്റേതതിന്റെ നാദം.
പൊടിയിലും വിയർപ്പിലും മുങ്ങിയതു സ്വാതന്ത്ര്യത്തി-
ന്നുടൽ, സാധു ഇടയന്റേതതിന്റെ ഗന്ധം.
ഇടിവെട്ടി മഴ കോരിച്ചൊരിയുന്ന പാതിരാവിൽ
മരണത്തിൽ നിഴൽക്കീഴിലതിന്റെ ജന്മം.
അതു കരയുമ്പോൾ ഞെട്ടിത്തരിക്കുന്നു സിംഹാസനം,
അതിനെ ഞെരിക്കാൻ ദൂതരുണർന്നിരിപ്പൂ.
മീര പാടുന്നു - സച്ചിദാനന്ദൻ

ഒച്ചയുമനക്കവുംകൂടാതെ നീലാകാശ
മച്ചകമരതകജാലകംതുറന്നാരാൽ
അന്തിതൻശബളമാംകാന്തിയിൽ ദിഗന്തത്തിൽ
ചിന്തിയമുകിലുകൾതളിർക്കാനാരംഭിക്കെ
സ്വച്ഛവും സരളവുമായ പുഞ്ചിരി തൂകി
സ്വച്ഛന്ദമൊരപ്സരസ്സെന്നപോൽ സവിലാസം
ശാരദസായംകാല സൗഭാഗ്യോജ്ജ്വലഗർവ്വം
താരകേ, നീ വന്നിന്നും നിൽക്കുന്നൂ യഥാപൂർവ്വം
അന്തർദ്ദാഹം - ജി.

ഓ

ഒരു ഹിമകണം മാത്രമാ, ണന്ധയാ
മിരവിൻസന്തതിയായ ഞാനെങ്കിലും
ഭവദനുഗ്രഹത്തിന്റെ യാകസ്മിക
നവകിരണമെന്നാത്മാവിലേൽക്കവേ,
ഇടയിലുണ്ടായിരുന്ന തമോമയ
പടമതിനാലുടനകന്നീടവേ,
ക്ഷണികമാകിലെ? ന്തെന്റെയിജ്ജീവിത
കണികയിൽകണ്ടിതങ്ങയെത്തന്നെഞാൻ
സാക്ഷാത്കാരം - ജി.

ഒരു പുറത്തു വെളുത്ത പകലും
മറുപുറത്തു കറുത്തതാം രാവും
ഇതുപോൽക്കാലികൾ രണ്ടും ചരിക്കെ
ഇടയൻ കാലംനടക്കുന്നു പിന്നിൽ
വിപുലമാകുമീയണ്ഡ കടാഹ
വിജനമൈതാനഭൂമിയിലൂടെ
നിലയനമെങ്ങെന്നാരോടും ചൊല്ലാ
തലസനാകുമിടയൻ ചരിപ്പൂ
പാടുന്ന മൺതരികൾ - പി. ഭാസ്കരൻ

ഓരമാകും നിതംബത്തിൻ നിന്നഴി
ഞ്ഞോലവേ തെല്ലുകൈയാൽ തടഞ്ഞപോൽ
ലോലവാനീരശാഖചാഞ്ഞീടുമ
ച്ചോലതൻനീലനീർച്ചേല നീക്കിയാൽ
തങ്ങിനിന്നുപോം താങ്കൾക്കു പോകൽ പി
ന്നങ്ങുവല്ലമട്ടെങ്ങാനുമായിടും
കൈവിടുമോ, സ്വയമനാച്ഛാദനം
ചെയ്യുവോളെ രസമറിഞ്ഞുള്ളവൻ
മേഘസന്ദേശം - തിരുനല്ലൂർ

ഓ

ഓടും മൃഗങ്ങളെത്തേടി നരപതി
കാടകംപുക്കൊരു നേരത്തിങ്കൽ
പേടിച്ചൊരുമൃഗം ചാടിക്കുതിച്ചോടി
കൂടേനൃപതിയും കൂടിപിൻപേ
മണ്ടുന്നമാനിനെക്കണ്ടുകണ്ടന്തികേ
കുണ്ഠതകൈവിട്ടടുത്തുമന്നൻ
തേരതിവേഗത്തിൽപ്പാരാതെ യോടിച്ചു
ദൂരത്തൊരു ദിക്കിൽച്ചെന്നുചാടി
മച്ചാട്ടിളയത്

ഓർക്കുക വല്ലപ്പോഴും പണ്ടത്തെക്കാടും മേടും
പൂക്കാലം വിതാനിക്കുമക്കുന്നിൻ പുറങ്ങളും;
രണ്ടുകൊച്ചാത്മാവുകളവിടങ്ങളിൽ വച്ചു
പണ്ടത്തെ രാജാവിന്റെ കഥകൾ പറഞ്ഞതും;
പിന്നെയും കാലംപോകെയവരങ്ങെങ്ങോവച്ചു
സുന്ദര വാഗ്ദത്തങ്ങൾ കൈമാറിക്കളിച്ചതും;
ആയിരം സ്വപ്നങ്ങളെപ്പിഴിഞ്ഞ ചായം കൊണ്ടു
മായാത്ത സങ്കല്പങ്ങൾ മനസ്സിൽ വരച്ചതും.........
ഓർക്കുക വല്ലപ്പോഴും - പി. ഭാസ്കരൻ

ഓമനക്കുട്ടൻ ഗോവിന്ദൻ ബല
രാമനെകൂടെകൂട്ടാതെ
കാമിനീമണിയമ്മതന്നങ്ക
സീമനിചെന്നുകേറിനാൽ
അമ്മയുമപ്പോൾമാറണച്ചിട്ട
ങ്ങുമ്മവെച്ചു കിടാവിനെ
അമ്മിഞ്ഞകൊടുത്താനന്ദിപ്പിച്ചു
ചിൻമയനപ്പോളോതിനാൻ
വെൺമണി

ഓ

ഓരോന്നായെൻ കൈയിലെത്തിക്കയാണിവ
രോമനിക്കാൻകളിക്കോപ്പുകളെ
അമ്മയ്ക്കുകേൾപ്പീലേ പാവയിക്കൊഞ്ചുന്ന
തെൻമകൾ ചോദിച്ചു സാനുകമ്പം
ഉത്സുകയാണു ഞാനാവതില്ലെന്നാലും
തത്സ്വരം കേൾപ്പാൻ സമാസ്വദിക്കാൻ
എൻകളിക്കൊട്ടിലേ മറ്റൊരു ലോകമി
ന്നെന്റേതു; നിൻഭാഷ ഞാൻ മറന്നേൻ
കളിക്കൊട്ടിലിൽ - ബാലാമണിയമ്മ

ഓർക്കുന്നുഞാനാരംഗം കണ്ണുകൾ കണങ്കാലിൻ
നേർക്കയച്ചുകൊണ്ടങ്ങു നീയണഞ്ഞതാം രംഗം
പെട്ടെന്നു മൗനം പൊങ്ങീമുറിയിൽ പ്രതീക്ഷതൻ
തട്ടുകൾ തുലാസിൻമേൽ കൊളുത്തി നിമേഷങ്ങൾ
പെണ്ണുകാണലെന്നുള്ളചടങ്ങിൽ ഹൃദയങ്ങൾ
കണ്ണിനാൽ ഭാഗ്യക്കുറിയെടുക്കും മുഹൂർത്തത്തിൽ
പ്രശ്നങ്ങളലതല്ലി ചുറ്റിലുമെന്നാത്മാവോ
പ്രജ്ഞയറ്റകലേക്കു പറക്കാൻ കൊതിച്ചുപോയ്
പെണ്ണുകാണൽ - പി. ഭാസ്കരൻ

ഓമൽ ചോദിക്കയാണെന്തിനീവാല്മീകി
രാമനെക്കൊണ്ടെന്നെ വേൾപ്പിക്കുന്നു?
അമ്മസമാശ്വസിപ്പിച്ചു പെൺകുട്ടികൾ
ക്കമ്മട്ടിലുണ്ടൊരു കർമ്മം കുഞ്ഞേ
കന്യകതീർമാനം ചെയ്തുമറ്റാരുംവേ
ണ്ടെന്നെയെന്നമ്മതാൻ വേട്ടാൽമതി
പൊട്ടിച്ചിരിച്ചുപോയ് സർവ്വരും കുട്ടിയോ
കെട്ടിപ്പിടിച്ചിതുമാതൃകണ്ഠം
കിളിക്കൊഞ്ചൽ - വള്ളത്തോൾ

ഓ

ഓടക്കുഴലിതു നീടുറ്റ കാലത്തിൻ
കൂടയിൽമൂകമായ് വീഴാം നാളെ;
മൺചിതലായേക്കാമല്ലെങ്കിലിത്തിരി
വെൺചാരംമാത്രമായ്മാറിപ്പോകാം.
നൻമയെപ്പറ്റിവിനിശ്വസിക്കാംചിലർ;
തിൻമയെപ്പറ്റിയേപാടൂ ലോകം
എന്നാലും നിൻകൈയിലർപ്പിച്ചൊരെൻജൻമ
മെന്നാളു മാനന്ദ സാന്ദ്രം ധന്യം!
സാഹിത്യകൗതുകം - ജി.

ഓണപ്പുടവയുടുത്തണിഞ്ഞ്
ഊണുകഴിച്ചതിതുഷ്ടരായി
'ഇട്ടോടി' തട്ടാൻ കളിക്കോപ്പുക
ളിട്ടോടിപ്പോകുന്നു ബാലകൻമാർ
കൊച്ചനുജത്തിമാർതുമ്പിതുള്ളാൻ
പിച്ചകത്തോപ്പിലൊരുമിക്കുന്നു
അമ്മമാർ പണ്ടത്തെപ്പാട്ടുപാടി
കുമ്മിയടിച്ചുകളിച്ചിടുന്നു
പോവല്ലേ പോവല്ലേ പൊന്നോണമേ - ഇടപ്പള്ളി

ഓമനേ മാപ്പിരന്നിടുന്നു ഞാ
നാമലർമാല്യം വാങ്ങിയാൽ
എന്തുനൽകേണ്ടു പിന്നെ ഞാനെന്റെ
സന്തോഷത്തിന്റെ മുദ്രയായ്
പുഞ്ചിരിയിൽകുളിർത്ത നൽക്കിളി
ക്കൊഞ്ചൽ തൂകിനാൾ കൺമണി
ആമുരളിയിൽ നിന്നൊരു വെറും
കോമളഗാനം പോരുമേ.
ആ പൂമാല - ചങ്ങമ്പുഴ

ഓ

ഓമനത്തിങ്കൾക്കലദൂരെക്കിഴക്കുദിക്കിൽ
ഓരിതൾപൂവുപോലെ ചിരിച്ചുനിന്നു
മാരന്നുനേദിച്ചതാംമുന്തിരിനീരുമായി
മാതളപ്പൂക്കൾമന്ദഹസിച്ചുനിന്നു
വെൺകുളിർ ശിലകളാൽ വെൺമുകിലൊളിയാർന്ന
മുന്നിലെ നടക്കാവിന്നരികിലൂടെ
നീരവമധുരസംഗീതിക പോലുദയ
ചാരുചന്ദ്രിക പോലെ നീയണഞ്ഞു
പ്രേമത്തിന്റെ തുടക്കം - ഒ.എൻ.വി.

ഓതിനാൻഭിക്ഷുവേറ്റം വിലക്ഷനായ്
ജാതിചോദിക്കുന്നില്ല ഞാൻ സോദരീ
ചോദിക്കുന്നുനീർ നാവുവരണ്ടഹോ
ഭീതിവേണ്ടാ തരികതെനിക്കുനീ
എന്നുടനെകരപുടം നീട്ടിനാൻ
ചെന്നളിനമനോഹരം സുന്ദരൻ
പിന്നെതർക്കംപറഞ്ഞില്ലയോമലാൾ
തന്വിയാണവൾ കല്ലല്ലിരുമ്പല്ല.
ചണ്ഡാലഭിക്ഷുകി - ആശാൻ

ഓരോവൃക്ഷവും പൂക്കടമ്പാണെനി
ക്കോരോപുഴയും കാളിന്ദി
ഓരോവനവും വൃന്ദാവനമെനി
ക്കോരോ ഗ്രാമവുമമ്പാടി
ഓരോപാത്രവും പാൽക്കലമാണെനി
ക്കോരോമുളന്തണ്ടുംപൊൻവേണു
ഓരോപൈതലുംകാർവർണ്ണനാണെനി
ക്കോരോബന്ധവും സായൂജ്യം
സായൂജ്യം - പുലാക്കാട്ടു രവീന്ദ്രൻ

ക

കരിനിലമുഴുമാക്കർഷകരോടും
വർഷം മുഴുവൻ വഴിനന്നാക്കാൻ
പെരിയ കരിങ്കൽപ്പാറ നുറുക്കി
നുറുക്കിയൊരുക്കും പണിയാളരൊടും
എരിവെയിലത്തും പെരുമഴയത്തും
ചേർന്നമരുന്നൂ ദൈവം മണ്ണാർ
ന്നിരുകൈകളിലും; കൂടെച്ചെളിയി
ലിറങ്ങൂ; കളയൂ ശുഭ്രം വസ്ത്രം!
ഗീതാഞ്ജലി 119 - ജി.

കർപ്പൂരദീപങ്ങളാകട്ടെ കണ്ണുകൾ,
കസ്തൂരിപോലെ മണക്കട്ടെവാക്കുകൾ;
നിന്റെകരാംഗുലീസ്പർശമണികളാൽ
എന്റെ നെഞ്ചാകെയുഴിഞ്ഞുള്ളുണർത്തുക,
ഇല്ല നമുക്കായൊരുസന്ധ്യരാപ്പാതി
യല്ലാതെ മറ്റൊന്നുമിന്നെന്നിരിക്കിലും
വിസ്മയം പോലെ ലഭിക്കും നിമിഷത്തി
നർത്ഥം കൊടുത്തു പൊലിപ്പിച്ചെടുക്ക നാം.
ശാന്ത - കടമ്മനിട്ട

കണ്ടിട്ടില്ലഞാനീവിധം മലർ
ച്ചെണ്ടുപോലൊരു മാനസം
എന്തൊരദ്ഭുത പ്രേമസൗഭഗം
എന്തൊരാദർശ സൗരഭം
ആനിധിനേടാനാകയാൽ സഖി
ഞാനൊരു ഭാഗ്യശാലിനി
സിദ്ധിയാണവൻ ശുദ്ധിയാണവൻ
സത്യസന്ധതയാണവൻ
രമണൻ - ചങ്ങമ്പുഴ

ക

കരിങ്കണ്ണിൻ കടചുകന്ന് കരിഞ്ചായൽകെട്ടഴിഞ്ഞ്
കാരിരുമ്പിൻ ഉടൽ വിറച്ച് കുറത്തിയുറയുന്നു
അരങ്ങത്തുമുന്നിരയിൽ മുറുക്കിത്തുപ്പിയും ചുമ്മാ
ചിരിച്ചും കൊണ്ടിടംകണ്ണാൽ കുറത്തിയെകടാക്ഷിക്കും
കരനാഥൻമാർക്കുനേരെ വിരൽചൂണ്ടിപ്പറയുന്നു
നിങ്ങളെന്റെ കറുത്തമക്കളെ ചുട്ടുതിന്നുന്നോ?
നിങ്ങളവരുടെ നിറഞ്ഞകണ്ണുകൾ ചൂഴ്ന്നെടുക്കുന്നോ?
നിങ്ങൾഞങ്ങടെകുഴിമാടം കുളം തോണ്ടുന്നോ.
കുറത്തി - കടമ്മനിട്ട

കല്ല്യാണികളവാണി ചൊല്ലുനീയാരെന്നതും
കല്ല്യേനീയാരുടയ പുത്രിയെന്നും
നിൻമൂലമെനിക്കുള്ളിൽ മൻമഥവിവശത
മേൻമേൽവന്നുദിക്കുന്നു നിർമ്മലാംഗി
കന്യകയതുകേട്ടുമന്ദമങ്ങുരചെയ്തു
കണ്വമാമുനിയുടെ സുതയല്ലോ ഞാൻ
മന്നവ! ശകുന്തളയെന്നു പേരെനിക്കടോ
എന്നിലാഗ്രഹം തവനന്നല്ലേതും
മച്ചാട്ടിളയത്

കണ്ണാടികാൺമോളവും തന്നുടെമുഖമേറ്റം
നന്നെന്നു നിരൂപിക്കുമെത്രയുംവിരൂപൻമാർ
മറ്റുള്ളജനങ്ങൾക്കുകുറ്റങ്ങൾ പറഞ്ഞീടും
മുറ്റും തന്നുടെ കുറ്റമൊന്നറികയുമില്ല
കുറ്റമില്ലാതജനം കുറ്റമുള്ളവരേയും
ചെറ്റുനിന്ദിക്കയില്ല തമ്മുടെ ഗുണങ്ങളാൽ
മത്തേഭൻപാംസുസ്നാനം കൊണ്ടല്ലോസന്തോഷിപ്പൂ
നിത്യവും സ്വച്ഛജലംതന്നിലേകുളിച്ചാലും
മഹാഭാരതം - എഴുത്തച്ഛൻ

ക

കണ്ണന്റെ പൊന്നുടൽ കാനനധൂളിവി
ട്ടുണ്ണിക്കതിരോന്റെ ബിംബം പോലെ
പേർത്തുംവെളിവുപൂണ്ടപ്പുഴതന്നല
ച്ചാർത്തിലിളകി മറിഞ്ഞുമിന്നി
മുങ്ങുമൊരേടത്തു മറ്റൊരേടത്തുപോയ്
പൊങ്ങുമലകൾ മുറിച്ചു നീന്തും
ഇങ്ങനെസംസാര നാടകമാടിനാ
നങ്ങവൻ വാരുണരംഗത്തിങ്കൽ
കർമ്മഭൂമിയുടെ പിഞ്ചുകാൽ - വള്ളത്തോൾ

കർമ്മപാശത്തെലംഘിക്കയെന്നതു
ബ്രഹ്മാവിന്നുമെളുതല്ല, നിർണ്ണയം.
ദിക്പാലൻമാരുമവ്വണ്ണമോരോരോ
ദിക്കുതോറും തളച്ചു കിടക്കുന്നു!
അല്പകർമ്മികളാകിയ നാമെല്ലാ
മല്പകാലം കൊണ്ടോരോരോ ജന്തുക്കൾ
ഗർഭപാത്രത്തിൽപ്പുക്കും പുറപ്പെട്ടും
കർമ്മം കൊണ്ടു കളിക്കുന്നതിങ്ങനെ
ജ്ഞാനപ്പാന - പൂന്താനം

കർമ്മങ്ങൾക്കുവിളനിലമാകിന
ജൻമദേശമിബ്ഭൂമിയറിഞ്ഞാലും
കർമ്മനാശം വരുത്തേണമെങ്കിലോ
ചെമ്മേ മറ്റെങ്ങും സാധിയാ നിർണ്ണയം
ഭക്തൻമാർക്കും മുമുക്ഷുജനങ്ങൾക്കും
സക്തരായ വിഷയിജനങ്ങൾക്കും
ഇച്ഛിച്ചീടുന്നതൊക്കെക്കൊടുത്തിടും
വിശ്വമാതാവുഭൂമിശിവശിവ
ജ്ഞാനപ്പാന - പൂന്താനം

ക

കൈയിൽക്കിട്ടിയ കനകമുപേക്ഷി
ച്ചീയം കൊൾവാനിച്ഛിക്കുന്നു!
അയ്യോഭോഷീനീയെന്തിങ്ങനെ
കാര്യാകാര്യം തിരിയാത്തവളോ?
മംഗല ശീലേ, നീയും നളനും
തങ്ങളിലൊട്ടും ചേരുകയില്ല
നല്ല മിനുത്ത കഷണ്ടിക്കാരൻ
മുല്ലപ്പൂമലർ ചൂടിയപോലെ
നളചരിതം - കുഞ്ചൻനമ്പ്യാർ

കമ്രനക്ഷത്രത്തിരപ്പുറപ്പാടുകൾ
കണ്ടുകുതൂഹലം കൊണ്ടവൻഞാൻ;
പങ്കം കലരാക്കൊഴുപ്പെഴുംകുഗ്രാമ
മങ്കതൻ പുഞ്ചിരിപ്പാൽനുകർന്നോൻ;
ചേലിൽപ്പുളച്ചുകളിക്കുമാറുണ്ടുഞാൻ
ചോലതൻ ശീതഝരിയിലെന്നാൽ
നേരിലിന്നിങ്ങൾതൻചൊല്ലിയാട്ടത്തിനാ
ലൂറുമനുഭൂതിയൊന്നുവേറെ!
നിറപറ - പി

കനകച്ചിലങ്ക കിലുങ്ങിക്കിലുങ്ങി
കാഞ്ചനകാഞ്ചികുലുങ്ങിക്കുലുങ്ങി
കടമിഴിക്കോണുകളിൽ സ്വപ്നം മയങ്ങി
കതിരുതിർപ്പൂപ്പുഞ്ചിരിചെഞ്ചുണ്ടിൽത്തങ്ങി
ഒഴുകുമുടയാടയിലൊളിയലകൾ ചിന്നി
അഴകൊരുടലാർന്നപോലങ്ങനെ മിന്നി
മതിമോഹനശുഭനർത്തനമാടുന്നയിമഹിതേ
മമമുന്നിൽ നിന്നു നീ മലയാള കവിതേ !
കാവ്യനർത്തകി - ചങ്ങമ്പുഴ

ക

കണ്ടിരിക്കുമോ? പട്ടിണിക്കാരെ
ന്നുണ്ടൊരുകൂട്ടരീനാട്ടിലെല്ലാം
കണ്ട കണ്ട പടിപ്പുരതോറും
തെണ്ടലാ-ണതേ തെണ്ടികൾ തന്നെ
പട്ടണങ്ങളിൽ, നാട്ടുമ്പുറത്തിൽ
പട്ടടകളി, ലെല്ലായിടത്തും
കാണുമാറുണ്ടതുങ്ങളെ നീളെ
പ്രാണനില്ലാതെ നാണമില്ലാതെ
നിങ്ങളോട് തന്നെ (കൊന്തയും പൂണൂലും) - വയലാർ

കാളിന്ദി കൊണ്ടൊരുനീലക്കരയിട്ടു
ചേലിൽവിളങ്ങും വൃന്ദാരണ്യമേ,
കാലികൾ നക്കിത്തുടയ്ക്കുമാച്ചെന്തളിർ
ക്കാലടി വച്ചുകൊണ്ടുണ്ണിക്കണ്ണൻ
സഞ്ചരിക്കുന്നനിൻദിക്കിലെങ്ങാനൊരു
പിഞ്ചുപുല്ലായിപ്പിറക്കാവൂഞാൻ
ഹാ ലോകഭാഗ്യമേ! പാവനമീവനം
ഭൂലോകം പൂകിന ഗോലോകം താൻ
അമ്പാടിയിൽ ചെല്ലുന്ന അക്രൂരൻ - വള്ളത്തോൾ

കാനനകേകികൂപ്പുമിപ്പൊൻതള
ക്കാൽത്തളിരിലടിയറവെയ്ക്കുവാൻ
ഇത്തുളസീദളമെന്യേമറ്റൊന്നു
മില്ല പൂന്താനവിപ്രന്റെ പൂത്തട്ടിൽ
കാലമാത്മഫലം കൊണ്ടു വെയ്ക്കുമി
ക്കാലടികളിൽനേദിച്ചുകൊള്ളുവാൻ
ഇക്കദളിക്കുലയെന്യേമറ്റൊന്നു
മില്ല പൂന്താന വിപ്രന്റെ ഭാണ്ഡത്തിൽ
നിറപറ - പി.

ക

കാലത്തിൽ നിന്നുമടർന്നുകൊഴിയുന്നു
ലോലദിവസങ്ങൾ മീതേ മീതേ
ചെന്തളിരായ്‌വരും, വെള്ളിലയായ്മാറും
ചെമ്മഞ്ഞവർണ്ണമായ്ത്തീരും പിന്നെ
ആരാലതുതിന്നുതീർക്കുന്നിതായിരം
താരകഹാടകകീടകങ്ങൾ
വാടിക്കരിഞ്ഞുകൊഴിഞ്ഞുപോം, മറ്റൊരു
വാസരച്ചെങ്കുരുന്നങ്കുരിക്കും
സാഹിത്യകൗതുകം I - ജി.

കാർവില്ലു കാൽക്ഷണം കൊണ്ടുമായില്ലയോ?
പൂവിന്നൊരുപകൽമാത്രമത്രേ നില;
മന്ദഹസിക്കും പ്രഭാതാരുണാശ്ലിഷ്ട
സുന്ദരമഞ്ഞിൻകണം ക്ഷണജീവിതം;
മാനത്തുമായുന്നു മിന്നലുദിച്ചുടൻ;
മാധുര്യധർമ്മം സ്വഭാവക്ഷണികത,
തൽസഹജാതയാമാരോമലാൾചില
വത്സരം ജീവിച്ചിരുന്നു ഞാൻ ഭാഗ്യവാൻ
സാഹിത്യ കൗതുകം IV - ജി.

കാനനച്ഛായയിലാടുമേയ്ക്കാൻ
ഞാനും വരട്ടെയോ നിന്റെ കൂടെ
ആ വനവീഥികളീവസന്ത
ശ്രീവിലാസത്തിൽത്തെളിഞ്ഞിരിക്കും
ഇപ്പോളവിടത്തെ മാമരങ്ങൾ
പുഷ്പങ്ങൾ കൊണ്ടു നിറഞ്ഞിരിക്കും
അങ്ങിപ്പോളോമൽക്കുയിലിണകൾ
സംഗീതം പെയ്യുകയായിരിക്കും
രമണൻ - ചങ്ങമ്പുഴ

ക

കാടെവിടെമക്കളേ? മേടെവിടെമക്കളേ?
കാട്ടുപുൽത്തകിടിയുടെ വേരെവിടെ മക്കളേ?
കാട്ടുപൂഞ്ചോലയുടെ കുളിരെവിടെ മക്കളേ?
കാറ്റുകൾ പുലർന്നപൂങ്കാവെവിടെ മക്കളേ?
പച്ചപ്പനന്തത്തപാടിക്കളിക്കുന്ന
പ്ലാവുകൾ മാവുകളുമെവിടെന്റെ മക്കളേ?
കുട്ടിക്കരിംകുയിൽ കൂവിത്തിമർക്കുന്ന
കുട്ടനാടൻ പുഞ്ചയെവിടെന്റെമക്കളേ?
കാടെവിടെ മക്കളേ? - അയ്യപ്പപ്പണിക്കർ

കാളമേഘാളികൾ കാലപ്പകർച്ചയാൽ
നീലാംബരത്തിൽ നിരന്നെന്നാലും
വാർമഴവില്ലൊളി സ്വപ്നം കണ്ടംബരം
തൂമിന്നൽക്കോൾമയിർക്കൊണ്ടിടുന്നു.
കൂരിരുൾക്കൂട്ടങ്ങൾ കൂത്തടിച്ചെമ്പാടും
പാരംഭയാനകമാക്കിയാലും
താരകഹീരങ്ങൾ നിശ്ശബ്ദസംഗീത
ധാരയൊഴുക്കിച്ചിരിച്ചിടുന്നു.
ഹൃദയസ്മിതം - ഇടപ്പള്ളി

കാലംവൈകിപ്പോയി കേവലമാചാര
നൂലുകളെല്ലാം പഴകിപ്പോയി
കെട്ടിനിറുത്താൻ കഴിയാതെദുർബ്ബല
പ്പെട്ടചരടിൽ ജനതനിൽക്കാ
മാറ്റുവിൻ ചട്ടങ്ങളെ സ്വയ,മല്ലെങ്കിൽ
മാറ്റുമതുകളീനിങ്ങളെത്താൻ
മാറ്റൊലിക്കൊണ്ടീമൊഴിതന്നെ സർവ്വദാ
കാറ്റിരമ്പുന്നിന്നു കേരളത്തിൽ
ദുരവസ്ഥ - ആശാൻ

ക

കാലമാണവിശ്രമം പായുമെന്നശ്വം; സ്നേഹ
ജ്ജ്വാലയാണെന്നിൽക്കാണും ചൈതന്യം സനാതനം
പ്രപഞ്ചം മുഴുവനും പണ്ടുപണ്ടൊരുകാലം
പ്രളയാബ്ധിയിൽ മുങ്ങിത്താണടിഞ്ഞിരുന്നപ്പോൾ
വന്നുഞാനമീബയായ്,ജീവന്റെയൊന്നാമത്തെ
സ്പന്ദനം വിളംബരം ചെയ്തിതെൻ ചലനങ്ങൾ!
അന്തരീക്ഷത്തിന്റെയാത്മാവിൽനിന്നും പ്രാണ
സ്പന്ദങ്ങൾക്കുയിരാർജ്ജിച്ചങ്ങനെ വളർന്നുഞാൻ
എനിക്കു മരണമില്ല - വയലാർ

കാവ്യജീവിതം മണ്ണിലൊരൊറ്റ
പ്പൂവു, വിണ്ണിലൊരൊറ്റ നക്ഷത്രം
ഫുല്ലമാം കാലമത്രയും വറ്റീ
ടില്ലമാനവഗാനമരന്ദം.
മാനുഷമണിവീണയിൽ, വേപ
മാനമാം സിരാതന്ത്രിയിലെല്ലാം
ആനന്ദത്തിന്റെ കൈവിരൽ ചേർത്തു
ഗാനം പാവുന്നിതംബവാഗ്ദേവി
കുടിയൊഴിക്കൽ - വൈലോപ്പിള്ളി

കാട്ടിയുഷസ്സൊരു മൈലാഞ്ചിക്കൈ
കാക്കകരഞ്ഞൂതേൻമാവിൽ
താമസമെന്തിനിയമ്മാളൂ കൺ
താമരയല്ലിതുറന്നോളൂ
വിരുതെഴുമാങ്ങളമാരവർനാത്തൂൻ
വീടുകൾ വിട്ടു വരുംമുൻപേ
എങ്ങുമടിച്ചുതളിക്കേണ്ടേ അതി
ഭംഗിയിലൂണിനൊരുക്കേണ്ടേ?
പെണ്ണും പുലിയും - വൈലോപ്പിള്ളി

ക

കെട്ടുന്ന വേഷത്തിനേതിനുമൊന്നാണു
ലക്ഷ്യം ഗുരുവരാനുഗ്രഹപ്രീണനം
കൈമെയ്മറന്നു നീ വീഴുക; ചൂടുക
കോമളപാദകമലദളങ്ങളെ
മന്ദപവനൻ തഴുകവേ കൂരിരുൾ
ഗ്രന്ഥിഭേദിച്ചു വിരിയുന്നു കോരകം
ദേവൻ ദിനേശൻ തൊടുമ്പോൾ തമിസ്രമാം
രാവു വെളിച്ചം വിതറും പ്രഭാതമാം!
കളിയച്ഛൻ - പി.

കൊടിയിൽപ്രയത്നത്തിൻ മുദ്രയും, കണ്ണിൽപ്പൂത്തു
വിടരും സ്വപ്നങ്ങളും, കരളിൽ സംഗീതവും
സഞ്ചരിക്കുകയാണുഞാനേവം, സയൻസിന്റെ
കഞ്ചുക മണിഞ്ഞുകൊണ്ടീയുഗങ്ങളിലൂടെ!
മനുഷ്യൻ- സൗന്ദര്യത്തെ, സത്യത്തെ, സംസ്കാരത്തെ
യുണർത്തിജ്ജീവിപ്പിക്കും സാമൂഹ്യമനുഷ്യൻ ഞാൻ
ഞാൻ മിഴിയടയ്ക്കുമ്പോൾരാവുകൾ; പകലുകൾ
ഞാൻ മിഴിതുറക്കുമ്പോളന്വഹം വന്നെത്തുന്നു.
എനിക്കു മരണമില്ല - വയലാർ

കൊണ്ടാടിനാനാവിചിന്തനതന്തുക്കൾ
കൊണ്ടാത്മഭാഷയെ വായ്പിക്കായ്കിൽ
കേരളത്തിന്നീയിരുൾക്കുണ്ടിൽനിന്നൊന്നു
കേറാൻപിടിക്കയറെന്തുവേറെ?
എപ്പോൾവരേയ്ക്കുമില്ലേവർതൻഭാഷയ്ക്കു
കെൽപ്പും പരപ്പും നടപ്പുമൊന്നും
അപ്പോൾ വരേക്കവരാവതില്ലാത്തവർ
അപ്രഫുല്ലാശയ,രപ്രശസ്തർ
സാഹിത്യ മഞ്ജരി VII - വള്ളത്തോൾ

ക

കാലമിനിയുമുരുളും വിഷുവരും വർഷംവരും
തിരുവോണംവരും പിന്നെയോരോതളിരിനും
പൂവരും കായ്‌വരും, അപ്പൊളാരെന്നുമെന്തെന്നും
ആർക്കറിയാം? നമുക്കിപ്പൊഴീയാർദ്രയെ ശാന്തരായ്
സൗമ്യരായെതിരേല്ക്കാം. വരികസഖിയരികത്തു
ചേർന്നുനിൽക്കൂ; പഴയൊരുമന്ത്രംസ്മരിക്ക
നാമന്യോന്യമൂന്നുവടികളായ് നില്ക്കാം
ഹാ! സഫലമീയാത്ര.
സഫലമീയാത്ര - എൻ.എൻ. കക്കാട്

കോലഭൂപാലകാജ്ഞതൻ നൂലിൽ
മാലകോർത്തതാണെൻമലയാളം
വേദവേദാന്തകാന്തരകാന്തം
പാദപാതാട്ടഹാസാദിയാലേ
ആത്തഗർവ്വം കുലുക്കി വിറപ്പി
ച്ചാർത്തണഞ്ഞൊരുദ്ദണ്ഡ സിംഹത്തെ
ഒറ്റവാക്കൊന്നുമർമ്മത്തൊരേറാൽ
മുട്ടുകുത്തിച്ചിതെൻ മലയാളം
ഭാവത്രയം - ചങ്ങമ്പുഴ

കൂടിയല്ലാപിറക്കുന്ന നേരത്തും
കൂടിയല്ലാമരിക്കുന്ന നേരത്തും
മദ്ധ്യേയിങ്ങനെകാണുന്ന നേരത്ത്
മത്സരിക്കുന്നതെന്തിന്നു നാം വൃഥാ
അർത്ഥമോ പുരുഷാർത്ഥമിരിക്കവേ
അർത്ഥത്തിന്നു കൊതിക്കുന്നതെന്തുനാം
മദ്ധ്യാഹ്നാർക്കപ്രകാശമിരിക്കവേ
ഖദ്യോതത്തെയോ മാനിച്ചുകൊള്ളേണ്ടു.
ജ്ഞാനപ്പാന - പൂന്താനം

കാ

കൈരളിനട്ടുനനച്ചാൾപണ്ടൊരു
കാഞ്ഞിരമരമിക്കരിമണ്ണിൽ
കയ്ക്കുംകാരസ്കരവുമിനിയ്ക്കും
കൽക്കണ്ടക്കനിയായീപോൽ
തുഞ്ചത്തമരും കിളിമകളേ, നിൻ
ചഞ്ചുപുടത്തിൻ കൊത്തേൽക്കേ
കളമൊഴിയരുളാൽഞങ്ങടെ വാഴ്‌വിൻ
കയ്പിലിനിപ്പുതുളിച്ചാലും
കിളിപ്പാട്ട് - എൻ.കെ. ദേശം

ക്രിസ്തുദേവന്റെ പരിത്യാഗശീലവും, സാക്ഷാൽ
കൃഷ്ണനാം ഭഗവാന്റെധർമ്മരക്ഷോപായവും,
ബുദ്ധന്റെയഹിംസയും, ശങ്കരാചാര്യരുടെ
ബുദ്ധിശക്തിയും, രന്തിദേവന്റെ ദയാവായ്പും
ശ്രീഹരിശ്ചന്ദ്രന്നുള്ള സത്യവും, മുഹമ്മദിൻ
സ്ഥൈര്യവു,മൊരാളിൽച്ചേർന്നൊത്തുകാണണമെങ്കിൽ
ചെല്ലുവിൻ ഭവാൻമാരെൻ ഗുരുവിൻ നികടത്തിൽ
അല്ലായ്കിലവിടുത്തെച്ചരിത്രംവായിക്കുവിൻ!
എന്റെ ഗുരുനാഥൻ - വള്ളത്തോൾ

ക്രൂരയാണു കുപിതയാണുഞ്ഞങ്ങളുടെ ദേവി;
ചോരകൊണ്ടുതെച്ചിമലർമാലയിടും ദേവി;
ചൊകചൊകെച്ചുകപ്പുടുത്തുവെള്ളിയരഞ്ഞാണി
ട്ടരമുറുക്കിയുതിരഭൂവിൽനൃത്തമാടിയാടി
ചൊകചൊകെച്ചുകപ്പുകൊണ്ടുകാർകുഴലും മൂടി
ത്തിറമെഴും ശിരസ്ത്രമിട്ടു നൃത്തമാടിയാടി
ചടുല തടില്ലതികപെരുംകൊടുമുടിയിൽപ്പോലെ
കൊടിയ കൊടും വാൾകൾമിന്നി മിന്നൽപെറുംദേവി
കാവിലെ പാട്ട് - ഇടശ്ശേരി

ക

ക്ഷുത്തിൻ ദയനീയ ദീനനാദം
വിത്തത്തിൻഘോരമാമട്ടഹാസം
ഈ രണ്ടും നീങ്ങിയിട്ടാർദ്രമാകും
ചാരുസംഗീതമുയരുമെങ്കിൽ
അന്നതുകേൾക്കുവാനീവിധം ഞാൻ
മന്നിൽമരിക്കാതിരിക്കുമെങ്കിൽ
അന്നുഞാൻലോകമേ,നിന്നെനോക്കി
''വന്ദ്യനീ''യെന്നു നമിച്ചുവാഴ്ത്താം
ബാഷ്പാഞ്ജലി - ചങ്ങമ്പുഴ

കുടിച്ചാലെന്തുള്ളുകുറവെനിക്കുണ്ണീ
കുടിച്ചുമൂക്കറ്റം കുടിച്ചുഞാൻ പക്ഷേ
കുടത്തിലാക്കിയമരക്കറയല്ല
മലിനതയല്ലമരണനീരല്ല
വിരാമമില്ലാത്തഹരം പിടിപ്പിക്കും
പരാപരപ്രേമസുധാരസമത്രേ
അതെൻ കവിതയെപ്പുണർന്നുനിൽക്കുന്നു-
ണ്ടഹസ്സിനെപ്പുണർന്നഹസ്കരൻപോലെ
തുഞ്ചന്റെ ലഹരി - അക്കിത്തം

കാറുകൾ ജീപ്പുകൾ അവയിൽക്കയറി
ഞ്ജോറിലിരിക്കും നേതാക്കൾ
കുത്തിനിറുത്തിയമൈക്കിനുപിന്നിൽ
കെട്ടിയുയർത്തിയമഞ്ചത്തിൽ
നിന്നുഞ്ഞെളിഞ്ഞുരുവിട്ടീടുന്നു
തങ്ങടെകൊടിയുടെ മാഹാത്മ്യം
ഓരോമാതിരിചായംമുക്കിയ
കീറത്തുണിയുടെവേദാന്തം
ഇടിഞ്ഞുപൊളിഞ്ഞ ലോകം - അക്കിത്തം

ഖ

ഖത്തറായ്, അബുദാബിയായ്,പ്പെട്ടെ-
ന്നെത്ര സമ്പന്നമായ് മലയാളം!
കൊച്ചിടപ്പള്ളി മാറിപോൽ ഗ്രേറ്റർ-
ക്കൊച്ചിനായ്, സ്റ്റാറ്റസെത്ര മേലേറി!
കർമ്മബന്ധപ്രഭാവമേ, ഹാ, നിൻ
നർമ്മലീലകളാരെന്തറിഞ്ഞു!
കെട്ടിയില്ല കവി സ്മാരകത്തിൻ
കെട്ടിടം മാത്രമാരുമെന്നിട്ടും.
മുദ്ര - എൻ.കെ.ദേശം

ഖല ഹല ധര സഹജനേവ മൊ-
രലസാപാംഗിതൻ സവിധത്തിൽ
നിജസപര്യയിൽ പ്രണയപൂർവ്വകം
ഭജനലോലനായമരുമ്പോൾ,
അവശചിത്തയായിതുവരേക്കുമീ-
യലരണിവല്ലിക്കുടിലിതിൽ
പറയൂ തോഴീ, നീ പറയു,കെന്തിനായ്
പഴുതേ കാത്തയ്യോ! മരുവി ഞാൻ.
ദേവഗീത - ചങ്ങമ്പുഴ

ഖാണ്ഡവക്കാടിനു പൂപ്പന്തലിട്ടോരു
ഗാണ്ഡീവമാം വില്ലണിഞ്ഞോരു വീരനും
വേർപെട്ട ജീവിതസാരഥി തൻമുഖം
ധ്യാനിച്ചു കണ്ണുമടച്ചു കിടക്കയാം.
ആരുടെ നിശ്വാസമാരുതനേറ്റേറ്റു
ഭീമന്റെ പൗരുഷമാളിജ്ജ്വലിച്ചുവോ
തിങ്ങുമപകാരമൊക്കെ മറന്നുകൊ-
ണ്ടിങ്ങു താനല്ലോ കിടക്കുന്നു പാർഷതി.
പഴയ ഏടുകൾ - വാസന്തിപ്പൂക്കൾ - പി.കുഞ്ഞിരാമൻനായർ

ഖ

ഖാണ്ഡവകാനനദാഹകാലേപുരാ
പാണ്ഡവൻമാരെക്കുറിച്ചുള്ളവൈരവും
ഗാണ്ഡീവചാപധരാത്മജനന്ദന
താണ്ഡവം ചെയ്യുന്നിതുള്ളിലവനിന്നും
ആകുന്നരക്ഷകൾ ചെയ്തുകൊണ്ടീടുക
ഭാഗധേയാനുരൂപംഫലം പിന്നേടം
എന്നിവചൊന്നൊരുഗൗരമുഖനോടു
മന്നവനാംപരീക്ഷിത്തുചൊല്ലീടിനാൻ
മഹാഭാരതം - എഴുത്തച്ഛൻ

ഖേദമുണ്ടച്ഛനെക്കാണാഞ്ഞെനിക്കുള്ളിൽ
താതനെവിടെവസിക്കുന്നുമാതാവേ?
മാതാവിനോടുപിരിഞ്ഞുരഹസിഞ്ഞാൻ
താതനെപ്പണ്ടുകാണ്മീലൊരുനാളുമേ
ഇപ്പോൾ ഭവതിതാനേവസിക്കുന്നതെ
ന്തുൾപ്പൂവിലുണ്ടുമേ താപവുംഭീതിയും
മൽപ്പിതാവെങ്ങുപറകെന്നതുകേട്ടു
തൽപ്രിയമാശുകൈകേയിയും ചൊല്ലിനാൾ
അദ്ധ്യാത്മരാമായണം - എഴുത്തച്ഛൻ

ഖേചരങ്ങൾക്കു മാർഗ്ഗംവിധിക്കെ
ദ്ദേവദേവൻ മറന്നുപോയല്ലോ
ഭൂമിപച്ചയായ്മാറ്റിയലക്ഷം
ഭൂരുഹങ്ങൾക്കുപാതയേകീടാൻ
കോടരത്തിലുംകൊമ്പിലുംപാർത്തും
കായപൂവിലയൊക്കെയുംതിന്നും
ജീവിവർഗ്ഗം തഴച്ചു നിശ്ശബ്ദർ
വേരുറച്ചവർ ഞങ്ങൾ ക്ഷയിച്ചു
നഗരത്തിലെ നാട്ടുമാവ് - വിജയലക്ഷ്മി

ഗ

ഗഗനസീമയ്ക്കുമപ്പുറമെപ്പൊഴും
ചിറകടിച്ചുപറക്കുമെൻ ചിന്തകൾ
തവസുശോഭനസങ്കേതരംഗമാ
ണവിടെയെങ്ങും തിരഞ്ഞതിന്നോളവും
മഹിതനിർവ്വാണ ദായിനിയായിടും
മധുരദർശനേ നിന്നാഗമോത്സവം
കലിതകൗതുകം ഘോഷിക്കുമെന്നുമെൻ
ഹൃദയരക്തം പുരണ്ടപതാകകൾ
നുകരുക - ചങ്ങമ്പുഴ

ഗാനയന്ത്രങ്ങളിൽവീണാപ്രകാണ്ഡം നീ
സൂനങ്ങളിൽപ്പനിനീർപ്പൂവുനീ
സ്നാനംകഴിക്കേണ്ടുംതീർത്ഥശതങ്ങളിൽ
വാനവഗംഗ നീ വാസുദേവ
എന്തിലുംമീതെവിളങ്ങുന്നദൈവമേ
ചിന്തിതസർവസ്വചിന്താമണേ
അന്തിയ്ക്കുനാമംജപിക്കുമ്പോൾ നിത്യമീ
നിൻതിരുമെയ്യുള്ളിൽത്തോന്നേണമേ
ഒരു ചിത്രം - വള്ളത്തോൾ

ഗദയൊടുനിന്നാർത്താൻധൂമ്രാക്ഷൻഗിരിവരപാതം
കൊണ്ടുപൊടിഞ്ഞിതു
തദനുശരാസനവാജിരഥാദികൾതത്രനിശാചരവീ
രരുമാർത്താൻ
മദമിയലിന്റെ നിശാചരർനമ്മെ മരങ്ങൾ പറിച്ചു
തറെച്ചുയിർ കൊണ്ടാ
നദെയമണഞ്ഞഹനൂമാനതുകണ്ടവനെയടിച്ചാൻ
നിശിചരരവരും
വരെനാകിയമാരുതിയതിനാലൊരു ബാധെയൊഴി-
ഞ്ഞുയർ മാമലൈ കൈക്കൊ
ണ്ടരികേ ചെന്റവിടേ ധൂമ്രാക്ഷനെയതി കോപ
ത്തോടെറിഞ്ഞതുകാലം
പരലോകംപൂക്കാൻ ധൂമ്രാക്ഷൻ പർവ്വതപാതവിശീർ
ണ്ണാംഗനുമായ്
പരിതാപത്തോടന്റുനിശാചരപതിയോടു നിന്റവർ
ചെന്റതുചൊന്നാർ
കണ്ണശ്ശരാമായണം - കണ്ണശ്ശപ്പണിക്കർ

ഗ

ഗഗനതലമതിനു നിറനടുവിലേറീ തിങ്കൾ,
നിദ്രയിലൊച്ചകൾ മെല്ലെ ലയിക്കയായ്.
നിഴലുകളകന്നു തെളിഞ്ഞൊരക്കൽത്തറ-
യേറിയിരുന്നു നാം വിശ്രമം കൊൾകയായ്.
തലയിലൊരു കൂറ്റനാം കെട്ടും, നരച്ചുള്ള
താടിയും, കീറിയ കോട്ടും, ചുരുട്ടുമായ്
ഒരു കിഴവനരികിലണയുന്നതായ്ക്കണ്ടുനാ-
മുള്ളിൽക്കുതൂഹലം മൊട്ടിട്ടുയരവേ.

എൻജിനീയർ - എൻ.വി. കൃഷ്ണവാരിയർ

ഗംഗേ, ഭഗവതീ, ദേവീ, നമോസ്തു തേ
സംഗേന ശംഭുതൻ മൗലിയിൽ വാഴുന്ന
സുന്ദരീ, ഹൈമവതീ, നമസ്തേ നമോ
മന്ദാകിനീ, ദേവി ഗംഗേ, നമോസ്തു തേ.
ഞങ്ങൾ വനവാസവും കഴിഞ്ഞാദരാ-
ലിങ്ങുവന്നാൽബ്ബലിപൂജകൾ നൽകുവൻ,
രക്ഷിച്ചുക്കൊൾക നീയാപത്തുകൂടാതെ,
ദക്ഷാരിവല്ലഭേ, ഗംഗേ നമോസ്തുതേ.

അയോദ്ധ്യാകാണ്ഡം - എഴുത്തച്ഛൻ

ഗീതമായ്, ചിത്രമായ്, ഘോഷമായ്, സംഗമായ്,
ഹാസമായ്, ധ്യാനമാ,യന്ത്യത്തിൽ മൗനമായ്
ശുദ്ധമായ്, മിശ്രമായ് സാന്ദ്രസങ്കീർണ്ണമായ്
ഭദ്രമാം ശില്പത്തിനെല്ലാമതീതമായ്
താവിത്തുളുമ്പുന്നു തിങ്ങിത്തുടിക്കുന്നു
ജീവിതസ്വപ്നമെൻ സപ്തസ്വരങ്ങളിൽ
സാമഗാനത്തിൻ വിയത്തിലേയ്ക്കുന്നുമെൻ
ഭൂമിഗീതത്തിന്റെ സപ്തവർണ്ണങ്ങളിൽ

സപ്തസ്വരം - ജി. കുമാരപിള്ള

ഗ

ഗുപ്തകീർത്തിതൻ മണ്ണടിഞ്ഞ മന്ദിരമല്ലീ-
യുജ്ജയിനിതൻ നടക്കാവിൽ ഞാൻ തിരയുന്നൂ;
ആടിമേഘത്തെപ്രേമദൂതിനായ് നിയോഗിക്കും
ഏതോ യക്ഷനായ്ത്തീർന്ന കവിതൻ കാല്പാടത്രേ!
നിസ്വരെക്കൂരയ്ക്കുള്ളിലിട്ടു തീ കത്തിക്കുന്നൊ-
രുത്തരജനപദഗ്രാമചത്വരങ്ങളിൽ
ഭഗ്നമാം തഥാഗത വിഗ്രഹത്തിലെ,യെന്നോ
നഷ്ടമായൊരാ ശിരസ്സത്രേ ഞാൻ തിരയുന്നൂ.

വെറുമൊരാത്മഗതം (അപരാഹ്നം) - ഒ.എൻ.വി. കുറുപ്പ്

ഗുരുവെക്കാളും കേമൻ ശിഷ്യനെന്നാരോ ചൊല്ലി;
അതിർത്തിയില്ലാത്തവനതിർത്തിഗാന്ധിമാത്രം.
തെക്കുമങ്ങനെയൊരാളുണ്ടായിരുന്നൂ നമു-
ക്കുപ്പുസത്യാഗ്രഹത്തിലുപ്പിനുമുപ്പായവൻ.
കഴുത്തിലുലക്കകൾ ഞെരിക്കുമ്പോഴുമവൻ
ഉറക്കെച്ചൊല്ലി: "വന്ദേമാതര"മബ്ദുറഹ്മാൻ!
അങ്ങനെയൊരാൾ നമുക്കുണ്ടായിട്ടില്ലാ മുൻപും
പിൻപുമെന്നോർക്കുന്നേരം - ക്ഷമിക്കൂ നേതാക്കളേ!

ഉപ്പിന്റെ ഉപ്പ് - അയ്യപ്പപ്പണിക്കർ

ഗൗതമീതീരേ മഹാകാനനേ പഞ്ചവടീ-
ഭൂതലേമനോഹരേ സഞ്ചരിച്ചീടുന്നൊരു
യാമിനീചരി ജനസ്ഥാനവാസിനിയായ
കാമരൂപിണി കണ്ടാൾ കാമിനി വിമോഹിനി,
പങ്കജധ്വജകുലിശാങ്കുശാങ്കിതങ്ങളായ്
ഭംഗി തേടീടും പദപാതങ്ങളതുനേരം
പാദസൗന്ദര്യം കണ്ടു മോഹിതയാകയാലേ
കൗതുകമുൾക്കൊണ്ടു രാമാശ്രമ മകംപുക്കാൾ.

ആരണ്യകാണ്ഡം- എഴുത്തച്ഛൻ

ഗ

ഗ്രീഷ്മ മദ്ധ്യാഹ്നങ്ങളിൽപ്പൈങ്കുളിർ പെയ്യുന്നൊരി-
ത്തേന്മാവിൻചുവട്ടിൽ നാമിങ്ങനെയിരിക്കുമ്പോൾ
പിരിയാതിതേവരെ വാണ നാം നുകരുന്നു
വിരഹാന്തോന്മാദക പ്രഥമ സമാഗമം.
മധുധൂളികൾ പാറ്റും ചൂതമഞ്ജരികൾതൻ
മധുരസുഗന്ധവും മദമുൾക്കൊള്ളും കാറ്റും
മലർമൊട്ടുകൾ വീണ മണലും കുളിരാർന്ന
തണലുമിരുനിഴലൊന്നായ നാം രണ്ടാളും!
സിംഹാസനം - തിരുനല്ലൂർ കരുണാകരൻ

ഗോപികമാരുടെ തടമുലതഴുകും പാണിതലോല്ലസിതൻ
ഗോപാലൻവനമാലാകലിതനുദാരനതിപ്രിയദൻ
മദനകുതൂഹലമരുളുംസുലളിത യമുനാതീരത്തിൽ
മദഭരിതാംഗികളഭിസരണത്തിന്നണയുംരംഗത്തിൽ
മലയാനിലനലയിളകിയൊലിക്കും ഹരിതവനാന്തത്തിൽ
മലരുകൾചിതറിപ്പരിമളമിളകും വിജന നികുഞ്ജത്തിൽ
മദനമനോഹരവിഗ്രഹനായി സ്മരവിവശൻ കണ്ണൻ
മരുവീടുന്നൂ തവഹൃദയേശൻ മരതക മണിവർണ്ണൻ
ദേവഗീത ചങ്ങമ്പുഴ

ഗൗരിയോലക്ഷ്മിയോ സീതയോ രാധയോ
പേരെന്തുതന്നെ വിളിച്ചാലും
നീയെന്നും നീയാണ്! കോതമ്പുപാടത്ത്
നീർപെയ്തുപോകും മുകിലാണ്
കത്തും വറളിപോൽ ചുട്ടുപഴുത്തൊരാ
ക്കുഗ്രാമഭൂവിൻ കുളിരാണ്
ആരെയോ പ്രാകിമടയ്ക്കുമൊരമ്മയ്ക്കു
കൂരയിൽ നീയൊരു കൂട്ടാണ്.
കോതമ്പുമണികൾ ഒ.എൻ.വി

ഗ

ഗീതയ്ക്കുമാതാവായ ഭൂമിയേദൃഢമിതു
മാതിരിയൊരുകർമ്മയോഗിയെ പ്രസവിക്കൂ
ഹിമവദ്വിന്ധ്യാചലമദ്ധ്യദേശത്തേ കാണൂ
ശമമേ ശീലിച്ചെഴുമിത്തരം സിംഹത്തിനെ
ഗംഗയാറൊഴുകുന്ന നാട്ടിലേ ശരിക്കിത്ര
മംഗളം കായ്ക്കും കല്പപാദപമുണ്ടായ്‌വരൂ
നമസ്തേഗതതർഷ! നമസ്തേ ദുരാധർഷ!
നമസ്തേ സുമഹാത്മൻ! നമസ്തേ ജഗദ്ഗുരോ!
എന്റെ ഗുരുനാഥൻ -വള്ളത്തോൾ

ഗുരുചരണാംബുജയുഗളം നമ്മുടെ
കരളിൽപ്പരിചൊടുമരുവീടേണം
ഗുരുപരിചരണംകൊണ്ടുലഭിക്കാം
സുരവരമന്ദിരവാസംപോലും
ധരണിസുരൻമാർമകുടമഹാമണി
വരനല്ലോ മമ ഗുരുവായ് വന്നതു
സരസഗുണാകരനഖിലനരാണാം
ദുരിതനിവാരണ കാരണ ഭൂതൻ
സ്യമന്തകം - കുഞ്ചൻ നമ്പ്യാർ

ഗോപിക്കുറികൾ, മുറുക്കിച്ചുവപ്പിച്ച
ശ്ലോകത്തിലാടിക്കുഴഞ്ഞുണ്ണിയാടികൾ,
ഭക്തിപൂർവ്വം നിത്യപാരായണത്തിന്നു
യുദ്ധകാണ്ഡങ്ങൾ, സിദ്ധാർത്ഥ ദഹനങ്ങൾ,
വേളിച്ചരടിൽത്തളഞ്ഞുപോം വീര്യങ്ങൾ,
വേലിവഴക്കിൽ ശമിക്കുമുറുമികൾ
ഭാഗിച്ചുകിട്ടീനമുക്കു; നെല്ലിപ്പൂക്കൾ
പോയതെ, ങ്ങെങ്ങു പൂച്ചപ്പഴക്കാടുകൾ?
വീടുമാറ്റം - സച്ചിദാനന്ദൻ

ഗ

ഗോവർദ്ധനാദ്രിതൻ താഴ്‌വരകൂടിയും
ഗോവർഗ്ഗനൈരാശ്യഗർത്തമായി
ഉച്ചയ്ക്കുപാടത്തുമാറ്റൊലിക്കൊള്ളുന്നു
കൊച്ചുകുരുവിതൻ പാരവശ്യം
വത്സനും പാലില്ലാതോതുന്നു ധേനുക്കൾ
ദുസ്സഹ'മംബേ'യെന്നാവലാതി
ദൈവങ്ങളീവിധം ദ്വേഷിച്ചു നിൽക്കുകിൽ
പാവങ്ങളീഞങ്ങളെന്തുചെയ്യും?
ജലസേചനം - വൈലോപ്പിള്ളി

ഗൂഢതടത്തിൽ മൃഗീയതമരുവും
കാടുകളുണ്ടവകരിയട്ടേ,
വാരുറ്റോരുനവീനയുഗത്തിൻ
വാകത്തോപ്പുകൾ വിരിയട്ടേ
അസ്മദനശ്വര പൈതൃകമാമീ
യഗ്നിവിടർത്തും സ്കന്ധങ്ങൾ
ആകെയുടച്ചീടട്ടേമന്നിലെ
നാകപുരത്തിൻ ബന്ധങ്ങൾ!
പന്തങ്ങൾ - വൈലോപ്പിള്ളി

ഗോളങ്ങളെടുത്തു ഞാൻ പന്തടിക്കുമ്പോൾ, വിദ്യു
ന്നാളങ്ങൾ കെടുത്തിയും കത്തിച്ചും രസിക്കുമ്പോൾ
നീരവനീലാകാശമേഖലകളിൽ, നാളെ
താരകേ, നിന്നെക്കൊണ്ടുനർത്തനം ചെയ്യിക്കും ഞാൻ
കുതിരപ്പുറത്തുഞാൻ പാഞ്ഞു പോവുമ്പോൾ, കൈയിൽ
ക്കുതറിത്തുള്ളിക്കൊണ്ടെൻചാട്ടവാറിളകുമ്പോൾ,
ഞടുങ്ങിപ്പോകുന്നില്ലേ നിമിഷങ്ങളിൽക്കുള
മ്പടികൾ പതിയുമ്പോളീയണ്ഡകടാഹങ്ങൾ?
എനിക്കു മരണമില്ല - വയലാർ

ഘ

ഘണ്ടാ സഹസ്രമണി വസ്ത്രാദി വിഭൂഷിതം
കണ്ടാലും ത്രൈയംബകമെന്നിതു മന്ത്രീന്ദ്രനും.
ചന്ദ്രശേഖരനുടെ പള്ളിവിൽ കണ്ടു രാമ-
ചന്ദ്രനുമാനന്ദമുൾക്കൊണ്ടു വന്ദിച്ചീടിനാൻ.
“വില്ലെടുക്കാമോ? കുലച്ചീടാമോ? വലിക്കാമോ?
ചൊല്ലുകെ”ന്നതുകേട്ടു ചോല്ലിനാൻ വിശ്വാമിത്രൻ:
“എല്ലാമാ,മാകുന്നതു ചെയ്താലും, മടിക്കേണ്ട;
കല്യാണമിതു മൂലം വന്നു കൂടീടുമല്ലോ.”
അദ്ധ്യാത്മരാമായണം - എഴുത്തച്ഛൻ

ഘനസംഘമിടയുന്നചുരുൾവേണിയുലഞ്ഞും
നറുമലർച്ചുഴിയാർന്നും കളകളംചൊരിഞ്ഞും
തടംമൂക്കിക്കടപുഴക്കിക്കലമ്പിക്കൺചുകന്നും
കിഴക്കൻചിറതകർത്തെത്തിക്കുതിക്കും നീർപ്പുളപ്പേ !
കാടുപടലുകൾവേടുകൊമ്പുകൾ മുങ്ങി നീങ്ങിപ്പോട്ടേ
ഞാറുനടുതലനാമ്പുകൾ കുളിർമോന്തിനീർന്നാടട്ടേ
നിനക്കില്ലൊരു ഭാവഭേദം മതിർപ്പാകാം ചവർപ്പാം
നിലയ്ക്കില്ലൊരു നിമേഷം നിൻ ശ്രുതി താളമാദ്യം !
നമ്പിപാലംപുഴ - വിഷ്ണുനാരായണൻ നമ്പൂതിരി

ഘോരങ്ങളായുള്ള സിംഹങ്ങളെല്ലാമേ
പാരം കരഞ്ഞുതുടങ്ങീതപ്പോൾ
വാനിലിരുന്നൊരുവാസവൻതന്നെയി
ക്കാനനം നിന്നു വിളിക്കും പോലെ
ചൂടേറ്റു നിന്നുള്ളൊരേണങ്ങളെല്ലാമേ
ചാടിത്തുടങ്ങീതുനാലുപാടും
ദേഹത്തെക്കൈവിട്ടുപോകുന്നവായുക്കൾ
ദേഹത്തിനുള്ളിൽനിന്നെന്നപോലെ
കൃഷ്ണഗാഥ - ചെറുശ്ശേരി

ഘ

ഘോരമാം കാറ്റിലുലയും ചെറുകപ്പൽ
പാറയിൽത്തട്ടിയുടഞ്ഞപോലെ
എൻ മൃദുമാനസം പൊട്ടിത്തകർന്നഹോ!
മുങ്ങിത്തുടങ്ങുകയായിരുന്നു.
പച്ചപ്പുൽത്തിട്ടയിൽ മേനിയും നീലവിൺ-
മച്ചിൽമിഴികളും ചേർത്തുകൊണ്ട്
ആലംബമറ്റു ശയിക്കവേയെൻ കണ്ണിൽ
നാലഞ്ചു തുള്ളി ജലം പെരുകി.
ഞാൻ കണ്ട ഈശ്വരൻ - കൂത്താട്ടുകുളം മേരി ജോൺ

ഘോരനായുള്ളൊരു കാളിയനന്നേരം
പാരിച്ചകോപത്തെപ്പൂണ്ടുചൊന്നാൻ
ആരിന്നുവന്നതെന്നാലയം തന്നിലേ
ധീരനായ് കേവലംചാവതിന്നായ്
ഇങ്ങനെ ചൊല്ലിത്തൻ മസ്തകമെല്ലാമേ
പൊങ്ങിച്ചുനിന്നങ്ങുയർന്നനേരം
ശ്വാസങ്ങളേറ്റുതികന്നുതുടങ്ങിതേ
ചാരത്തുനിന്നുള്ളവെള്ളമെല്ലാം
കൃഷ്ണഗാഥ -ചെറുശ്ശേരി

ഘോരാപരാബ്ധിതൻ കൂരിരുൾക്കുണ്ടിലേ-
യ്ക്കാരാലും രക്ഷിപ്പാനായിടാതെ
ആ ലോകബാന്ധവൻ താഴ്‌വതു നമ്മൾക്കി-
ങ്ങാലക്ഷ്യമാകുമ്പോൾത്തന്നെയല്ലീ
തങ്കക്കസവണിസ്സാരിയും നെറ്റിക്കു
റങ്കുള്ള ചന്ദനപ്പൊട്ടുമായി
നിസ്തുല നിർമ്മല രാഗം തുളുമ്പിച്ചു
നിൽക്കുന്നതാഹന്ത! സന്ധ്യ മുന്നിൽ?
അത്ര മാത്രം - മാധവജി

ച

ചതുരാനനമുഖ വനരുഹവാസിനി
മദിരാക്ഷീമണി മദഗജഗാമിനി
വിധുരാജിതമുഖി വീണാധാരിണി
മധുരാലാപിനി മാതംഗീശ്വരി
ഗുണവതി മമ മൊഴികൾക്കൊരു ഫലിതമ-
തണവതിനായിനിയടിയനിലല്പം
പ്രണയമൊടൊന്നു കടാക്ഷിക്കണ മടി-
യിണയതിനടിയനടിഞ്ഞു തൊഴുന്നേൻ.
പാഞ്ചാലീസ്വയംവരം - വെണ്മണിമഹൻ

ചമ്പകമരം പൂക്കും പൊൻപുലർക്കാവിൽ വാഴു-
മംബികാമുടി മഞ്ഞപ്പൊടിയിലാടി.
സോമശേഖരപൂജയ്ക്കാതിരത്തിരുനാളിൽ
പ്രേമവനത്തിൽത്തത്തും പൂക്കളെത്തി.
ആതിരാനിലാമുലക്കച്ചയും ചികുരവും
നേദിച്ചോരിളന്നീരും ചെറുപഴവും
അഞ്ജനമിഴിശ്ശംഖിൽത്തീർത്ഥവും - ഗിരിരാജ -
കന്യയായ് വരികനീയുണ്ണുനീലി!
ആതിരനിലാവിൽ - താമരത്തോണി - പി. കുഞ്ഞിരാമൻനായർ

ചർമ്മണ്വതിയും യമുനയും ഗംഗയും
ചമ്പാപുരിവരെമാറിമാറി
വെൺനുരവൈരക്കൽക്കാപ്പണിഞ്ഞീടിന
തന്നലക്കൈകളാൽ താങ്ങിത്താങ്ങി
എന്നിളം പൈതലിൻമെയ്യൊളിമേൽക്കുമേൽ
പൊന്നിറം പൂശുമപ്പേടകത്തെ
കൊണ്ടുചെന്നപ്പുറംരാധയിൽച്ചേർപ്പതു
കണ്ടേൻ ഞാൻ ദൂരസ്ഥനന്യതന്ത്രൻ
കർണ്ണഭൂഷണം - ഉള്ളൂർ

ച

ചടവിയന്നേറെ നീറിയും കണ്ണുനീർ
തടവിയും മുറ്റുമുത്കണ്ഠയേന്തിയും
നെടിയവീർപ്പാർന്നുമുള്ള തൻ മേനിയാൽ
തഴുകിടുന്നവൻ സങ്കൽപവൈഭവാൽ
ചടവുപറ്റിയും നീറിയും കണ്ണുനീ
രൊഴുകിവീണുമത്യുത്കണ്ഠയേന്തിയും
കൊടിയവീർപ്പാർന്നുമുള്ള നിൻമേനി, ദുർ
വിധിനിരോധിതമാർഗ്ഗൻ വിദൂരഗൻ
മേഘസന്ദേശം - തിരുനല്ലൂർ

ചന്ദനത്തോപ്പിലെപ്പൂങ്കുയിലിൻ
സംഗീതധാരയിൽമുങ്ങിമുങ്ങി
മന്മനോഭൃംഗംക്ഷണത്തിലേതോ
വിൺമലർതേടിപ്പറന്നുപോയി
മഞ്ജരിപുഞ്ജങ്ങളുമ്മവച്ചും
മർമ്മരഗാനരസംപൊഴിച്ചും
മന്ദസമീരൻമദാലസനായ്
മന്ദിരവാടിയിൽസഞ്ചരിച്ചു.
നഷ്ടഭാഗ്യസ്മൃതി - ചങ്ങമ്പുഴ

ചാരിത്രമോമനേകാമൻദഹിച്ചതിൻ
ചാരമെന്നത്രേഗണിപ്പൂഗണികമാർ
ഓരാതെടുത്തതുതേയ്ക്കൊലാചന്ദന
ച്ചാറണിയേണ്ടുമീയൗവനക്കൂമ്പുമേൽ
ജീവിതമെന്നാൽയഥേഷ്ടംസുഖിക്കലാ
ണാവഴിക്കല്ലീസതീവ്രതത്തിൻഗതി
ഛീവർത്തമാനത്തെയിട്ടു ചീയിക്കയോ
ഭാവിക്കടയ്ക്കൽവളംവെച്ചുകൊള്ളുവാൻ
കൊച്ചുസീത - വള്ളത്തോൾ

ച

ചിരിചൊരിയുവാനായിയെൻ ദേശികൻ
ശിരസിതാഡനമേറ്റീപലപ്പോഴും
ഹഹഹ! വിസ്മയം, വിസ്മയം, ലോകമേ
അതിവിചിത്രമീനൃത്തശിക്ഷാക്രമം
കളരിമാറിഞാൻ കച്ചകെട്ടാമിനി
കളിയരങ്ങൊന്നുമാറിനോക്കാമിനി
പ്രണയനാടകമെന്നുമിതുവിധം
നിണമണിച്ചിലിലെത്താതിരുന്നിടാ
മണിനാദം - ഇടപ്പള്ളി

ചിട്ടയില്ലായ്മതൻ ചന്തത്തെക്കാട്ടുന്നു
ചിന്നിയോരിക്കളിപ്പാട്ടമെല്ലാം
പൂർണ്ണമാവാത്തതിൻമേൻമയെകൊഞ്ചുന്നു
പൂക്കളാൽപാതികോർത്തിട്ടമാല്യം
പൂങ്കഴൽപ്പാടണിത്തിണ്ണയോ മാനിപ്പൂ
പങ്കിലത്വത്തിൻവിശുദ്ധതയെ
ഭൂതലസ്വർഗ്ഗമേനിങ്കൽനിന്നെത്രഞാൻ
നീതിബോധോദയാൽ ഭ്രഷ്ടയായ്പ്പോയ്
കളിക്കൊട്ടിലിൽ - ബാലാമണിയമ്മ

ചിങ്ങമാസംകൊയ്തുവെയ്ക്കുംപൊൻകതിർക്കുലകളേന്തി
ശാന്തിവീശും സാന്ധ്യകാലകാന്തികളിൽനീന്തിനീന്തി
ആമ്പലപ്പൂപൂത്തുനിൽക്കും പാടവുംപറമ്പുമേറി
'തിങ്ങൾഭജന'ത്തിനിങ്ങു നിങ്ങൾ വന്നോമങ്കമാരേ
പൂവിടുന്നമാവിലെത്തിക്കൂകിയകുയിലുകളോ?
കാറിളകും മാമലയിലാടിടുംമയിലുകളോ?
ഗോപുരത്തിൽതങ്ങിനിൽക്കും ശാരികാകിശോരിമാരോ?
ചാരുതവഴിയുമിരുതാരകാകുമാരിമാരോ?
ആ മലനാടൻ മങ്കമാർ - കുഞ്ഞിരാമൻ നായർ

ച

ചോരതുടിക്കുംചെറുകൈയുകളേ,
പേറുകവന്നീപ്പന്തങ്ങൾ;
ഏറിയതലമുറയേന്തിയ പാരിൻ
വാരൊളിമംഗളകന്ദങ്ങൾ!
പണ്ടു പിതാമഹർകാട്ടിൻനടുവിൽ
ചിന്തകളുരസിടുമക്കാലം
വന്നുപിറന്നിതുചെന്നിണമോലും
വാളുകണക്കൊരുതീനാളം
പന്തങ്ങൾ - വൈലോപ്പിള്ളി

'ചോരവീഴ്ത്തിച്ചോരവീഴ്ത്തിത്തർപ്പണംചെയ്തീയെൻ
ക്രൂരദാഹംപോക്കു കെന്നോനിൻനിദേശം ദേവി?
ചാടിയില്ലനിന്റെനേർക്കൊരസുരനെപ്പോലായാൾ,
ളോടിയില്ലപേടിമൂത്തകുത്സിതനെപ്പോലെ;
പുഞ്ചിരിക്കൊണ്ടങ്ങുനിന്നുനിൻചിരദാഹത്തിൽ
സഞ്ചിതാനുകമ്പമംബേ, മാനുഷകുമാരൻ!
അവനെ വാരിപ്പുണരുവാനെന്തകമലിഞ്ഞീലല്ലോ
ഹനനമാത്രചരിതയാം നിനക്കുനിത്യകന്യേ!
കാവിലെപാട്ട് - ഇടശ്ശേരി

ചുണ്ടുംപിളർത്തിച്ചുരുളൻമുടിയുമായ്
മുണ്ടകപ്പാടങ്ങൾ കാത്തുകിടക്കയാം
പെറ്റെണീക്കുംമുൻപുകണ്ണടച്ചാളഹോ
പറ്റേവിളർത്തൊരക്കാലവർഷാംഗന
പോന്നുവന്നാരേചുരന്നമുലയുമായ്
പ്പൂർവ്വാംബുരാശിയെപ്പെറ്റൊരിമ്മങ്കമാർ!
ഭാഗ്യംകെടില്ലൊരുനാട്ടിനുമുണ്ടയൽ
പക്കങ്ങളെങ്കിൽസഹകരിച്ചീടുവാൻ
കറുത്തചെട്ടിച്ചികൾ - ഇടശ്ശേരി

ച

ചുമലിൽഞാൻ സ്വന്തം ശവം ചുമക്കുമ്പോൾ
പ്രണയത്തെക്കുറിച്ചെഴുതുമെങ്ങനെ?
കലണ്ടറിൽക്കാലംവസന്തമെങ്കിലും
മരമറിഞ്ഞില്ല കുയിലറിഞ്ഞില്ല
പകലിരുട്ടിലീവഴികൾ മുങ്ങുന്നൂ
കിനാവിലെപ്പാലംപൊളിഞ്ഞുവീഴുന്നു
ഒടുവിൽവായിച്ചപ്രണയകാവ്യവും
ഉരഗമായ്ത്തീർന്നുഫണമുയർത്തുന്നു.
എങ്ങനെ? - നെല്ലിക്കൽ മുരളീധരൻ

ചുറ്റുപാടുമേചെമ്പനീർപ്പൂക്കൾ
എത്രചാടുവീർപ്പിട്ടുനിന്നാലും
ഒട്ടുമാഗ്രഹമെന്നിയേ,പാട്ടിൻ
പട്ടുനൂലുനൂറ്റെന്നറയ്ക്കുള്ളിൽ
പെട്ടുവാണൊരെൻഭാവന,പത്ര
പട്ടമേന്തിടുംഭ്രാന്തിനെപ്പോലെ
മീൻകഴുകിയ വെള്ളത്തിൽ വാച്ചാ
ത്തേൻകദളിയിലെന്തിനുപൂകി?
കുടിയൊഴിക്കൽ - വൈലോപ്പിള്ളി

ചിറകുംകൊക്കുംപൂട്ടിധ്യാനിച്ചുകണ്വാശ്രമ
മദ്ധ്യാഹ്നങ്ങളെനിങ്ങൾനട്ടുച്ചയ്ക്കുള്ളെൻക്ലാസിൽ
വൈദ്യുതപ്പങ്കക്കാറ്റിൽ ഗ്രീഷ്മകാനനത്തിന്റെ
മുഖത്തുനിന്നേലുന്നപാതിരിപ്പൂവിൻ ഗന്ധം
മുങ്ങുവാനറിയാത്തോരെങ്കിലുംമുങ്ങാംകുളി
യിട്ടുനാംകണ്ണാടിപോലുള്ളോരോതടാകത്തിൽ
പുൽത്തകിടിയിൽതരുച്ഛായയിലുറങ്ങാനാ
ണുച്ചകൾമറക്കുകബസ്സ്റ്റോപ്പിൻമേൽകൂരകൾ
ക്ലാസിൽ - ആറ്റൂർ രവിവർമ്മ

ച

ചീർത്തോരുലജ്ജയാലാരോടും മിണ്ടാതെ
കൈത്തോട്ടിൻവക്കത്തെക്കൈതപൂത്തു
പത്തുപതിനാറുപൂന്തിങ്കൾക്കൂമ്പുക
ളൊത്തുതൊടുത്തോരുമാലപോലേ
മൂവ്വരിമുള്ളിന്നിരുട്ടിലീമട്ടൊരു
പൂവിരിഞ്ഞീടുമെന്നാർഗണിച്ചു?
ചന്തമാംപൂനിലാവിങ്കലുലാവുമി
ച്ചന്ദനഗന്ധമെന്നാർ നിനച്ചു?
പൂക്കൈത - വൈലോപ്പിള്ളി

ചെമ്പരത്തിപ്പൂതോറ്റകൺകളും കവിളൊട്ടി
ച്ചെമ്പിച്ചമീശപ്പുല്ലു വളർന്ന വദനവും
പാമ്പുകൾക്കൊപ്പം ഞാന്ന ചെഞ്ചിടപ്പിരികളും
ചാമ്പലെമ്പാടും വാരിപ്പൂശിയ വരൾമെയ്യും
അസ്ഥിയുന്തിയമാറത്തസ്ഥിമാലയുമുടു
വസ്ത്രമായ്ക്കാൽമുട്ടോളമെത്തിയ പുലിത്തോലും
പാഴ്വലംകൈയിലൊരുതീപാറും ത്രിശൂലവും
ആവു! മുമ്പരങ്ങത്തുവന്നതല്ലീവൻവേഷം
മലയാളത്തിന്റെ തല - വള്ളത്തോൾ

ചെയ്യരുതാത്തതുചെയ്തവളെങ്കിലു
മീയെന്നെത്തള്ളൊല്ലെതമ്പുരാനേ
തീയ്യിനെപ്പോലുംതണുപ്പിക്കുമിപ്പൊൻതൃ
ക്കൈയിനാൽതീർത്തവളല്ലോഞാനും
ദുഷ്ടപ്പരുന്തിന്റെ വായിൽനിന്നീഗതി
കെട്ട കപോതിയെദ്ദീനബന്ധോ
അഞ്ജസാവീണ്ടെടുത്തെൻതിരുമേനിതൻ
പഞ്ജരംതന്നിലണയ്ക്കേണമേ
മഗ്ദലനമറിയം - വള്ളത്തോൾ

ച

ചെറുകുറിഞ്ഞിയാൽപ്പൂവേലിയാർന്നിടും
കൂറുമൊഴിത്തറയ്ക്കേറ്റവുംചാരെയായ്
തളിരിളകുന്നചെമ്പൊന്നശോകവും
മിഴികവരുമിലഞ്ഞിയും കണ്ടിടാം
ഇവനൊടൊപ്പം കൊതിക്കുന്നിതോമലി
ന്നിടതുകാൽച്ചവിട്ടേൽക്കാനശോകവും
അവൾകവിൾകൊണ്ടമദ്യംനുകർന്നിടാ
നപരവും പൂപ്പിറപ്പിൻവളങ്ങളായ്
മേഘസന്ദേശം തിരുനല്ലൂർ

ചാരത്തെത്തിയൊരോമനപ്പൂങ്കുല
പാരാതാഞ്ഞൊടിച്ചായതുനോക്കിയും
ചാരുനേത്രമരത്തിലിടത്തുതോൾ
ചാരിച്ചാഞ്ഞുചരിഞ്ഞമിഴികളാൽ
ദൂരെമേവുന്ന ഭിക്ഷുവിനായ്കരും
താരണിമാലമോഘമായ് നിർമ്മിച്ചും
പാരിലൊറ്റക്കാലൂന്നിനിലകൊണ്ടാൾ
മാരദൂതിപോൽ തെല്ലിടസുന്ദരി
ചണ്ഡാലഭിക്ഷുകി - ആശാൻ

ചന്ദ്രശേഖരനുടെ പള്ളിവിൽകണ്ടുരാമ
ചന്ദ്രനുമാനന്ദമുൾക്കൊണ്ടുവന്ദിച്ചീടിനാൻ
'വില്ലെടുക്കാമോ? കുലച്ചീടാമോ? വലിക്കാമോ?
ചൊല്ലുകെന്നതുകേട്ടുചൊല്ലിനാൻവിശ്വാമിത്രൻ
എല്ലാമാമാകുന്നതുചെയ്താലുംമടിക്കേണ്ട
കല്യാണമിതുമൂലം വന്നുകൂടീടുമല്ലോ
മന്ദഹാസവുംപൂണ്ടുരാഘവനതുകേട്ടു
മന്ദംമന്ദംപോയ്ചെന്നുനിന്നുകണ്ടിതുചാപം
ബാലകാണ്ഡം-അദ്ധ്യാത്മ രാമായണം - എഴുത്തച്ഛൻ

ച

ചിത്തമില്ലാത്ത യന്ത്രങ്ങളേറെ-
ച്ചിത്രമുണ്ടാക്കി മാറി നിന്നിട്ടും
അന്യഗോളത്തിലെത്തുന്ന നേട്ടം
ധന്യമെന്നു സ്വയം പുകഴ്ത്തീട്ടും
മൃത്യുകാലത്തെടുക്കുവാൻ വേദ-
പുസ്തകം വിട്ടൊരാശ്രയം വേറെ
സൃഷ്ടമായീല, പിന്നെന്തിനേറെ?
മൃത്തിലേക്കേ മടക്കമിപ്പോഴും!
നഗരത്തിലെ നാട്ടുമാവ് - മഴതൻ മറ്റേതോ മുഖം - വിജയലക്ഷ്മി

ചെമ്പകപ്പൂവാണിപ്പെൺപൈതൽതന്നുടൽ
ചെമ്പനിനീർപ്പൂവിക്കൊച്ചുമുഖം
കായാമ്പൂകൊണ്ടത്രേകൽപിതമായ്തുലോം
ആയാമരമ്യമാമക്ഷിയുഗ്മം
തോൾകവിഞ്ഞഗ്രംചുരുണ്ടുകിടക്കുന്ന
വാർകുഴലായതോവണ്ടിണ്ടതാൻ
വല്ലികാശാഖകളാകുന്നു കൈയുകൾ
പല്ലവം തന്നെയിപ്പാണിരണ്ടും
കിളിക്കൊഞ്ചൽ - വള്ളത്തോൾ

ചേരപുരാതനപാവനചരിതേ
ആര്യകുലോൽക്കടഭാർഗ്ഗവനിരതേ
ദ്രാവിഡപരിവൃഢവനിതേ,മഹിതേ
ദ്രാവിഡസംസ്കൃതവംശോജ്ജ്വലിതേ
ഭാരതരണഭുവി വീരജനാനാം
ഭോജനദാനസമുത്സുകചരിതേ
ജയജയകോമളകേരളധരണീ!
ജയജയമാമകപൂജിതജനനീ!
കേരളഗാനം - ബോധേശ്വരൻ

ച

ചെഞ്ചിലനെന്നു കിലുങ്ങും മട്ടു
പൊൻചിലമ്പും കുഞ്ഞിക്കാലിലിട്ടു.
അഞ്ചാതുരുട്ടിയ ചോറും നൽകീ,
കൊഞ്ചിപ്പൊന്നോടക്കുഴലും നൽകി,
കോടക്കാർവർണ്ണനെച്ചേർത്തണച്ചു
പാടിക്കൊണ്ടമ്മയും ചാഞ്ചാടിച്ചു,
മോടികളേവമലങ്കരിച്ചു
ക്രീഡയ്ക്കു കൃഷ്ണനെയങ്ങയച്ചു
കാളിയമർദ്ദനം - വെണ്മണിമഹൻ

ചെറുപ്പകാലം തൊട്ടിതുവരെപ്പണി-
യെടുത്തു ഞാനൊരു മനുഷ്യനാകുവാൻ.
അതുകഴിഞ്ഞിപ്പോളറുപതാംകാല-
ത്തിവിടെ ഞാനൊരു പുര പണിയിച്ച്
അതിനുള്ളിലൊരു ഗൃഹിണിയെ വച്ച്
അവളിലുണ്ടായ മകളുമൊന്നിച്ച്
ഇവിടെത്താമസം തുടങ്ങി; ഞാൻ പുറ-
ത്തിറങ്ങി നോക്കുമ്പോൾ മനുഷ്യരില്ലെങ്ങും.
അഭിനയം - എം.എൻ. പാലൂര്

ചോരരാരുമിവളുടെ ചുവരു തുരന്നിടഞ്ഞി-
ഗ്ഘോരകൃത്യം ചെയ്തതല്ല, ധനമോഹത്താൽ;
വാരുണീമത്തരാം വല്ല വിടരും കലഹത്തിലീ
വാരനാരിയാളെ വെട്ടിമുറിച്ചതല്ല;
സാരമാം മന്ത്രഭേദത്തിൽ സംശയിതയായിവൾക്കി-
ഗ്ഘോരശിക്ഷതൻകോയിമ വിധിച്ചതല്ല;
എന്തിനന്യവിപത്തുകളഥവാ തേടുന്നു കഷ്ടം!
സ്വന്ത വാളാൽ സ്വയം വെട്ടി നശിപ്പൂ മർത്ത്യർ!
കരുണ - കുമാരനാശാൻ

ജ

ജലദ,കൈവന്ന നിദ്രാസുഖത്തിലാ-
ണലസമേനിയാളപ്പൊഴെന്നാകിലോ
ഇടിമുഴക്കങ്ങളെന്നിയേചെന്നുതെ
ല്ലിടയടുത്തുനീകാത്തുനിന്നീടണം
ഒരുവിധത്തിൽക്കിനാവിലീയെന്നെയെ-
ന്നരുമയാൾകണ്ടുകെട്ടിപ്പിടിക്കവെ
ശിഥിലമാകുവാൻപാടില്ലവൾക്കേഴും
ഭൂജലതാഗാഢബന്ധംപൊടുന്നനേ
മേഘസന്ദേശം - തിരുനല്ലൂർ

ജടയുടെസംസ്കാരപ്പനയോലക്കെട്ടൊക്കെ
പ്പൊടികെട്ടിപ്പുഴുകുത്തിച്ചിതലുമുറ്റി
ചികയുന്നോ, ചിരിവരുംചിലതിനിയുമുണ്ടെന്നോ
ചിതയിലേക്കവയെടുത്തെറിയൂവേഗം
അറിയാനിനിയുലകിൽനമുക്കുള്ളതെന്തെന്നോ
പറയാംഞാനരിവാളിൻതത്ത്വശാസ്ത്രം
കരളെരിയും സമയത്തീവയറെരിയുംസമയത്തീ
ക്കഥപറയുംവേദാന്തമാർക്കുവേണം
ചുട്ടെരിക്കൽ - ചങ്ങമ്പുഴ

ജയമൊടുപുഷ്പകമാനവിമാനംചെന്റേതിർപൊരുതുകുബേരനുപാരം
ഭയമരുളിക്കൈലാസമിളക്കിപ്പരമേശ്വരനുടെവാൾകൈക്കൊണ്ടാൻ
മയസുതയാകിയമണ്ഡോദരിയെമകിഴ്ന്തുവിവാഹം
ചെയ്തെങ്ങൾക്കൊരു
ഭയമുണ്ടാമാറമരാംഗനമാർപലരെയുമവരോധത്തിനുവച്ചാൻ
വച്ചാൻകാരാഗൃഹമതിലിന്ദ്രനെവമ്പൊടുപുത്രനുടേവീര്യത്താൽ
ഉച്ചൈരാദിത്യാദികളെല്ലാമുദയംചെയ്വതുമവനരുളാലെ
അച്ചുതനേ! യഖിലേശാ! മറ്റുമൊരാശ്ചര്യംകേൾ; മാരുത ദേവനു
നിശ്ചയമവനുടെലംകാനഗരിയിൽ നിനവറിയാതേ ചെല്ലരുതല്ലോ.
കണ്ണശ്ശരാമായണം - കണ്ണശ്ശപണിക്കർ

ജ

ജയിക്കജീവിതസിരകളുണർത്തുംജ്യോതിർന്നിലയനമേ,
ജയിക്കമുനിനാടൊരുമയൊടുണരുംസമത്വസുന്ദരതേ!
നിതാന്തനിർവൃതിപൂശിപ്പുണരും ഭാവുകഭാസുരതേ,
മദാന്ധമാം കൂരിരുളിൻ രക്തം കുടിച്ചവാസരമേ!
അനേകനാളായടിമത്തത്തിൻ കല്ലറകൾക്കുള്ളിൽ
കനത്തയാഥാർത്ഥ്യങ്ങളെയവരിട്ടടച്ചുപൂട്ടുമ്പോൾ
ചൊടിച്ചുചീറും യന്ത്രത്തോക്കുകൾ തുപ്പും തീയൂതി
ക്കെടുത്തുവാൻവന്നരുളിനകാറ്റേ, തൊഴാം തൊഴാം ഞങ്ങൾ
ജീവിതഗായകൻ -പാദമുദ്രകൾ - വയലാർ

ജയിച്ചെന്നീയൊരുവട്ടം വീമ്പിളക്കുംതുഴക്കാരേ,
ജയത്തിന്റെ കൈയടിയിൽ വിനീതരാകൂ
കരക്കാരോതുഴക്കാരോവള്ളംവച്ചതച്ചനാരോ
കാലമോപോരിതിന്നന്ത്യവിജയംചേർത്തു?
അതുമല്ലാ മോളിലെങ്ങോ മറഞ്ഞിരിക്കുന്ന വിശ്വ
ശ്രുതിചേർക്കുമവനാണോവിധികർത്താവായ്!
ആരാകിലുമമരവും തലയും ചേരണം വീഴു
മായിരം തുഴകളൊറ്റത്താളമാകേണം
കലിസന്തരണം - കാവാലം

ജാലകത്തിലൂടെത്തുന്ന വാർകുഴൽ-
ക്കാരകിൽപ്പുകയേറ്റുമെയ്മിന്നിയും
വേഴ്ചയാൽവീട്ടുകേകികൾനർത്തനം
കാഴ്ചവയ്പതുകണ്ടുകൊണ്ടാടിയും
അന്നഗരവിലാസംനുകർന്നുമ-
ന്നങ്ങുതങ്ങിത്തളർച്ചതീർക്കാമെടോ
കാമിനീപദരാഗാങ്കിതങ്ങളാം
പൂമണമണിമേടത്തളങ്ങളിൽ
മേഘസന്ദേശം - തിരുനല്ലൂർ

ജ

ജിവിതപ്പൂവിലെത്തേൻ നുകർന്നങ്ങനെ
താവിന കൗതുകാൽപ്പാറിപ്പാറി
നീരവം പോകുന്ന കൊച്ചുനിമിഷമേ!
ചോരനാം നിന്റെ ചിറകുകളെ
കോൾമയിർ കോലും തൻ കൈകളിലാക്കാനെൻ
കോമളഭാവന മോഹിക്കുന്നു.
ചുംബിച്ചു ചുംബിച്ചെൻ നെഞ്ചിലടക്കുവാൻ
വെമ്പുമീ മുഗ്ദ്ധയെവഞ്ചിക്കൊല്ലേ!
നിമിഷം - ജി.

ജീവിതത്തിൻപഴംപൂക്കൾകൊഴിഞ്ഞാലെ
ന്തീ വിധമുള്ള ചിറകടിയാൽ?
നൂറുനൂറായിരമല്ലാ പരിണാമ
നൂതനഭംഗികൾ മൊട്ടിടുന്നു!
അംബര മദ്ധ്യം തിളക്കുന്നോരാദിത്യ
ബിംബവും കെട്ടുപോമെങ്കിലാട്ടേ,
അക്കരിയൂതിപ്പിടിപ്പിച്ചുമറ്റൊരു
തീക്കട്ടയുണ്ടാക്കും സർഗ്ഗശക്തി!
നിമിഷം - ജി.

ജീവിതത്തിൽ വെറുതെയാകുന്നില്ല
ഭാവശുദ്ധിയും ഭംഗിയും വെണ്മയും
പൂവിനുള്ള സുഗന്ധവും അന്യനായ്
താനൊരുക്കുംചെറിയസംതൃപ്തിയും
നേരിനായ്മുറിവാർന്നതൻജീവനാൽ
പാരിനേകുന്നമംഗളാശംസയും
ഈയുണർവാലുറക്കൊഴിക്കട്ടെഞാൻ
ജീവിതത്തിന്റെ രാവെളുപ്പോളവും
അതിർത്തിയിലേയ്ക്കൊരു യാത്ര -
വിഷ്ണു നാരായണൻ നമ്പൂതിരി

ജ

ജീവിതഭാരം ശിരസ്സിലേന്തി
ക്കേവലം ചിന്താപരവശനായ്
ഹാ മമസങ്കേതരംഗമെത്താൻ
ഞാനിനിപ്പോകണമെത്രദൂരം
രാവുംപകലുമിടകലർത്തി
ലോകംരചിക്കും ചലനചിത്രം
മന്ദസ്മിതംതൂകിമന്ദമന്ദം
എന്നെൻമിഴികളിൽ നിന്നകലും
നഷ്ടഭാഗ്യസ്മൃതി - ചങ്ങമ്പുഴ

ജീവനോപായത്തിനായിപ്പുഴകളിൽ
കേവഞ്ചിയൂന്നുന്നകേവലൻമാർ
നിത്യമിപ്പാട്ടുനനഞ്ഞൊരുനൂൽപോലെ
നിദ്രതൻവക്ത്രത്തിലിട്ടിഴയ്ക്കെ
രാവിന്റെ മൗനംപിളർത്തുമാനാദംപോയ്
ദ്യോവിൽച്ചെന്നാഹ്ലാദസ്തബ്ധമാക്കും
ചാരുവാംകിന്നരഗീതിചെവിക്കൊണ്ടു
പോരുന്നനക്ഷത്രപംക്തിയേയും
പണ്ടത്തെപാട്ടുകൾ - വള്ളത്തോൾ

ജീവേശനിൻവഴിത്താരകളിൽ
പൂവിരിക്കട്ടേതരുനിരകൾ
ഉച്ചത്തണലിലെ നിന്നുറക്കം
സ്വപ്നങ്ങൾകൊണ്ടുമിനുങ്ങിടട്ടെ
ഇന്നുനിൻചിന്തകളാകമാനം
സംഗീതസാന്ദ്രങ്ങളായിടട്ടെ
ഭാവനാലോലനായേകനായ്നീ
പോവുക പോവുക ജീവനാഥ
രമണൻ - ചങ്ങമ്പുഴ

ജ

ജോസഫ് ഒരോർമ്മതൻക്രൂരമാംസൗഹൃദം
ശ്വാസനാളം കീറുമന്ധവേഗങ്ങളിൽ
കുമ്പസാരത്തിന്റെ ബോധക്ഷയങ്ങളിൽ
നിന്റെനക്ഷത്രമുദിക്കുന്നുപിന്നെയും
ഞാനറിയുന്നൂ തുറുങ്കുഭേദിച്ചുനിൻ
സ്നേഹപ്രവാഹംസമുദ്രസംഗീതമായ്
മാറുന്നതും വന്ധ്യകാലങ്ങളിൽത്തണൽ
വീശുന്ന നിന്റെ ബലിഷ്ഠമാം ചില്ലകൾ
തോറും കൊടുങ്കാറ്റുകൂടുവയ്ക്കുന്നതും
മാപ്പുസാക്ഷി-പതിനെട്ടുകവിതകൾ - ചുള്ളിക്കാട്

ജ്യോതിർമ്മയമാംദിവാകരമണ്ഡല
മൂതിക്കെടുത്തുവാൻസാധിപ്പതായ്വരാം
വൻകടലുള്ളംകരത്തിലൊതുക്കിടാം;
വൻകുന്നമർത്തിടാമമ്മാനമാടിടാം
ഉന്നതമാശയംകെട്ടുപോകില്ലെന്നു
മെന്നുമസൂയതൻനിശ്വാസവായുവാൽ
എത്രബലിഷ്ഠനുംതാഴ്ത്തില്ലതിൻതല
എത്രവൻകൈയുമൊതുക്കുവാനക്ഷമം
സാഹിത്യകൗതുകം IV - ജി.

ജഗദധീശ, രാത്രിയും ശശാങ്കതാരകങ്ങളും
പകലുമർക്കബിംബവും നിറന്ന മേഘജാലവും
മൃഗകദംബപക്ഷിവൃക്ഷപുഷ്പശലഭവൃന്ദവും
മികവിൽ നിന്റെ വൈഭവങ്ങൾ വാഴ്ത്തിടുന്നു ദൈവമേ!
ഗഗനമെന്തൊരദ്ഭുതം! സമുദ്രമെന്തൊരദ്ഭുതം!
നിഖിലജീവജാല ജീവനെന്നതെന്തൊരദ്ഭുതം!
സകലതും രചിച്ചതോർക്കിലഖിലനാഥനായ നീ;
സകല ശക്ത നിൻപദം നമിച്ചിടുന്നു ഞാൻ വിഭോ!
അജ്ഞാതനാമാ

ജ

ജടയിൽച്ചന്ദ്രക്കല ചൂടി നിൽക്കുന്നൂ ധ്യാന
രതനായ് നെറ്റിക്കണ്ണിൽത്തീയുറങ്ങീടുംമല.
ചാമ്പൽ പൂശുന്നൂ മാറിൽ മേഘങ്ങൾ, മിന്നൽപ്പിണർ-
പ്പാമ്പുകൾ തോളിൽച്ചുറ്റിയിഴഞ്ഞു നടക്കുന്നു.
അരികിലൊറ്റക്കൊമ്പനുണ്ണിയോ, മഴ പെയ്തു
ചരിവിൽ വെള്ളച്ചാലു കീറിയ പാറക്കെട്ടോ?
താഴ്വരക്കുന്നിൻ താഴെ ഗ്രാമത്തിന്നഭയമായ്
വാഴുന്നൂ കിഴക്കോട്ടു മുഖമാം ശിവക്ഷേത്രം.
ജീവിതം കാവ്യം - ഒ.എം. അനുജൻ

ജാതി പോമെന്നൊരു ചിന്ത ഭവതിതൻ
വാർതിങ്കൾ വക്ത്രത്തിൽക്കാറാകൊല്ലേ:
എൻ തമ്പുരാനുടെ യന്തഃപുരത്തിലെ
ഹിന്ദു സ്ത്രീയെന്നെന്നും ഹിന്ദുസ്ത്രീ താൻ;
അപ്പപ്പോൾത്തന്നോടു ചേരും നദികളെ-
യുപ്പു പിടിപ്പിക്കില്ലിസ്സമുദ്രം.
അന്യമതദ്വേഷമുണ്ടോ മുഹമ്മദ-
മന്നോർ മണികൾക്കു പണ്ടു പണ്ടേ?
ഭാരതസ്ത്രീകൾ തൻ ഭാവശുദ്ധി - വള്ളത്തോൾ

ജാതിമതാദി വഴക്കൊരു നാടിനെ
സ്വാതന്ത്ര്യസിദ്ധിക്കനർഹമാക്കീടുമോ?
സോദരർ തമ്മിലെപ്പോരൊരുപോരല്ല,
സൗഹൃദത്തിന്റെ കലങ്ങിമറിയലാം.
തങ്ങളിൽത്തല്ലിയിരമ്പുന്നു, വാസ്തവം-
തന്നേ, കടലിൽപ്പലതരമൂർമ്മികൾ;
എന്നാലതേപൊഴുതന്യോന്യമക്കൂട്ടർ
വെൺനുരച്ചാർത്താൽച്ചിരിപ്പതും കാണ്മു നാം
നമ്മുടെ മറുപടി - സാഹിത്യമഞ്ജരി VII - വള്ളത്തോൾ

ഝ

ഝടിതിതാഴേക്കിറങ്ങുവാൻ പോന്നമ
ട്ടുടലൊരാനക്കിടാവോളമാക്കി നീ
ഒളിപെറുംമണിത്താഴ്‌വരയാർന്നൊര
ക്കളിമലയ്ക്കുമേൽ ചെന്നിരുന്നിട്ടെടോ
നിരനിരന്നുള്ള മിന്നാമിനുങ്ങുതൻ
വരിതിളങ്ങിടും മട്ടിലല്പാല്പമായ്
കതിർപൊഴിക്കുന്നമിന്നൽത്തിളക്കമാം
മിഴികൾ വീട്ടിന്നകത്തേക്കയയ്ക്കണം.
മേഘസന്ദേശം - തിരുനല്ലൂർ

ഝടിതിയങ്ങിതാ പാരം ചാരുവായ് പ്രാംശുവായ് നിഴൽ
പടിഞ്ഞാറു വീശുമൊരു ഭാസുരാകൃതി
നടക്കാവൂടേ വരുന്നു, ഭാനുമാനിൽ നിന്നു കാറ്റിൽ
കടപൊട്ടിപ്പറന്നെത്തും കതിരുപോലെ.
പാവനമാം മുഖപരിവേഷമാർന്ന മുഗ്ദ്ധയുവ-
ഭാവമോടും കൂറെഴും വാർമിഴികളോടും
ആ വരും വ്യക്തി നൂനമൊരാർഹതനാം, മെയ്യിൽ മഞ്ഞ-
ച്ചീവരം കാണുന്നു, കൈയിൽച്ചട്ടി കാണുന്നു.
കരുണ - വഞ്ചിപ്പാട്ട് - കുമാരനാശാൻ

ഝടിതി വർഷാഭ്രത്തിൽ നിന്നു ദിഗ്ധാർഷ്ട്യങ്ങളെ-
ക്കിടിലം കൊള്ളിച്ചീടു മിടിവാളിനെപ്പോലെ
ഇരുണ്ട ഭൂഖണ്ഡത്തിൽ നിന്നു നീ സാമ്രാജ്യത്വ
ദുരഹങ്കാരങ്ങൾ മേലാഞ്ഞു വീഴുകയായി.
ബദ്ധയാമാഫ്രിക്കതൻ മോചനം പ്രഖ്യാപിച്ചു
മർദ്ദിത ജനതതൻ പട നീ, നടത്തുമ്പോൾ
ധീരതയുടെ രഥാശ്വങ്ങളായ് നിമിഷങ്ങൾ,
വീരസാഹസവൃത്താന്തങ്ങളായ് ദിവസങ്ങൾ.
പാട്രിസ് ലുമുംബെ - തിരുനല്ലൂർ കരുണാകരൻ

ഞ

ഞങ്ങളെയനുഗ്രഹിപ്പാനല്ലീദയാർദ്രയാ
മങ്ങുന്നുഭംഗ്യാശാഖത്തൃക്കൈകളിളക്കുന്നു
എന്തിനുവേറേവരം? ഞങ്ങൾക്കുയാവജ്ജീവം
നിന്തിരുവടിയുടെ ദാസ്യമൊന്നുതാൻപോരും
സതിനിൻപീഠത്തിൻമേൽ പ്രകടീകരിയ്ക്കാവൂ
പതിവായ് ഞങ്ങൾക്കുണ്ടാംമാനസനൈർമ്മല്യത്തെ
ഞങ്ങൾതൻപ്രേമപ്പാൽപോലുള്ളതണ്ണീരാൽകാലേ
ഗംഗയ്ക്കുസപത്നിയാം നിൻതടം നിറയ്ക്കാവൂ
മുറ്റത്തെ തുളസി - വള്ളത്തോൾ

ഞങ്ങൾക്കു വേണ്ടൂന്നതൊക്കെ നേടാൻ കനി-
ഞ്ഞങ്ങുവർഷിക്കുമനുഗ്രഹങ്ങൾ
എത്രയെടുക്കിലും നിന്നടുക്കൽത്തിരി-
ച്ചെത്തുന്നു തെല്ലുമൊരൂനമെന്യേ.
പാടവും തോപ്പും നനയ്ക്കും തിരക്കാണു
പാവം പുഴ;യ്ക്കൊഴിവില്ല; പക്ഷേ
ചുറ്റി വളഞ്ഞതിൻ വറ്റാത്ത നീരൊഴു-
ക്കെത്തി നിൻ തൃക്കാൽ കഴുകിടുന്നു.
ഗീതാഞ്ജലി - ടാഗോർ/എൻ.കെ. ദേശം

ഞാനറിവീലാ ഭവാന്റെ മോഹന
ഗാനാലാപന ശൈലി
നിഭൃതംഞാനതുകേൾപ്പൂസതതം
നിതാന്തവിസ്മയശാലി
ഉദയദ്ഗാനപ്രകാശകലയാ
ലുജ്ജ്വലശോഭം ഭുവനം
അലതല്ലീടുകയാണധിഗഗനം
വായുവിലീസ്വരചലനം
ഗീതാഞ്ജലി - ജി.

ഞ

ഞാനുണർന്നപ്പോളാദിപ്പുലർകാലത്തീപ്പാരും
വാനുമന്യോന്യംനോക്കിശ്ശോകമൂകമായ്നിൽപ്പാം
മാമകവക്ഷസ്തടംശൂന്യമായ്ക്കണ്ടൂ,പോയാ
ളോമലാളയ്യോ! രാഗവിശ്വാസപരീക്ഷാർത്ഥം
ചേണിയന്നൊന്നോരണ്ടോ വെൺതാരമന്ദാരപ്പൂ
വേണിയിങ്കൽനിന്നൂർന്നുവീണിരുന്നിതുപോകെ;
കളനൂപുരാരവംകേട്ടുഞാനയ്യോ പക്ഷി
ഗളനിർഗ്ഗളന്നാദമെന്നല്ലോ വിചാരിച്ചു!
അന്വേഷണം - ജി.

ഞാഴൽവള്ളിയിൽമേനിയും പേടിച്ച
പേടമാൻമിഴിക്കോണിൽനിൻനോട്ടവും
അമ്പിളിയിലിളംകവിൾക്കാന്തിയും
നൻമയിൽപ്പീലിക്കറ്റയിൽക്കൂന്തലും
ആറ്റിലേന്തിത്തുളുമ്പുന്നചിറ്റല
ച്ചാർത്തിലാബ്ഭ്രൂവിലാസവും കാൺമൂഞാൻ
എങ്കിലും നിന്റെ സാദൃശ്യമൊന്നുചേർ
ന്നെങ്ങുമൊന്നിലും കാൺമീലചണ്ഡി ഞാൻ
മേഘസന്ദേശം - എൻ.കെ.ദേശം

"ഞാൻ ജയിച്ചങ്ങേ മകനർജ്ജുനൻ മരിച്ചാലും
ഞാൻ മരിച്ചങ്ങേ മകനർജ്ജുനൻ ജീവിച്ചാലും
ഒന്നു ഞാനുറപ്പിച്ചു പറയാ-മിതുസത്യം-
അഞ്ചുപുത്രന്മാരോടൊത്തമ്മയ്ക്കു വാഴാമല്ലോ."
മുറുകുംവില്ലിൽക്കത്തി നിൽക്കുന്ന തീയമ്പുപോ-
ലെരിയും മകനോടു യാത്ര ചോദിക്കും നേരം
വരുമാ സമരത്തെയോർത്തിടും മാതാവുള്ളിൽ-
ക്കരഞ്ഞോ? മന്ദസ്മിതം വിരിഞ്ഞോ ഹൃദയത്തിൽ?
അമ്മയും മകനും - തിരുനല്ലൂർ കരുണാകരൻ

ഞ

ഞാറാണെങ്കിൽ പറിച്ചുനട്ടീടണം
ഞാറ്റുവേലക്കാലമെത്തുമ്പോൾ
പെറ്റുവളർന്നകുടിവിട്ടുപെണ്ണിനു
മറ്റൊരിടത്തുകുടിവയ്പ്
വയലിനുമപ്പുറത്തേതോസ്വയംവര
പ്പുകിലിനുമേലാളർപോകുമ്പോൾ
വെറുതെയീനിനവുകൾവന്നുപോയി
വെയിലത്തൊരുമഴച്ചാറ്റൽപോലെ
കോതമ്പുമണികൾ - ഒ.എൻ.വി

ഞാനമെങ്കൽവിളയിച്ചുതെളിയിച്ചിനിയ ചൊൽ
നായികേ! പരവൈയിൽതിരൈകൾനേരുടനുടൻ
തേനുലാവിനപതങ്കൾവന്തുതിഴ്ങ്ങി,നിയത
ചേതയുൾത്തുടർന്തുതോന്റുംവണ്ണമിന്റുമുതലായ്
ഊനമറ്റെഴുമിരാമചരിതത്തിലൊരുതെ
ല്ലൂഴിയിൽചെറിയവർക്കറിയുമാറുരചെയ്‌വാൻ
നാനുടക്കിനതിനേണനയനേ! നടമിടെൻ
നാവിലിച്ചയൊടുവൈത്തടിയിണൈക്കമലതാർ
രാമചരിതം

ഞാവലിൻകാവുതോറുംതടഞ്ഞുകാ
ട്ടാനതൻ മദനീരാൽ സുരഭിയായ്
മന്ദമോലുന്നരേവതൻവെള്ളമുൾ
ക്കൊണ്ടുപോകണംപെയ്തിട്ടുനീസഖേ
ഏറ്റമുൾക്കനംതാവുന്നതാങ്കളെ
കാറ്റിനാവില്ലപൊക്കിപ്പറത്തുവാൻ
രിക്തമായുള്ളതെല്ലാംലഘുക്കളാ
ണുൾത്തികവിലുദിക്കുന്നുഗൗരവം
മേഘസന്ദേശം - തിരുനല്ലൂർ

ഞ

ഞാനെന്നെത്തന്നെമറന്നുപോയി
ഞാനെന്നിൽത്തന്നെലയിച്ചുപോയി
ഞാനൊരുസംഗീതനാളമായി
വാനോളംപെട്ടന്നുയർന്നുപോയി
പുൽക്കൊടിതൊട്ടുവിയത്തിൽമിന്നും
നക്ഷത്രംപോലുമിന്നെന്റേതായി
കർമ്മങ്ങൾകന്ദുകക്രീഡയാടും
ബ്രഹ്മാണ്ഡംപോലുമെൻസ്വന്തമായി
ദിവ്യാനുഭൂതി ചങ്ങമ്പുഴ

ഞാനിക്കറുത്തൊരു നീറ്റിൽ മുങ്ങി-
ക്കാണാതെയാമ്പോൾക്കരയുമോ നീ?
കോച്ചും തണുപ്പിൽക്കഴുത്തിനറ്റം
ചേച്ചിയിറങ്ങിത്തിരഞ്ഞു നോക്കാം.
ഇപ്പടവിന്മേൽ ബ്ഭയപ്പെടാതെ-
ന്നപ്പുചിരിച്ചു ചിരിച്ചിരിക്കൂ.
ആശിക്കാനില്ലൊരു മന്ദഹാസം
ചേച്ചിയ്ക്കു മറ്റൊരു ചുണ്ടിൽ നിന്നും
വിവാഹസമ്മാനം - ഇടശ്ശേരി

ഞാനിനിക്കാണില്ല നീല നിഴലുകൾ,
ഞാനറിയില്ലിനിവർഷാതപാദികൾ;
കേൾക്കില്ല വേദനയാലെന്നപോ,ലിളം-
രാക്കുയിൽ പാടുന്ന മുഗ്ദ്ധഗാനങ്ങൾ ഞാൻ.
അന്തവുമാദിയുമില്ലാതെ മിന്നുന്നൊ-
രന്തിവെട്ടത്തിൽക്കിനാവു കണ്ടോമനേ,
നിന്നെച്ചിലപ്പോൾ സഹർഷം സ്മരിച്ചിടാം;
പിന്നെച്ചിലപ്പോൾ മറന്നുവെന്നും വരാം.
ക്രിസ്റ്റിനാ റോസെറ്റി - എൻ.കെ. ദേശം

ഞ

ഞാനുറക്കത്തിലെങ്ങാനുമോമലെ
മായയെന്നു വിളിച്ചുപോമെങ്കിലും
പ്രേമലാവണ്യശീതളമായിടു-
മാമടിത്തട്ടിലാണു ഞാനെപ്പോഴും.
പൂക്കളോരോന്നടർന്നു പോമെങ്കിലും
ഭൂവിലോർത്താൽ വസന്തമനശ്വരം.
ഭൂവിലെന്നും മരണമുണ്ടെങ്കിലും
ജീവിതം ശിവം, സുന്ദരം, ശാശ്വതം.
മായ - തിരുനല്ലൂർ കരുണാകരൻ

ഞാനൊഴിഞ്ഞുണ്ടോ രാമനിത്രിഭുവനത്തിങ്കൽ?
മാനവനായ ഭവാൻ ക്ഷത്രിയനെന്നാകിലോ
നില്ലുനില്ലരക്ഷണമെന്നോടു യുദ്ധം ചെയ്‌വാൻ;
വില്ലിൽ നിനക്കേറ്റം വല്ലഭമുണ്ടല്ലോ, കേൾ.
നീയല്ലോ ബലാൽശൈവചാപം ഖണ്ഡിച്ച,തെന്റെ
കൈയിലുണ്ടൊരു ചാപം വൈഷ്ണവം മഹാസാരം,
ക്ഷത്രിയകുലജാതനാകിൽ നീയിതുകൊണ്ടു
സത്വരം പ്രയോഗിക്കിൽ നിന്നോടു യുദ്ധം ചെയ്‌വൻ.
ബാലകാണ്ഡം- എഴുത്തച്ഛൻ

ഞാനൊറ്റയാകുന്നതെങ്ങനെ കിടാങ്ങളേ-
യീഭൂമി വൃദ്ധയാവോളം?
ഊർദ്ധ്വബാഹുവൊരാളനീതിയാലസ്വസ്ഥ-
മാത്മാവിൽ നിലവിളിപ്പോളം?
അലിവിന്റെ പകൽ വിരിഞ്ഞൊടുവിലെസ്സ്വാതന്ത്ര്യ-
പഥികനുമിരുട്ടിൽ വീഴ്‌വോളം?
ഞാനൊറ്റയാകുന്നതെങ്ങനെ കിടാങ്ങളേ,
ഞാനൊറ്റയായ്പ്പോകുവോളം?
ഒടുവിൽ ഞാനൊറ്റയാകുന്നു - സച്ചിദാനന്ദൻ

ഡ

ടങ്കമൊടു മാൻ മഴു ധരിച്ചിടും മഹേശൻ
വൻകരിതൻ വേഷമാണ്ടുവൻപൊടഖിലേശൻ
പങ്കജാക്ഷിയായിടുന്ന ഗൗരിയുമക്കാലം
തൻ കരിണിയായുടൻ തരത്തിലനുകൂലം
അംഗജാരിക്കന്നു സർവ്വമംഗലയായീടും
അംഗനയിലന്നുടൻ പിറന്നൊരു കുമാരൻ
മംഗലാത്മാവായൊരാമാതംഗമുഖനെന്റെ
ഇംഗിതങ്ങളാം വരങ്ങൾ നൽകുവാൻ തൊഴുന്നേൻ.
കിരാതം കുറത്തിപ്പാട്ട് – കുട്ടിക്കുഞ്ഞു തങ്കച്ചി

ഡിസ്ചാർജ്ജുചെയ്തിട്ടും ഹാ പോകുന്നതില്ലാരോഗി
ബസ്ചാർജ്ജ്നൽകാമെന്നുചൊന്നിട്ടും കിടപ്പത്രേ
ഒന്നുതാനറിയേണ്ടതാർക്കുമേനാടെങ്ങെങ്ങും
വന്ദനീയനീമട്ടിൽ മാറുവാനെന്തേബന്ധം
കെൽപ്പെഴും ഗവേഷകബുദ്ധികൾ രക്തംവച്ച
കുപ്പിയോരോന്നും നോക്കിയെത്തവേ സത്യം കാണായ്
ഹന്ത! മാന്യരിൽമാന്യനാകുമീരോഗിക്കല്ലോ
മന്ത്രിതൻരക്തംകുത്തിവച്ചുപോൽനിർഭാഗ്യത്താൽ
രക്തദൂഷ്യം ചെമ്മനം

ഡിംഭനീവടു; നല്ല ചന്തം; എങ്കിലും മഹാ-
ഡംഭനാ;ണയ്യോ പാവം – എന്നേവം ജനം ചൊൽകേ,
അവരെത്ത്യക്കൈ പൊക്കി വിലക്കിശ്ശുചിസ്മിത-
നരചൻ ദാനോദാരചരിതൻ വടുവോടായ്
ആരാഞ്ഞു: "ഹേ, മുഗ്ദ്ധാത്മൻ, മന്നിൽ മർത്ത്യനു വേണ്ട-
താറടി മണ്ണെന്ന നേരവിടേയ്ക്കറിയില്ലേ?"
"കുറിയോർക്കതിൽപ്പാതിപോരുമെന്നോർത്തേൻ" ഉച്ചി-
ക്കുടുമ വിറപ്പിച്ചു കുസൃതിക്കാരൻ ചൊന്നാൻ.
മാഫിയ – എൻ.കെ. ദേശം

ത

തത്തേ, വരികരികത്തിരി, നിൻമൊഴി
യിത്തിരിനേരമുതിർത്താലും
പാതിപറഞ്ഞുമറന്നപഴങ്കഥ
പാടുകപൈന്തേൻമൊഴിയാളേ!
പഴയ പടിയ്ക്കുകിടയ്ക്കാകദളി
പ്പഴവും ഗുളവും മധുകണവും
തെല്ലുകൊറിക്കാം റേഷൻവാങ്ങിയ
കല്ലരി, നീ മുഷിയില്ലെങ്കിൽ
കിളിപ്പാട്ട് - എൻ.കെ.ദേശം

തൻമകനെക്കാത്തുനിന്നൂതായതൊട്ടവീട്ടിൽ
തരളിതമാംഹൃദയമാളും താളഘോഷത്തോടേ,
പൊടിയരിയാൽച്ചോറുവച്ചുചൂടുപാകമാക്കി
ഉരുകിയനെയ്കോരിവീഴ്ത്തി സ്നിഗ്ദ്ധതരമാക്കി
പലകറികൾപാകമായൊരുക്കി,യവനുണ്ണാൻ
വരികയായീവരികയായെന്നുഴറിയകണ്ണോടേ!
ആയിളം കുളിരൊളിത്തിടമ്പിനോടെന്തോതീ
ആയിരം കഴുത്തറുത്തുചോര കുടിച്ചോളേ?
കാവിലെ പാട്ട് - ഇടശ്ശേരി

തത്ത്വചിന്താലഹരിയിൽക്കണ്ണുകാണാത്തസംഖ്യംപേർ
മുക്തിയെന്നഹസ്തിയെച്ചെന്നുരുമ്മിനോക്കി
അവരവർകണ്ടമട്ടിലതിനെവർണ്ണിച്ചുചൊല്ലി
യവരിന്നുംചെയ്വൂവാദപ്രതിവാദങ്ങൾ
മുന്തിരിയെപ്പറ്റിമാത്രമാർക്കുമില്ലൊരെതിർവാദം
മുന്തിരിയെക്കഴിയുകില്ലപലപിക്കാൻ
മുന്തിരിയെക്കലർപ്പറ്റമുന്തിരിയെതുടുത്തചെ
മ്മുന്തിരിയെ ചെന്നുനിങ്ങളവലംബിക്കിൻ
മദിരോത്സവം - ചങ്ങമ്പുഴ

ത

തയ്യലാളെയും വേർപെട്ടു തൻ കണം
കൈയിൽനിന്നു പൊൻകങ്കണമൂർന്നവൻ
മാസമേതാനുമാശൈലസീമയിൽ
വാസമാർന്നവാറാടിപ്പുലർച്ചയിൽ
കൊമ്പുകുത്തിക്കളിക്കാനൊരുമ്പെടും
കൊമ്പനാന പോൽകാണാനഴകുമായ്
താഴ്വരയെത്തഴുകിവന്നെത്തിടും
കാർമുകിലിനെകണ്ടിതക്കാമുകൻ
മേഘസന്ദേശം - തിരുനല്ലൂർ

തരുണീതരുണൻമാരന്യോന്യം
തരമായ്‌വരുവാൻദുർഘടമത്രേ
ഒരുവനിലാഗ്രഹമൊരുനാരിക്കതു
പരഹൃദയത്തെയുമൊപ്പിക്കേണ്ട;
ഇരുവരുതമ്മിൽച്ചേർന്നുവരുമ്പോൾ
പരമാനന്ദമവർക്കുലഭിക്കും;
മറ്റുള്ളവരുപറഞ്ഞാലുംഹൃദി
പറ്റുകയില്ല കുലുക്കവുമില്ല.
നളചരിതം - കുഞ്ചൻനമ്പ്യാർ

തളിർമരക്കൊമ്പത്തുരണ്ടുമഞ്ഞ
ക്കിളികൾചിലച്ചുപറന്നുപോയി
കുറെവെള്ളിപ്പൂക്കളക്കൂട്ടുകാർതൻ
നിറുകയിൽഞെട്ടറ്റടർന്നുവീണു
അരുവിയിൽവെള്ളം കുടിച്ചുപോകാ
നൊരുകൊച്ചുമാൻപേടവന്നുചേർന്നു
ഒരുകൊച്ചുമീനിനെക്കൊക്കിലാക്കി
യൊരുനീലപ്പൊൻമാൻപകച്ചുപൊങ്ങി
രമണൻ - ചങ്ങമ്പുഴ

ത

തല കൊയ്ത വെണ്മഴു തീയിലൂട്ടി-
ക്കൊഴുവാക്കിമലയും മറിച്ചിളക്കി,
കഴിവെഴും കല്പനാവൈഭവങ്ങൾ
മെഴുകിയുമെഴുതിയുമഴകിയറ്റി.
വിളവിനു മേത്തരം വിത്തുപോലെ
ഇളയിലെ മുത്തായ് വിളങ്ങിമർത്ത്യൻ.
ഉലകവുമുമ്പർകോൻ നാടുമപ്പോൾ
ഒളിയും നിഴലും പോലെന്നു കേൾവി.

മേനക - എം. ഗോവിന്ദൻ

തെളിഞ്ഞൂ മാനം; നീർച്ചാൽ വറ്റിയ നിലത്തപ്പോ-
ളുടഞ്ഞ നാലഞ്ചാറു വളപ്പൊട്ടുകൾ കണ്ടേൻ.
എന്തിനെന്നോരാതവ പെറുക്കിയെടുക്കവേ,
എന്റെ കയ്യിലാ ഭഗ്നസൗന്ദര്യം തിളങ്ങവേ,
തച്ചുടയ്ക്കലിൻ തച്ചുശാസ്ത്രങ്ങൾക്കപ്രാപ്യമി-
ക്കൊച്ചു ദുഃഖത്തിൻ പച്ചത്തുരുത്തിലണഞ്ഞു ഞാൻ.
ഭൂമികന്യയെ വേൾക്കാൻ വന്ന മോഹമേ! ഇന്ദ്ര-
കാർമ്മുകമെടുത്തു നീ കുലച്ചു തകർത്തെന്നോ!

വളപ്പൊട്ടുകൾ - ഒ.എൻ.വി.

തേടുന്നതാരെയെൻ മൂഢത? ഞാനായ
തോടിന്നകത്തെപ്പൊരുളിനേയോ?
എത്ര ജന്മങ്ങളായ് തേടുന്നു പാഴിലാ
സത്യത്തെ മിഥ്യാജഗത്തി,ലെന്നാൽ
ക്ഷുദ്രമാമിപ്പുറം തോടുടയ്ക്കാതെ ക-
ണ്ടെത്താവതല്ല തൂമുത്തൊരാൾക്കും.
ഞാനെന്ന ഭാവം ഹിരണ്മയപാത്രമാ-
യാനന്ദസത്തയെ മൂടി നില്പൂ.

രാധാമാധവം - എൻ.കെ. ദേശം

ത

തോളത്തു ഘനം തൂങ്ങും വണ്ടിതൻ തണ്ടും പേറി-
ക്കാളകൾ മന്ദംമന്ദമിഴഞ്ഞു നീങ്ങീടുമ്പോൾ,
മറ്റൊരു വണ്ടിക്കാള മാനുഷാകാരംപൂണ്ടി-
ട്ടറ്റത്തു വണ്ടിക്കയ്യിലിരിപ്പൂ കൂനിക്കൂടി.
തോളുകൾ കുനിഞ്ഞിട്ടുണ്ടവന്നും, സ്വജീവിത-
നാളുകൾ തൽക്കണ്ഠത്തിലേറ്റിയ നുകം പേറി;
കാലുകൾ തേഞ്ഞിട്ടുണ്ടിന്നവന്നും, നെടുനാള-
ക്കാലത്തിൻ കരാളമാം പാതകൾ താണ്ടിത്താണ്ടി.
ഓർക്കുക വല്ലപ്പോഴും - പി. ഭാസ്കരൻ

താരഹാരങ്ങൾതിളങ്ങുംവിയത്തുമി
ത്തീരാത്തസമ്പത്തെഴുംജഗത്തും
തീറായെനിക്കു കിടച്ചാലുമെൻതൃഷ്ണ
തീരാതെപിന്നെയുംഞാനിരക്കും
എന്നാലവൾ,അവൾമാത്രമിച്ചൊന്നവ
യ്ക്കെല്ലാംപകരമായെന്റെയായാൽ
വാണുകൊള്ളാംമന്നിലേതൊരല്പിഷ്ഠമാം
കോണിലുംസമ്പൂർണ്ണകാമനായ്ഞാൻ
ടാഗൂർ - എൻ.കെ.ദേശം

താഴത്തേക്കെന്തിത്രസൂക്ഷിച്ചുനോക്കുന്നു
താരകളേ നിങ്ങൾ നിശ്ചലരായ്?
നിങ്ങൾതൻകൂട്ടത്തിൽനിന്നിപ്പോഴാരാനും
ഭംഗമാർന്നൂഴിയിൽവീണുപോയോ?
ഉർവ്വിതാ, നക്ഷത്രംതന്നെയാംരൂപമൊ
ന്നുർവ്വിയിലിപ്പുരവീഥിയിങ്കൽ;
അല്ലെങ്കിൽമറ്റൊരുകൊച്ചുനിലാവിതാ
മുല്ലപ്പൂപോലുള്ള തൂനിലാവിൽ!
മഗ്ദലനമറിയം - വള്ളത്തോൾ

ത

താരകരത്നഖചിതമാംപട്ടിനാൽ
പാരമലംകൃതമായവിൺപെട്ടിയിൽ
ചത്തപകലിൻശവംവച്ചെടുപ്പതി
ന്നാത്തമൗനംനാലുദിക്കുകൾനിൽക്കവേ,
തൻപിതാവിൻശവപ്പെട്ടിമേൽച്ചുംബിച്ചു
കമ്പിതഗാത്രിയായന്തിമൂർച്ഛിക്കവേ,
ജീവിതംപോലെരണ്ടറ്റവും കാണാത്തൊ
രാവഴിവക്കിൽത്തനിച്ചുഞാൻനിന്നുപോയ്
ഇന്നുഞാൻ നാളെനീ - ജി.

താന്തനായ്നിൽക്കുമൊരെന്നെനോക്കി
ത്താരാകുമാരികൾകണ്ണുചിമ്മി
ഞാനുമൊരിക്കലാമാനനീയ
സ്ഥാനത്തിരുന്നവനായിരുന്നു
കണ്ണുനീരെന്തെന്നറിയുവാനായ്
വിണ്ണിൽനിന്നുംഞാനിറങ്ങിപ്പോന്നു
താഴെവന്നെത്തിയോരെന്നെമോദാൽ
സ്വാഗതംചെയ്തുനിരാശവേഗം
നിർവൃതി - ചങ്ങമ്പുഴ

താതൻനിനക്കഭിഷേകാർത്ഥമായുടൻ
ആദരാൽസംഭരിച്ചോരുസംഭാരങ്ങൾ-
കൊണ്ടഭിഷേകംഭരതനുചെയ്യണം
രണ്ടാംവരംപിന്നെയൊന്നുണ്ടുവേണ്ടുന്നു
നീ പതിന്നാലു സംവത്സരംകാനനേ
താപസവേഷേണവാഴുകയുംവേണം
നിന്നോടതുനിയോഗിപ്പാൻമടിയുണ്ടു
മന്നവനിന്നതുദുഃഖമാകുന്നതും
അയോദ്ധ്യാകാണ്ഡം-അദ്ധ്യാത്മരാമായണം - എഴുത്തച്ഛൻ

ത

താരകൾ വിറപ്പതു മർത്ത്യലോകത്തിൻശക്ത്യുദ്
ഗാരത്തെബ്ഭയന്നല്ല, മർത്ത്യരേ ഭ്രമിക്കായ്‌വിൻ!
തങ്ങളെച്ചുഴന്നെഴുമപ്രമേയത കണ്ടാ
ണിങ്ങനെ നടുങ്ങുന്നതല്പരേ ഗർവ്വിക്കായ്‌വിൻ
ബുദ്ധിയായ്, ഹൃദയമായ്, കർമ്മശക്തിയായ്, നാനാ
സിദ്ധിയായ്‌നിങ്ങൾക്കുള്ളിലേതനാദിചൈതന്യം
സന്തതംവിടരുന്നതതിന്റെയിച്ഛയ്ക്കൊത്താ
ണന്തമറ്റതാംമഹാപ്രപഞ്ചംവളരുന്നു.
വിശ്വദർശനം - ജി.

താരണിക്കെഴുംഭംഗിയില്ലമേ, കഴുകന്റെ
ദൂരദൃഷ്ടിയുമില്ലീമാമരക്കൊമ്പത്തെങ്ങാൻ
ആകാശത്തിന്റെനിത്യസൗന്ദര്യംപാടിപ്പാടി
ശ്ലോകാസ്പൃഷ്ടാത്മാവായിക്കാലയാപനം ചെയ്‌വൻ
ജീവിതപ്പോരിൽത്തോറ്റുതോറ്റുള്ളംകീറിക്കീറി
മേവിടുംസഹോദരൻമാരിലാർക്കാനുംപക്ഷേ
ആനന്ദദാനംചെയ്‌വാൻശക്തമായേക്കാമെന്റെ
ഗാനം,ഞാനതിക്ഷുദ്രപക്ഷിയായിരുന്നോട്ടെ!
സാഹിത്യകൗതുകം IV - ജി

തൊലിതൻവർണ്ണംനോക്കിമേന്മനിർണ്ണയിക്കുന്ന
തൊഴിലിൻ മിടുക്കൻമാർ നാടുവാണരുളുമ്പോൾ
നാഭിയിലൊരിത്തിരികസ്തൂരിനിക്ഷേപിച്ചു
നായാടപ്പെടാൻവിട്ടമാനാണുഞാൻ കൃഷ്ണ!
പാട്ടിലൊരല്പം പൂന്തേൻ കലർത്തിയസ്വാതന്ത്ര്യ
ക്കൂട്ടിലെ മൂളാൻവിട്ട കിളിയാണു ഞാൻ കൃഷ്ണ!
എങ്കിലും ധന്യം ജന്മം പൊള്ളപ്പാഴ്മുളം തണ്ടാ
മെന്നെയുംസചേതനമാക്കി നീ നാദപ്രാണ.
ഓർമ്മയ്ക്കു താലോലിക്കാൻ - യൂസഫലികേച്ചേരി

ത

താരിണങ്കിനതഴൈക്കുഴൽമലർത്തയ്യൽമുലൈ
ത്താവളത്തിങ്കലിളകൊള്ളുമരവിന്തനയനാ!
ആരണങ്കളിലെങ്കും പരമയോകികളുഴ
ന്റ്റാലുമെന്റുമറിവാനരിയഞാനപൊരുളേ
മാരിവന്തതൊരുമാമലൈയെടുത്തുതടൈയും
മായനേ! യരചനായ് നിചിചരാതിപതിയെ
പോരിൽനീമുന്നംമുടിത്തമയെടുത്തുപുകഴ്‌വാൻ
പോകിപോകചയനാ! കവിയെനക്കരുൾ ചെയ്യേ
രാമചരിതം

താതകാര്യമനാജ്ഞാപ്തമെന്നാകിലും
മോദേനചെയ്യുന്നനന്ദനനുത്തമൻ
പിത്രാനിയുക്തനായിട്ടുചെയ്യുന്നവൻ
മദ്ധ്യമനായുള്ള പുത്രനറിഞ്ഞാലും
ഉക്തമെന്നാകിലുമിക്കാര്യമെന്നാലെ
കർത്തവ്യമല്ലെന്നുവെച്ചടങ്ങുന്നവൻ
പിത്രോർമ്മലമെന്നുചൊല്ലുന്നുസജ്ജന
മിത്ഥമെല്ലാം പരിജ്ഞാതം മയാധുനാ
അയോദ്ധ്യാകാണ്ഡം-അദ്ധ്യാത്മരാമായണം - എഴുത്തച്ഛൻ

തേച്ചുകുളിക്കുക പതിവില്ല
തേച്ചുമിനുക്കി നടന്നീടും
തേപ്പിനുവേണ്ടവ വാങ്ങാനുള്ളതു
തേങ്ങവലിച്ചാൽ തികയില്ല
മാറിയകാലമിതെന്നാലും
മാന്യതയാണിവയെന്നാലും
മാറ്റാനൊക്കുന്നില്ലയെനിക്കെൻ
മുറിയൻഷർട്ടും മുറിമുണ്ടും
കുഞ്ഞുണ്ണിക്കവിതകൾ - കുഞ്ഞുണ്ണി

ത

തേച്ചുമിനുക്കിയാൽകാന്തിയുംമൂല്യവും
വാച്ചിടുംകല്ലുകൾഭാരതാംബേ,
താണുകിടക്കുന്നുനിൻകുക്ഷിയിൽ,ച്ചാണ
കാണാതെയാറേഴുകോടിയിന്നും
എന്തിനുകേഴുന്നുദീനയോ നീദേവി?
എന്തുഖേദിപ്പാൻ ദരിദ്രയോ നീ?
ഹന്തയിജ്ജാതിയെഹോമിച്ചൊഴിച്ചാൽനിൻ
ചിന്തിതംസാധിച്ചുരത്നഗർഭേ!
ദുരവസ്ഥ - ആശാൻ

തിരയാംപുടവയഴിഞ്ഞമണൽത്തി
ട്ടരയും കൂജത്ക്കളഹംസികളാ
മരഞാണുംപിടയുംമീൻമിഴിയും
ചിതറിയ നീലപ്പായൽക്കുഴലും
സരസാലസയായ്ച്ചുഴിയാംപൊക്കിൾ
ക്കുഴിയും പൂണ്ടരികത്താമവളെ
ത്തരമാമോ തനു തളരും താങ്കൾ
ക്കാദരിയാതവിടം വിടുവാനായ്?
ശുകഭാഷ - കെ.എൻ.വാസുദേവൻ നമ്പൂതിരി

തിട്ടമിപ്പുല്ലുകുടിലിന്നുമംബരം
മുട്ടിവളരുമരമനയ്ക്കും
ചട്ടറ്റവിത്തൊന്നുതന്നെ യിതാവിത്തു
പൊട്ടിവന്നീടും പൊടിപ്പുതന്നെ
എന്തുള്ളുഭേദമിതുകളിൽവാഴുന്ന
ജന്തുക്കൾതാനുംസഹജരല്ലോ
അന്തണനെച്ചമച്ചുള്ളോരുകൈയല്ലോ
ഹന്തനിർമ്മിച്ചുചെറുമനെയും
ദുരവസ്ഥ - ആശാൻ

ത

തുമ്പപ്പൂവിലും തൂമയെഴും നിലാ
വമ്പിൽതൂവിക്കൊണ്ടാകാശ വീഥിയിൽ
അമ്പിളിപൊങ്ങിനിൽക്കുന്നിതാ മര
ക്കൊമ്പിൻമേൽ നിന്നു കോലോളം ദൂരത്തിൽ
വെള്ളമേഘശകലങ്ങളാം നുര
തള്ളിച്ചുകൊണ്ടു ദേവകൾ വിണ്ണാകും
വെള്ളത്തിൽ വിളയാടി തുഴഞ്ഞുപോം
വെള്ളിയോടമിതെന്നുതോന്നീടുന്നു!

അമ്പിളി - ആശാൻ

തുണിനെയ്യും മില്ലിൽ പണിമുടക്കം
പണിയില്ല പട്ടിണി നാൾവഴക്കം
ഒരുമാസമുന്തിക്കഴിച്ചുകൂട്ടി
പൊറുതിയില്ലെങ്ങുമേ പോക്കുമുട്ടി
അഴലുംപൊരിച്ചലും വീട്ടിനുള്ളിൽ
തൊഴിയുമിടിയും പെരുവഴിയിൽ
തൊഴിലാളിരാമന്നു ദുർഭഗമാം
നിഴലാണിപ്പാരൊക്കെയെന്നുതോന്നി.

പണിമുടക്കം - ഇടശ്ശേരി

തുംഗമാംമീനച്ചൂടാൽത്തൈമാവിൻമരതക
ക്കിങ്ങിണിസൗഗന്ധികസ്വർണ്ണമായ്തീരുംമുൻപെ
മാങ്കനിവീഴാൻകാത്തുനിൽക്കാതെ മാതാവിന്റെ
പൂങ്കുയിൽ കൂടും വിട്ടു പരലോകത്തെപ്പൂകി
വാനവർക്കാരോമലായ്പ്പാരിനെക്കുറിച്ചുദാ
സീനനായ് ക്രീഡാരസലീനനായവൻവാഴ്കെ
അങ്കണത്തൈമാവിൽനിന്നാദ്യത്തെപ്പഴംവീഴ്കെ
അമ്മതൻനേത്രത്തിൽനിന്നുതിർന്നൂചുടുകണ്ണീർ

മാമ്പഴം - വൈലോപ്പിള്ളി

ത

തുഴതാഴെവച്ചുശാന്തം, ഉലകേഴും തിമിർക്കുമാ
ത്തിരുനടനത്തിലുൾക്കണ്ണിണയണച്ചും
ഏതൊഴുക്കിലൊഴുകിപ്പോയാലുമെന്ത്? വഞ്ചിമുങ്ങി
യാലുമെന്ത്? പിടിവള്ളിയിതെന്നുറച്ചും
ഞാനിരിപ്പൂ നെഞ്ചിലിപ്പോൾപടപടപ്പല്ല കേൾപ്പൂ
കാലകാലനുടെചോടിൻചടുലതാളം
അലകളല്ലിതാ ചുഴലുന്നു വിണ്ണാറിലെയോളം
വിറയല്ല മെയ്യിലേല്പ്പൂനിറപുളകം
അതിർത്തിയിലേക്ക് - വിഷ്ണുനാരായണൻ നമ്പൂതിരി

തുമ്പികൾകരിന്തുമ്പികൾക്ഷുദ്രമാം
കൊമ്പിനാലേ തുളയ്ക്കിൽ നിൻ മാറിടം
മന്ദിതോത്സാഹനാകാതവയോടു
നന്ദിചൊൽകവനമുളേ, സൗമ്യമായ്
നോവുതിന്നും കരളിനേപാടുവാ
നാവൂനിത്യമധുരമായാർദ്രമായ്
നീ മലയാദ്രിതൻമടിലാളിക്കൂ
മോമലല്ലോ പ്രകൃതിതൻപൈതലേ!
വനഗായകൻ - ജി.

തുമ്പിക്കൈവണ്ണത്തിൽപ്പേമഴപെയ്യട്ടേ
ജൃംഭിക്കും കാളാംബുവാഹം
ചീറ്റിയടിക്കും കൊടുങ്കാറ്റിൽ വൻമര
ക്കൂട്ടംപതിക്കട്ടെ നീളെ;
ദുർദ്ദമശക്തികളൊക്കെയിളകീട്ടു
കുത്തിമറിഞ്ഞുവന്നോട്ടെ;
അപ്പൊഴാണുത്സവമപ്പൊഴാണുത്സാഹ
മപ്പോഴദമ്യനീമർത്ത്യൻ
മലയാളി - ഇടശ്ശേരി

ത

തൊട്ടതുസർവ്വം പൊന്നാക്കും വിധു
രശ്മികളേറ്റു തിളങ്ങുകയത്രേ
മുറ്റും കാടുപിടിച്ചു വളർന്നൊരു
പുൽക്കൊടിതോറും ഹിമബിന്ദുക്കൾ
ഇത്തിരിവെട്ടം കിട്ടുമ്പോഴേ
യ്ക്കെത്ര ധനാഢ്യൻമാരായ് നമ്മൾ
ഇത്തിരിവട്ടം പുല്ലിന്നുടയോർ!
സ്വത്തിനിവേറെ നമുക്കെന്തിന്നായ്?
ഹരിതാഭരണം - പി.പി.രാമചന്ദ്രൻ

ത്രിഭുവനമടക്കിവാണിരുന്നരുളുന്ന മഹാ
പ്രഭുവിനെക്കാൺമാൻകൈക്കലേതും കൂടാതെ
സ്വഭവനത്തിങ്കൽനിന്നുഗമിക്കരുതാരും, കൈക്ക
ലിഭവുമാം, ഇലയുമാം, കുസുമവുമാം,
അവിലുമാം, മലരുമാം, ഫലവുമാം, യഥാശക്തി
മലർക്കന്യാമണവാളനൊക്കെയുമാകും
മലംകളമനസ്സിലിന്നെന്തുവേണ്ടെന്നറിയാഞ്ഞു
മലയ്ക്കേണ്ടചൊന്നതിലൊന്നുണ്ടാക്കിയാലും
കുചേലവൃത്തം - രാമപുരത്തുവാര്യർ

തൃശ്ശിവപേരൂർപ്പൂരപ്പറമ്പുകടന്നുഞാ
നൊട്ടിയവയറുമായുച്ചയ്ക്കുകേറിച്ചെന്നു
"ഇത്രമാത്രമേ ബാക്കി"യെന്നോതി വൈലോപ്പിള്ളി
യിത്തിരിചോറും മോരുമുപ്പിലിട്ടതും തന്നു
ഞാനുണ്ണുന്നതുനോക്കിനിൽക്കുമ്പോൾ മഹാകവി
താനറിയാതേ കുറച്ചുറക്കെപറഞ്ഞുപോയ്
"ആരുപെറ്റതാണാവോ പാവമിച്ചെറുക്കനെ?
ആരാകിലെന്ത്? അപ്പെണ്ണിൻ ജാതകം മഹാകഷ്ടം!"
അന്നം - ചുള്ളിക്കാട്

ത

തുന്ദില ഹരിത വിരിപ്പിൽ സ്മേരം
തുമ്പ വിടർന്നൂമുറപോലെ
ഓണച്ചെടികളിലല്പാരുണമാം
നാണമുറന്നൂമുറപോലെ
കാക്കത്തെകളിലഞ്ജനമെഴുതിയ
നോക്കുവിരിഞ്ഞൂമുറപോലെ
നെല്ലിച്ചെടിയോപവിഴം ചാർത്തി
നെല്ലുധരിച്ചുപൂത്താലി
ഇടിഞ്ഞുപൊളിഞ്ഞലോകം - അക്കിത്തം

തങ്ങളിൽവെറുതേവീമ്പുകലമ്പിടുമെങ്കിലുമെല്ലാസുഖദുഃഖങ്ങളു
മൊന്നിച്ചുണ്ണുവതിന്നുമനസ്സുതികഞ്ഞവർനിങ്ങൾ കറുത്തവരെന്നാൽ
ഉന്നതകുലജാതർതങ്ങളിൽഭിന്നിക്കുന്നുഞങ്ങൾപിടിച്ചോ
റുണ്ണാൻവേണ്ടി, യുടുക്കാൻവേണ്ടി, തലചായ്ച്ചൊന്നുകിടക്കാൻവേണ്ടി
മണ്ണിനുവേണ്ടിപ്പെണ്ണിനുവേണ്ടിമതികെടുമധികാരത്തിനു വേണ്ടി
തങ്ങളിലങ്ങനെവെട്ടുംകൊലയും ചത്തുമലയ്ക്കലുമായ്കഴിയുന്നു
ഞങ്ങളെമൂടിപ്പൊതിയുംഗതികേടിന്റെയിരുട്ടിൽപ്പരതുന്നോർചിലർ
തമ്മിലടിപ്പിക്കുന്നു,തലകൊയ്യിച്ചു രസിച്ചുസുഖം പുൽകുന്നു.
എസ്. രമേശൻ നായർ

തിരക്കാണെവിടെയും ഒഴിഞ്ഞോരിടം നോക്കി
ഇരുട്ടിൽപ്പാകംചെയ്യാനെത്തിനേൻശ്മശാനത്തിൽ
ആയുസ്സുനീട്ടിത്തരാൻകുറയ്ക്കാനുമാകാതെൻ
ചാരത്തുവിളറിനിന്നീലയോ പാവംകാളി
ഉണ്ടുബുദ്ധിയെന്നൂറ്റം കൊള്ളുവോർയഥാർത്ഥത്തിൽ
ഉള്ളുപൊള്ളയായവർ ഉള്ളതുമറിയാത്തോർ
നാറാണത്തെഴുംഭ്രാന്തനെന്നെന്നെച്ചൂണ്ടുമ്പോഴോ
നാരായവേരോളം ഞാൻ കുലുങ്ങിച്ചിരിക്കുന്നു.
നാറാണത്തുഭ്രാന്തൻ - പുലാക്കാട്ടു രവീന്ദ്രൻ

ദ

ദുർജ്ജന്തുവിഹീനമാം ദുർല്ലഭതീർത്ഥഹ്രദം;
കജ്ജളോദ്ഗമമില്ലാത്തോരുമംഗളദീപം;
പാമ്പുകൾതീണ്ടിടാത്തമാണിക്യമഹാനിധി;
പാഴ്നിഴലുണ്ടാക്കാത്തപൂനിലാവെന്നാചാര്യൻ
ശസ്ത്രമെന്നിയേധർമ്മസംഗരം നടത്തുന്നോൻ
പുസ്തകമെന്യേപുണ്യാദ്ധ്യാപനംപുലർത്തുന്നോൻ,
ഔഷധമെന്യേരോഗം ശമിപ്പിപ്പവൻ ഹിംസാ
ദോഷമെന്നിയേയജ്ഞം ചെയ്വവ, നെന്നാചാര്യൻ
എന്റെ ഗുരുനാഥൻ - വള്ളത്തോൾ

ദൂരത്തൊരേടത്തുശാന്തമായ് മേവിയ
നീരിന്നകത്തൊരിളക്കമുണ്ടായ്
സ്ഫീതങ്ങളായങ്ങുപൊങ്ങീകുമിളക
ളേതോവിപത്തിൻമുളകൾപോലെ
ആറ്റിലൊലിച്ചുവരുന്നതെന്തെന്തിതൊ
രായിരം കൊമ്പുള്ള മാമരമോ?
അയ്യോസഹസ്രസ്ഫണോഗ്രക്കരിംപാമ്പെ!
ങ്ങിയ്യോമൽക്കോമളപ്പൈതലെങ്ങോ
കർമ്മഭൂമിയുടെ പിഞ്ചുകാൽ - വള്ളത്തോൾ

ദൂരെനിന്നെത്തുന്നുകാറ്റിലൊരമ്മതൻ
താരാട്ടുപാട്ടിന്റെതാരനാദം
പാരിന്റെ ഭീതികൾ, ആധികൾ, ഊടായും
പാവായുമാപ്പാട്ടിൽ നെയ്തിരിപ്പൂ
പോരിലെത്തീയുണ്ടയോരോന്നും പൊട്ടുന്ന
തോരോരോ തായ്നെഞ്ചിന്നുള്ളിലല്ലോ
ആരുജയിക്കിലു, മമ്മമാർതൻതേങ്ങ
ലാണുജയാരവങ്ങൾക്കുമേലേ!
കൈസിൻ കുലീവ് - എൻ.കെ.ദേശം

ദ

ദയനീയം, കർഷകൻ വിളയിച്ച കണ്ടത്തിൽ
നിയമം നടത്തുന്നൂകൈയേറ്റം,
അക്രമത്തിന്നെഴുംപ്രത്യാഘാതങ്ങ
ളുദ്ഗമിക്കുന്നൂവരമ്പിൻമേൽ,
പുത്തൻകലവുമരിവാളുംകലർ
ന്നൊട്ടിടിവെട്ടീവരമ്പിൻമേൽ!
"അധികാരം കൊയ്യണമാദ്യം നാം
അതിനു മേലാകട്ടേ പൊന്നാര്യൻ"
പുത്തൻകലവും അരിവാളും - ഇടശ്ശേരി

ദർപ്പം കലർന്നുള്ളസർപ്പങ്ങളെല്ലാം തൻ
മസ്തകംചാലപ്പരത്തിനിന്നു
വേവുറ്റമേവുമക്കാനനംകൈകൊണ്ടു
പാവകൻതന്നെവിലക്കുംപോലെ
വ്യഗ്രങ്ങളായുള്ള കേകികൾ പീലിത
ന്നഗ്രങ്ങൾ ചൂഴും നിരന്നുതപ്പോൾ
വാനവർനായകൻ വാരാഞ്ഞതെന്തെന്നു
കാനനം നോക്കുന്നുതെന്നപോലെ
ഖാണ്ഡവദാഹം - ചെറുശ്ശേരി

ദമനുടെ സോദരിയാകിയ കന്യക
ദമയന്തിയ്ക്കുവിവാഹമടുത്തു
കമലവിലോചനയാളെ നിനച്ചാൽ
ഭൂവിയിലതിന്നൊരുപുരുഷരുമില്ല
മലർശരപരവശരായ്വന്നീടിന
പലപലനൃപതികളവളെലഭിപ്പാൻ
പലതരമങ്ങുപ്രയത്നംചെയ്തു;
ഫലമതുപിന്നെക്കണ്ടാലറിയാം.
നളചരിതം - കുഞ്ചൻനമ്പ്യാർ

ദ

ദശമുഖനുമധികജളനാശുമണ്ഡോദരീ
ദാക്ഷിണ്യവാക്കുകൾകേട്ടുസലജ്ജനായ്
നിശിചരികളൊടുസദയമവനുമുരചെയ്തിതു
നിങ്ങൾപറഞ്ഞുവശത്തുവരുത്തുവിൻ
ഭയജനകവചമാനുസരണവചനങ്ങളും
ഭാവവികാരങ്ങൾ കൊണ്ടും ബഹുവിധം
അവനിമകളകതളിരഴിച്ചെങ്കലാക്കുവി
നമ്പോടുരണ്ടുമാസം പാർപ്പനിന്നിയും
അദ്ധ്യാത്മരാമായണം - എഴുത്തച്ഛൻ

ദശവദന നഗരമതിവിമലവിപുലസ്ഥലം
ദക്ഷിണവാരിധിമദ്ധ്യേമനോഹരം
ബഹുലഫലകുസുമദലയുതവിടപിസങ്കുലം
വല്ലീകുലാവൃതം പക്ഷിമൃഗാന്വിതം
മണികനകമയമമരപുരസദൃശമംബുധി
മദ്ധ്യേത്രികൂടാചലോപരിമാരുതി
കമലമകൾചരിതമറിവതിനുചെന്നമ്പോടു
കണ്ടിതുലങ്കാനഗരംനിരുപമം
അദ്ധ്യാത്മരാമായണം - എഴുത്തച്ഛൻ

ദാഹിക്കുന്നു ഭഗിനീകൃപാരസ
മോഹനം കുളിർ തണ്ണീരിതാശുനീ
ഓമലേ തരു തെല്ലെന്നതുകേട്ടി
ട്ടാമനോഹരിയമ്പരന്നോതിനാൾ
അല്ലല്ലെന്തുകഥയിതു കഷ്ടമേ
അല്ലലാലങ്ങുജാതിമറന്നിതോ
നീചനാരിതൻ കൈയാൽ ജലം വാങ്ങി
ആചമിക്കുമോ ചൊല്ലെഴുമാര്യൻമാർ
ചണ്ഡാലഭിക്ഷുകി - ആശാൻ

ദ

ദാഹംകെടുത്തുവാൻമോഹംപൊറുക്കാതെ
യാഹന്ത! ചാൽവക്കിൽ മൺകട്ടകൾ
നീറ്റിലിടിഞ്ഞുകുതിർന്നൂ, കുമിളയായ്
നീട്ടിയ നിശ്വാസത്തോടുകൂടെ
കാണുവോർക്കുള്ളങ്ങളവ്വണ്ണമാനന്ദ
പൂർണ്ണകുംഭങ്ങളായ് സംഭവിക്കേ,
രാമനായാമുനനീലജലത്തിനാൽ
താർമകൾക്കാടാൻ കളം വരച്ചു.
ജലസേചനം - വൈലോപ്പിള്ളി

ദിക്കുകളൊക്കെയും, കെട്ടു തിളങ്ങുന്ന
നക്ഷത്രമൊക്കെയും, വിണ്ണിലെ മണ്ണിലെ
പ്പൂവുകളൊക്കെയും പ്രാവുകളൊക്കെയും
ജീവന്റെയങ്കുരമുള്ളവയൊക്കെയും
വിശ്വാസമോടേ, ഭയത്തെരോഗത്തിനെ
മൃത്യുവെക്കൈതട്ടിമാറ്റിപ്രസന്നരായ്
എന്നോടുചൊൽവതായ്തോന്നി: "തുണയ്ക്കുവാ
നമ്മയുണ്ടമ്മയുണ്ടമ്മയുണ്ട്!"
അമ്മയുണ്ട് - സുഗതകുമാരി

ദിനന്തോറുമെച്ചിൽകൊടുത്തൊരുവൈശ്യ
തനയൻമാരായകുമാരൻമാർമുന്നം
വളർത്താരെന്നതുനിമിത്തമാക്കാകൻ
പുളച്ചഹങ്കരിച്ചരയന്നങ്ങളെ
മദത്തൊടുചെന്നുവിളിച്ചിതാഴിയെ
ക്കടക്കണംപറന്നിനിനാമെല്ലാരും
വെളുത്തമേനിയും ഞെളിയും വെൺമയും
ഇളച്ചുമുമ്പിനിക്കയയ്ക്കയുംവേണം.
മഹാഭാരതം - എഴുത്തച്ഛൻ

ദ

ദീപ്രമാമൈശ്വര്യമോഹനവൈദ്യുത
ദീപപ്രഭതൻകരിനിഴൽപോലവെ
പിഞ്ഞിപ്പൊളിഞ്ഞതുകിലുമായേറെനാ
ളെണ്ണകാണാത്തൊരുചപ്രത്തലയുമായ്
വിങ്ങുന്നകൊണ്ടൽത്തുറങ്കിലൊളിയറ്റു
മങ്ങിമയങ്ങുംനിലാവൊളിപോലവെ
എണ്ണചതിച്ചതിരിപോലെനില്പാണു
കണ്ണീരൊലിപ്പിച്ചൊരേഴയാംയാചകി
കാളിദാസന്റെപെറ്റമ്മ - പി.

ദുഃഖമുന്തിരിപ്പാത്രം ചുണ്ടത്തു ചവർക്കുമ്പോൾ
ക്രിസ്തുവാണു ഞാൻ; വെള്ളിത്തുട്ടുകൾ ചിരിക്കുമ്പോൾ,
മാപ്പു നൽകണം, യൂദാസാണു ഞാൻ; ക്രൂശിൽച്ചത്ത
പുത്രനെക്കാണുന്നേരമമ്മയായ്ത്തേങ്ങുന്നൂ ഞാൻ;
രക്ഷകനുയിർത്തെഴുന്നേറ്റണയുമ്പോൾ ഞാനേ
സത്യവിശ്വാസക്കാരൻ, പള്ളികൾ പണിയുന്നു.
എനിക്കായ് പട്ടക്കാരും കുരിശും കൂട്ടായ്മയും
സുവിശേഷവും വരിപ്പണവും പെരുന്നാളും.
ആമേൻ - നെല്ലിക്കൽ മുരളീധരൻ

ദേവിയാമിനി,പാടൂ; നിൻമൂകസംഗീതത്തി
ന്നാവിലേതരഭാവത്തിങ്കൽഞാനലിയട്ടെ!
നിന്റെയീവിശ്വധ്യാനനിസ്തുല്യവൈപുല്യം പൂ
ണ്ടെന്റെവാങ്മയം വിടർന്നർത്ഥപൂർണ്ണമായെങ്കിൽ!
വന്യചമ്പകപ്പൂവിന്നകമേമയങ്ങുന്ന
ധന്യമാം സൗരഭത്തെസ്സൗമ്യാർദ്രസ്പർശത്താലേ
ഉണർത്തും വാത്സല്യമേ, മാമകാന്തരാത്മാവി
ലുറങ്ങുംസങ്കല്പത്തെക്കുലുക്കിവിളിച്ചാലും
വിശ്വദർശനം - ജി.

ദ

ദേവാർച്ചനത്തിനായ്ലോകംസമർപ്പിച്ച
പൂവുകളാകുന്ന തേവടി സ്ത്രീകളെ
മൂർദ്ധ്നാവഹിക്കുന്നുവൈദികൻകൂടിയും
ക്ഷേത്രപ്രസാദത്തെയെന്നപോലാദരാൽ
പൂരുഷൻമാരൊക്കെയൊപ്പ; മഭിജ്ഞയാം
വാരാംഗനയ്ക്കില്ലരാഗവും ദ്വേഷവും
ആരെയുംതന്നിൽമുഴുകിക്കയല്ലാതെ
ആരിലുംമുങ്ങുമാറില്ല വേശ്യാനദി
കൊച്ചുസീത - വള്ളത്തോൾ

ദേവ! നിൻവെളിച്ചത്തെക്കാണുവാൻകണ്ണില്ലെങ്കിൽ
കേവലം കുരുടനും ഞാനുമായെന്തോഭേദം?
അപ്രഭാങ്കുരം വിൺപൂങ്കാവനം തളിർപ്പിക്കും
സുപ്രഭാതത്തിൻ ചൂഡാരത്നവും ചുവപ്പിക്കും,
വായ്ക്കുമന്ധകാരത്തിലാണ്ടുപോംരജനിയെ
വാസരമാക്കിദിവ്യചൈതന്യംജനിപ്പിക്കും
തൂമലർ വിടർത്തിടുമാപ്രകാശത്തെപ്പുൽകി
മാമകഹൃദന്തവും സ്വച്ഛന്ദം വിടർന്നാവൂ!
സാഹിത്യകൗതുകം II - ജി.

ദേവാസുരൻമാരൊരുമിക്കവൈകാതെ
കേവലംമത്തിനുമന്ദരംപർവ്വതം
പാശമാക്കിക്കൊൾകവാസുകി തന്നെയു
മാശുമഥനം തുടങ്ങുകയെന്നപ്പോൾ
നാഥനരുൾ ചെയ്തവണ്ണമൊരുമിച്ചു
പാഥോനിധിമഥനം ചെയ്തനന്തരം
ജാതങ്ങളായുള്ളദിവ്യപദാർത്ഥങ്ങ
ളാദരവോടുയഥോചിതംകൈക്കൊണ്ടാർ.
മഹാഭാരതം - എഴുത്തച്ഛൻ

ദ

ദേവി,നിൻകോവിലിൻ താഴികപ്പൊങ്കുടം
തൂവിനരമ്യമാം രശ്മിജാലം
പീവരധ്വാന്തത്തെപ്പാടനംചെയ്തതി
പാവനമാക്കുന്നുപാരിടത്തെ
നീ വിശ്വമാതാവേ പൊക്കിപ്പിടിച്ചനൽ
ത്തൂവെള്ളിക്കിണ്ണത്താലുൾകുളിർക്കെ
അന്നന്നൊഴുക്കിത്തരുന്നതുദിവ്യമാം
വെൺനറുംപാലോനിൻവാത്സല്യമോ
സത്യഗാഥ - വള്ളത്തോൾ

ദേവകളുടെ ശുഷ്കപ്രത്യാശാനദിയെത്തൻ
ജീവരക്തമാംമലവെള്ളത്താൽനിറച്ചവൻ
ഗാത്രത്തെത്യജിക്കിലെന്തീശ്വരിഭവൽപ്രീതി
പാത്രമാമദ്ധന്യന്റെപുണ്യകീർത്തിയെനിത്യം
വൻകടലിലുംകരയിങ്കലും ഘോഷിക്കുന്നു
ശംഖുകൾ ദേവാർച്ചനാമുഖ്യോപകരണങ്ങൾ
മർത്ത്യലോകത്തിങ്കൽ നിന്നുൽഗമിച്ചുൽകൃഷ്ടമാം
നിത്യലോകത്തിൽചേർന്നാൻനിൻപ്രിയഭക്തൻദിവ്യൻ
മുറ്റത്തെ തുളസി - വള്ളത്തോൾ

ദേവാലയങ്ങളിൽ പ്രാതസ്സന്ധ്യാഗമ
മാവേദനം ചെയ്‌വുശംഖൊലികൾ
തൂമയിൽതജ്ജയകാഹളമൂതുന്നു
യാമിനിയാമികർ താമ്രചൂഡർ
നീഡനിഗഡനിബദ്ധരായ് നിൽക്കാതെ
പാടവംപൂണ്ടുപറന്നു പൊങ്ങി
ഗാനപീയൂഷംപൊഴിക്കുന്നു ലോകത്തി
ന്നാനന്ദദായികൾപൈങ്കിളികൾ
പ്രഭാതഗാഥ - ഉള്ളൂർ

ദ

ദേവദാസിഞാൻമാനുഷദാസിയായ്
മേവണം പോലിതാണെൻകുലാചാരം
യൗവനോൽഗമേഞ്ഞങ്ങൾപറയടി
ച്ചാവയസ്സറിയിപ്പുനടത്തണം
ഇപ്പെരുംപറകൊട്ടലനാചാര
ദുഷ്പ്രഭുത്വമേനിൻജയഘോഷണം
ശ്രോത്രഭേദിഹാ മർത്ത്യന്റെ സോദരീ
ഗോത്രനിന്ദനശബ്ദകോലാഹലം
കൊച്ചുസീത - വള്ളത്തോൾ

ദേവകൾ ഭജിക്കുന്നോരാതിരബ്ഭഗവതി-
ക്കാവിലെ ക്കനകപ്രസാദം ചൂടി,
ആതിരച്ചെറുതാലി പോലെഴും മണിയൂഞ്ഞാ-
ലാട്ടത്തിൽ ത്രിഭുവനസുഖങ്ങൾ നേടി,
തന്നകത്തെഴുമിന്ദുശേഖരശിരസ്സിങ്ക-
ലഞ്ജനക്കടക്കണ്ണാലെണ്ണയാടി,
ഒന്നു തുടിച്ചു സുഖക്കണ്ണു നീരൊഴുക്കാമീ-
വെണ്ണിലാവലയിലെന്നുണ്ണുനീലി!
ആതിരനിലാവിൽ - താമരത്തോണി - പി. കുഞ്ഞിരാമൻ നായർ

ദേവതാരങ്ങൾ കാറ്റത്തുലഞ്ഞുര
ഞ്ഞാവനങ്ങളിൽപ്പാറുന്ന തീപ്പൊരി
നീളെ വെള്ളച്ചമരിമാൻവാൽകളി
ലാളിവീണൊരു കാട്ടുതീയാവുകിൽ
ചീർത്തുപെയ്യുന്ന പേമാരിയാലെയ
ത്തീക്കെടുതിയെൻ ചങ്ങാതി തീർക്കണം
അല്ലലിൽപ്പെടുന്നോരെത്തുണയ്ക്കുവാ
നല്ലി സമ്പത്തണയ്ക്കുന്നൂനല്ലവർ
മേഘസന്ദേശം - തിരുനല്ലൂർ

ദ

ദ്യോവിലേറുന്ന നിന്നെ പ്രതീക്ഷയാ
ലാശ്വസിക്കും വിരഹിതയോഷമാർ
അൻപിലീക്ഷിക്കുമോമൽക്കുറുനിര
ത്തുമ്പൊതുക്കിപ്പിടിച്ചുകൊണ്ടങ്ങനെ
കൈയൊഴിയുമാർ വേർപാടിൽമാഴ്കിടും
തയ്യലാളെ നീ സന്നദ്ധനാകവേ?
തന്റെജീവിതമന്ന്യന്നധീനമാ
യെന്റെമാതിരിയില്ലമറ്റാരുമേ
മേഘസന്ദേശം – തിരുനല്ലൂർ

ദൈവനീതിതൻ പേരിലിന്നോളം
കൈതവംതന്നെ ചെയ്തതുലോകം
ലോകമെന്നാൽധനത്തിന്റെലോകം
ലോകസേവനം ഹാ! രക്തപാനം
മത്തുകണ്ണിലിരുട്ടടിച്ചാർക്കും
മർദ്ദനത്തിന്നുസമ്മാനദാനം
നിർത്തുകിത്തരം നീതി നാം നമ്മൾ
ക്കൊത്തൊരുമിച്ചുനിന്നു പോരാടാം
ഭാവത്രയം – ചങ്ങമ്പുഴ

ദൈവമേ കൈതൊഴാം കേൾക്കുമാറാകണം
ബോറനാമെന്നെനീ കാക്കുമാറാകണം
കള്ളം പറയുവാൻ ത്രാണിയുണ്ടാക്കണം
കള്ളപ്പണത്തിന്നുമാർഗ്ഗമുണ്ടാക്കണം
കമ്പനികൂടുമ്പോൾ കമ്പ്യൂട്ടറാക്കണം
കമ്മിബജറ്റിന്റെ കാമുകനാക്കണം
ലക്ഷ്യബോധം കുറച്ചേറെനൽകീടണം
ലക്ഷത്തിൽ നിന്നതു കോടിയിലെത്തണം
ദൈവമേ കൈതൊഴാം – അയ്യപ്പപ്പണിക്കർ

ധ

ധനമെന്നുള്ളതുമോഹിക്കുമ്പോൾ
വിനയമൊരുത്തനുമില്ലിഹനൂനം
തനയൻജനകനെവഞ്ചനചെയ്യും,
ജനകൻതനയനെവധവുംകൂട്ടും
അനുജൻജ്യേഷ്ഠനെവെട്ടിക്കൊല്ലും,
മനുജൻമാരുടെ മാർഗ്ഗമിതെല്ലാം
കനകംമൂലം കാമിനി മൂലം
കലഹം പലവിധമുലകിൽസ്സുലഭം
കിരാതം – കുഞ്ചൻനമ്പ്യാർ

ധ്യാനമൂകമാം സന്ധ്യ, യായേകാന്ത
താരകാഭാവദീപ്തിയായെന്നുമീ
വ്യോമസീമയിലങ്ങയെക്കാൺമു ഞാൻ
തൂമതേടുമശിക്ഷിതമെൻമനം
നീല ഹേമന്തമേഘമായ് നീഹാര
നീർമണിമുത്തുതൂകും രജനിയായ്
ഒന്നുറങ്ങിത്തെളിയെമരത്തോപ്പിൽ
പൊന്നുരുകിക്കിടക്കും നിലാവായി
ദർശനം – കിടങ്ങറ ശ്രീവത്സൻ

ധർമ്മത്തെസാധിക്കുമ്പോളർത്ഥകാമങ്ങളുംപോം
ധർമ്മകാമങ്ങളുംപോമർത്ഥത്തെസാധിക്കുമ്പോൾ
കാമത്തെസാധിക്കുമ്പോളർത്ഥധർമ്മങ്ങളുംപോം
കാമിനിയായനീയുമിതിനുപുറപ്പെട്ടാൽ
ഈശ്വരനേയും ഗുരുവാകുംനിന്നച്ഛനേയും
ശാശ്വതമായധർമ്മംതന്നെയുംപേടിക്കണം
ഞാനിതുചെയ്കയില്ലപോയാലുമകത്തിപ്പോൾ
ജ്ഞാനമോനിന്നോളമിന്നാർക്കുമേയില്ലയല്ലോ.
മഹാഭാരതം – എഴുത്തച്ഛൻ

ധ

ധരയാകെപ്പരന്നൊഴുകിടുന്നതു
വിരഹത്തിൻ തേങ്ങൽത്തിരയല്ലോ,
അതുതാൻനൽകുന്നതതിരില്ലാ വിണ്ണി-
ലയുതാകാരങ്ങൾക്കവതാരം,
ഇരവിൽത്താരകൾക്കിടയിൽ മൂകം ക-
ണ്ണുഴിവതീ വേർപാടഴലല്ലോ.
ഇതു കേൾക്കാമാടി മഴയി,ലർച്ചനാ-
നുതികളാ,യാടു മിലകളിൽ.
ഗീതാഞ്ജലി - ടാഗൂർ/എൻ.കെ ദേശം

ധർമ്മത്തിൻ ജയക്കൊടി പാറിച്ചു വർണ്ണൗന്നത്യ-
ഗർവ്വങ്ങൾ തേരോടിച്ച രാജവീഥിയിലെങ്ങും
ക്ഷത്രിയ നല്ലായ്കയാലവമാനിതനായേൻ;
എത്രയോതവണ ഞാനാട്ടിയോടിക്കപ്പെട്ടേൻ.
ധാരയായന്തർമ്മുഖമൊഴുകും കണ്ണീരെന്റെ
ചോരയിൽത്തീകത്തിച്ചു നീറി ഞാൻ നിലകൊൾകെ
ഒരു ധർമ്മത്തിൻ നാവുമെനിക്കായ് വാദിച്ചതി;-
ല്ലൊരു നീതിയുമിറ്റു ദയ കാട്ടിയുമില്ല.
അമ്മയും മകനും - തിരുനല്ലൂർ കരുണാകരൻ

ധനപതിക്കുറ്റതോഴനായ്തൊട്ടടു
ത്തധിവസിക്കുന്നദേവനെയോർക്കയാൽ
മദനനെപ്പൊഴുമേന്തിടാറില്ലതൻ
മധുപമാലയാൽ ഞാണിട്ടവില്ലിനെ
അണിപുരികംകുലച്ചുടൻകാമുകർ
ക്കണിയിലെങ്ങുംകുറിക്കുകൊള്ളുംവിധം
മിഴികളെയ്യുംമിടുക്കിമാർതന്റെമെ
യ്യഴകിളക്കങ്ങൾചെയ്യുന്നിതത്തൊഴിൽ
മേഘസന്ദേശം - തിരുനല്ലൂർ

ധ

ധരയാകുമന്ധതമിസ്രംതന്നി
ലൊരുകൊച്ചുമിന്നാമിനുങ്ങിയാംഞാൻ
പൊരിമണൽക്കാട്ടിലുംപാറയിലും
ചൊരിയുവാനാശിപ്പുപ്രേമവർഷം
അപടുവെൻവീണയിലിത്രമാത്രം
അപശബ്ദംഞാനൊന്നുമീട്ടിപ്പോയി
അപരാധിയാണുഞാൻലോകമേനി
ന്നനുകമ്പയെന്നിലൊഴുക്കിടേണ്ട.
അപരാധി - ഇടപ്പള്ളി

ധീരമാംഭവദ്രൂപംകാണുന്നുഞാനിക്കൊച്ചു
നീരലതോറുംതാപംനിന്നെത്താൻസ്മരിപ്പിപ്പൂ
വാപിതൻവിതുമ്പുന്നചുണ്ടിലും ചിരിക്കുന്ന
വാരിജങ്ങൾതൻതുടുപ്പേറിടുംകവിളിലും
ചേണുറ്റനിൻചൈതന്യമൊന്നുപോലൊരേമട്ടിൽ
കാണുവാനെൻകണ്ണിന്നുകാഴ്ചനീയരുളായ്കിൽ
നിദ്രയിൽപ്പിറന്നഞാൻനിദ്രയിൽജ്ജീവിച്ചേനേ!
നിദ്രയിലവസാനകാലത്തുലയിച്ചേനേ!
പങ്കജഗീതം - ജി.

ധൂർജ്ജടീ ജടാമുക്തയാം ഗംഗ മഹോദധീ-
മാർത്തടത്തിൽ വീണെന്തേ പാടുന്നു? കേൾക്കാൻ മോഹം.
അവിടെതാളീവനശ്യാമമാമീതീരത്തേ-
ക്കറിയാതറിയാതെ നീങ്ങുന്നു തത്പാദങ്ങൾ.
ആർത്തലച്ചണയുന്ന ഗംഗയേ?തുദധിയേ?-
താത്മ വിസ്മൃതിയോലുമാ ലയമദ്വൈതാഭം!
പിന്നെയാത്തിര താണു താണു നിശ്ചലമാകേ
എന്തൊരു മഹാശാന്തി! കണ്ണടച്ചിരുന്നയാൾ!
ഉജ്ജയിനി - ഒ.എൻ.വി.

ന

നഷ്ടവസന്തസ്ഥലികളിൽനിന്നുസമൃദ്ധവസന്തതടങ്ങളിലേക്കിള-
വറ്റുപറക്കുംപക്ഷികൾപോലിരുസന്ധ്യതൊടുക്കുംതാരകൾപോലെ
പോയതിൽനിന്നിനിയെന്നോവിരിയുന്നായതിലേക്കുകുതിക്കുകയാണി
ന്നായതവിശ്വാസത്തൊടുഞങ്ങടെഭാസുരചിന്താസങ്കല്പങ്ങൾ
ചേണൊടുകാലധനുസ്സിൽത്തങ്കക്കോണുകൾചേർത്തുമുറുക്കിക്കെട്ടിയ
ഞാണുകൾ ഞങ്ങടെ പാട്ടുകൾ ഇളയെപ്പൂണുക ഞങ്ങടെ വില്ലടിനാദം
കാണുകദേവകൾതൻപരിഹാസംപോലെനിലാവൊളിചിന്നിയപാരിൻ
സാനുതലങ്ങളിലൂടെനിവർന്നുനടന്നുവരുന്നൊരുതേജോരൂപം
ഓണപ്പാട്ടുകാർ - വൈലോപ്പിള്ളി

നമോസ്തുതേ, മജ്ജീവനദായക, നടേശ, പരമാത്മൻ !
നരാഖ്യമങ്ങേനർത്തകഗണമിതിൽഞാനുമൊരല്പാംഗം
വേഷമെനിയ്ക്കെന്തെന്നുവിധിപ്പതുവിഭോ! ഭവച്ചിത്തം;
വിശ്വപ്രിയമായ്നടനംചെയ്വതുവിധേയനെൻകൃത്യം
അരങ്ങുലയ്ക്കാനരചൻമതിയാ,മതിനുകൊഴുപ്പേകാൻ
അനുചരനാവാ,മണിയാടകളല്ലഭിനയമതുസിദ്ധം
അകമേനിലകൊണ്ടതാതുചുവടുകളാമരുതെന്നുതിരി
ച്ചടിയനുകാട്ടിത്തരുവോനവിടുന്നന്യർധരിക്കാതെ
പ്രേമസംഗീതം - ഉള്ളൂർ

നരകവൈരിയാമരവിന്ദാക്ഷന്റെ
ചെറിയനാളത്തെക്കളികളും
തിരുമെയ്ശോഭയും കരുതിക്കൂപ്പുന്നേൻ
അടുത്തുവാകൃഷ്ണാകണികാൺമാൻ
കണികാണും നേരം കമലാനേത്രന്റെ
നിറമേറും മഞ്ഞത്തുകിൽചാർത്തി
കനകക്കിങ്ങിണിവളകൾമോതിരം
അണിഞ്ഞുകാണേണം ഭഗവാനെ
പൂന്താനം - നരകവൈരിസ്തോത്രം

ന

നല്ലിണക്കം കലർന്നുള്ള കാറ്റിതാ
മെല്ലെമെല്ലെന്നിളക്കുന്നിതങ്ങയെ
കൂവിടുന്നുണ്ടിടംപാടിരുന്നുനിൻ
കൂട്ടുകാരനാം വേഴാമ്പലിമ്പമായ്
കൺകവർന്നിടുമങ്ങേക്കുമാൺപെഴും
പെൺവലാകകളാകാശവീഥിയിൽ
മാലമാലയായ് ഗർഭലാഭോത്സവ
ലോലരായ് വന്നുപചാരമേകിടും
മേഘസന്ദേശം - തിരുനല്ലൂർ

നരജന്മംതന്ത്രീരഹിതമാകു
മൊരുവീണയെന്തിനെന്നാരറിഞ്ഞൂ!
പരിശുദ്ധപ്രേമപ്പൊൻകമ്പികെട്ടി
പലവട്ടം ഞാനതിൽപാടിനോക്കി
ഒരുകൊച്ചുതാരകംവാനിൽനിന്നെൻ
സിരകളിലുന്മേഷച്ചാറൊഴുക്കി
പരമാനന്ദത്തിലുറഞ്ഞുഞാനെൻ
പരമാർത്ഥമെല്ലാംമറന്നുപോയി
അപരാധി - ഇടപ്പള്ളി

നാലുഭാഗത്തുള്ളോരെത്ര നിന്ദിച്ചുവെ-
ന്നാലുമെത്രയ്ക്കു പുകഴ്ത്തിയാലും
ആകാശം തന്നെയിടിഞ്ഞുവീണീടിലു-
മാകാത്ത കർമ്മത്തിൽക്കൈചെല്ലാതെ
ഇമ്മഞ്ജുകോമളച്ചുണ്ടാൽ നുകർന്നുള്ളൊ-
രമ്മിഞ്ഞപ്പാലു ദുഷിപ്പിക്കാതെ
എൻമകനെത്തിടുകെത്തേണ്ട ദിക്കിലീ-
യമ്മയെ മുറ്റുമൊരമ്മയാക്കാൻ!
ഇന്നത്തെ അമ്മ - പുളകാങ്കുരം - നാലപ്പാടൻ

ന

നല്ലിളം തിങ്കളുദിച്ചു നിൽക്കും
ദില്ലിയിൽ ശങ്കർ, തൻ ബങ്കളാവിൽ
ചിത്തം തെളിഞ്ഞു വിളക്കത്തിരുന്നൊരു
ചിത്രം വരയ്ക്കുകയായിരുന്നു.
ആലോകനീയമാ ഹാസ്യചിത്രം
ഈ ലോക ദുർഗ്ഗതി തൻ ചരിത്രം-
കൊച്ചു സമാധാനമാടപ്പിറാ,വതിൻ
കൊക്കിലോ ബോംബിൻ കതിർക്കുലയും!
കടൽക്കാക്കകൾ - വൈലോപ്പിള്ളി

നിന്റെ വരേണ്യപ്രഭയിൽജ്ജീവിത-
സുന്ദരസൂനം വിടരാവൂ!
എല്ലാവർക്കും സമമാമവസര,-
മെല്ലാവർക്കും സന്തോഷം,
എല്ലാവരിലും പൂർണ്ണ വികസ്വര-
മഞ്ജുള മധുര മനുഷ്യത്വം,
എന്നും വളരുക, പുലരുകമേന്മേൽ
മംഗളലോകസമാധാനം!
സ്വാതന്ത്ര്യത്തിൻ സവിതാവേ! - എൻ.വി.

നാളെവരാമെന്നോതിമഥുരയ്ക്കു
നാളികലോചനൻപോയല്ലോ
നാളെയെന്നെത്തു? മെൻ താരുണ്യക്കടൽ
വേലിയിറക്കവുമായല്ലോ
എമ്മട്ടുഞാൻതടഞ്ഞീടും തന്വികൾ
ക്കേറ്റം പോലേ താരുണ്യം
ആയതിറക്കം തുടങ്ങീടിൽപ്പൊയ്
പോയതുതാനെന്നെന്നേയ്ക്കും
കൃഷ്ണാഷ്ടമി - വൈലോപ്പിള്ളി

ന

നാളെനാളേയെന്നായിട്ടുഭഗവാനെകാൺമാനിത്ര
നാളുംപുറപ്പെടാഞ്ഞഞാനിന്നുചെല്ലുമ്പോൾ
നാളീകനയനനെന്തുതോന്നുന്നോ ഇന്നു നമ്മോട്
നാളീകംകരിമ്പനമേലെയ്തപോലെയോ?
ദേശിക ദക്ഷിണ കഴിഞ്ഞതിൽപ്പിന്നെക്കാണാഞ്ഞഞാൻ
ദേവദേവനാലർത്ഥിക്കപ്പെടുമെങ്കിലും
ദാശാർഹനെൻദാരിദ്ര്യമൊഴിച്ചയപ്പാൻബന്ധം വേണ്ട
ദാസ്യസഖ്യാദികളോനിത്യന്മാർക്കുണ്ടാമോ
കുചേലവൃത്തം - രാമപുരത്തുവാര്യർ

നാട്ടിൻപുറങ്ങളിലുള്ളകുട്ടികൾക്കുനല്ലോരോണം
വിട്ടാൽപിന്നെകൊയ്ത്തുകാലം വിശേഷമല്ലോ
രണ്ടുപൂവുവിരിപ്പെന്നും മുണ്ടകനെന്നുമുണ്ടതിൽ
മുണ്ടകൻകൊയ്യുന്നകാലംമുഴുത്തമോദം
പുല്ലുചെത്തിമുറ്റത്തുള്ളകല്ലുംമണ്ണുമെല്ലാംനീക്കി
നല്ലപോലെതേച്ചീടുന്നുനെല്ലുചിക്കുവാൻ
മറ്റുകൃഷിസ്ഥലങ്ങളിൽപറ്റിനിൽക്കും പുലയരും
കൊറ്റിനില്ലാതുള്ളവരും കൊയ്യുവാൻകൂടും
കൊയ്ത്തുകാലം - ഒടുവിൽ കുഞ്ഞിക്കൃഷ്ണമേനോൻ

നിൻകഥയോർത്തോർത്തെൻകരളുരുകി
സ്സങ്കല്പത്തിൽവിലയിക്കേ
ഏതോനിർവൃതിയിക്കിളികൂട്ടി
ച്ചേതനയണിവൂപുളകങ്ങൾ
വേദന,വേദന,ലഹരി പിടിക്കും
വേദന ഞാനിതിൽ മുഴുകട്ടേ!
മുഴുകട്ടേ, മമജീവനിൽ നിന്നൊരു
മുരളീ മൃദുരവമൊഴുകട്ടേ!
മനസ്വിനി - ചങ്ങമ്പുഴ

ന

നിയതിക്കധീനൻഞാൻനിസ്സാരനാകാംപക്ഷേ
നിയതംസൗന്ദര്യമേ നിന്നെ ഞാനാരാധിപ്പൂ
അത്രമേൽപരിചിതമാണുനിൻപദന്യാസ
മത്തലാൽമുറിപ്പെട്ടൊരെന്നാത്മാവിനുപോലും
അതുകേൾക്കുമ്പോൾശിരസ്സുയർത്താതിരുന്നിട്ടി
ല്ലിതുനാൾവരെനിന്റെപാദസേവകൻദേവി
ഹൃദയംരക്തംവാർന്നുപിടയ്ക്കുമ്പോഴുംനിന്റെ
മൃദുശിഞ്ജിതംകേൾക്കെകോൾമയിർകൊള്ളുന്നൂഞാൻ
സൗന്ദര്യപൂജ - ചങ്ങമ്പുഴ

നിരൂപിക്കുന്നേൻ, നീൾമുടിയാളേ
നീയുളവായമുഹൂർത്തത്തിൽ
കാർമുകിൽമാലകൾപെയ്തൂചെല്ല
ക്കാറ്റലതല്ലീവല്ലികളിൽ
നിശ്ചയമല്ലാതിക്കുനുകുന്തള
നിർഝരിയെങ്ങനെയുണ്ടായി
കാമനുകേളിവളർക്കാനും, ഒരു
കോമനുകേറിയൊളിക്കാനും
ചേറ്റുപുഴ - വൈലോപ്പിള്ളി

നിയമം നിറവേറ്റലെത്രയിദ്ദാമ്പത്യത്തിൽ
നയമെത്രയാണഭിനയമെത്രയാണെന്നും
കുഴിച്ചു കുഴിച്ചു നാമനിഷ്ടസ്മൃതികൾത
ന്നഴുക്കുപരതിച്ചെന്നെത്തുന്നൂനരകത്തിൽ
നിർദ്ദയലോകത്തിൽനാമിരുപേരൊറ്റപ്പെട്ടോർ
അത്രയുമല്ലാതമ്മിൽത്തമ്മിലുമൊറ്റപ്പെട്ടോർ
പിറക്കാതിരുന്നെങ്കിൽപ്പാരിൽനാംസ്നേഹിക്കുവാൻ
വെറുക്കാൻ തമ്മിൽക്കണ്ടുമുട്ടാതെയിരുന്നെങ്കിൽ
കണ്ണീർപാടം - വൈലോപ്പിള്ളി

ന

നീയിതുകാൺകൊരാൺകുഞ്ഞിതാതൻകുഞ്ഞി
കൈയിൽച്ചെറിയപാൽപ്പാത്രവുമായ്
പയ്യിനെക്കാലേകറന്നിടുമമ്മതൻ
മെയ്യിൻവലംവശംചാരിനിൽപ്പൂ
മാതാവോ പൈക്കറനിർത്തിമണിവള
വ്രാതമണിഞ്ഞവലത്തുകൈയാൽ
പൈതലെപ്പേർത്തുമണച്ചുപുണർന്നതി
പ്രീതയായ്കോൾമയിർക്കൊണ്ടീടുന്നു.
ഒരു ചിത്രം - വള്ളത്തോൾ

നിഴലിൽമുറുകെപ്പിടിച്ചുഞാനെൻ
നിലവിട്ടുമേൽപ്പോട്ടുയർന്നു പോയീ
നിയതിതൻകൈവിരൽത്തള്ളലിനാൽ
നിലയറ്റഗർത്തത്തിലാപതിച്ചു
പരിഭവത്തിന്റെ പരുഷനാദം
പരിഹാസത്തിന്റെ വിളർത്തഹാസം
പരിശൂന്യതതൻനടനമെന്റെ
പരിസരമയ്യോ ഭയദമേറ്റം
അപരാധി - ഇടപ്പള്ളി

നീലാരണ്യനിചോളനിവേഷ്ടിത
നീഹാരാർദ്രമഹാദ്രികളിൽ
കാല്യലസജ്ജലകന്യക കനക
ക്കതിരുകൾ കൊണ്ടൊരുകണിവയ്ക്കെ
കതിരുതിരുകിലുമദൃശ്യശരീരികൾ
കാമദകാനനദേവതകൾ
കലയുടെ കമ്പികൾ മീട്ടും മട്ടിൽ
കളകളമിളകീ കാടുകളിൽ
മനസ്വിനി - ചങ്ങമ്പുഴ

ന

നീലകണ്ഠൻ ഭുജംഗമകങ്കണം
നീക്കിനീട്ടിയ കൈപിടിച്ചങ്ങനെ
പാർവ്വതീദേവി ലീലാഗിരിക്കുമേൽ
പാദചാരേണ പോകുന്നുവെങ്കിലോ
ചേണിലുള്ളിലെത്തണ്ണീരുറഞ്ഞു,മെയ്
ചേവടിപ്പടിച്ചാർത്താക്കിമാറ്റിനീ
അംബികയ്ക്കാ മണിത്തറയേറുവാൻ
മുൻപിൽ നീങ്ങുന്ന സോപാനമാകണം
മേഘസന്ദേശം - തിരുനല്ലൂർ

നീലവാനിനുതാഴേപച്ചനാക്കിലവച്ച
പോലൊരുനാടുണ്ടെൻകണ്ണെപ്പൊഴുമോടും ദിക്കിൽ
എന്നിച്ഛാക്രിയാജ്ഞാനശക്തികളുരുക്കൂടി
വന്നതാണന്നാ, ടൊരുമുനിപുത്രൻ തൻ സ്വപ്നം.
അവിടെ, പ്പുതുനെല്ലും പൂക്കളും മണം വീശു
മവിടെ പ്രകൃതിയിന്നുത്സവമൊരുക്കുന്നു.
അവിടെ, ക്കളിവില്ലിന്നൊച്ചയും പാട്ടും പൊങ്ങു
മവിടെ ജ്ജനങ്ങളിന്നുത്സവം കൊണ്ടാടുന്നു.
മഴുവിന്റെ കഥ - ബാലാമണിയമ്മ

നെഞ്ഞത്തുകൈവെച്ചുകേണാർക്കുമമ്പാടി
ക്കുഞ്ഞുങ്ങളോടൊപ്പമാറ്റുവക്കിൽ
മൂക്കുവിടർന്നുയർന്നുള്ള ശിരസ്സോടും
നോക്കിനിൽപ്പായി പകച്ച കണ്ണാൽ
വൃന്ദാവനത്തിലെപ്പട്ടിളംപുല്ലുകൾ
തിന്നു തടിച്ചുകൊഴുത്തപൈക്കൾ
ആയവർക്കുള്ളേക പ്രാണമരുത്തല്ലോ
പായുന്നുപാമ്പിന്റെ വായിലേക്കായ്
കർമ്മഭൂമിയുടെ പിഞ്ചുകാൽ - വള്ളത്തോൾ

ന

നേരുപറയണമങ്ങുവിളിക്കെയെൻ
പേരുമധുരമായ്ത്തീരുന്നതെങ്ങനെ?
നേരുപറയണമങ്ങുതൊടുമ്പൊൾഞാൻ
താരുപോലെമൃദുവാകുന്നതെങ്ങനെ?
പാരിന്റെമാദകസൗഖ്യങ്ങളൊക്കെയി
ച്ചോരിവായിങ്കലൊതുങ്ങിയതെങ്ങനെ?
അങ്ങയിലെന്തുനിഗൂഢമാംസിദ്ധിയാ
ണിങ്ങനെയെന്നെരോമാഞ്ചമായ്മാറ്റുവാൻ?
സാഹിത്യകൗതുകം - ജി

നൂറുരുപാടിക്കേട്ട കഥയാണിതെന്നാലും
നൂറുതേച്ചൊരുതളിർവെറ്റിലയടയ്ക്കയും
പാലൂറുംനാളികേരനുറുങ്ങുംകറാമ്പൂവും
ഏലത്തിൻതരികളുമൊന്നുചേർന്നരഞ്ഞെഴും
അത്ഭുതപരിമളമാർന്നൊരുരസം നുകർ
ന്നക്കഥവീണ്ടുംപാടാൻനീവന്നുവല്ലോ നന്ദി
എത്രയോ ജഡജീർണ്ണ ദിനരാത്രങ്ങൾ പിന്നി
ട്ടെത്തുന്നു വീണ്ടും ഞാനീ ധന്യമാംനിമിഷത്തിൽ
ശ്രാവണസംഗീതം - ഒ.എൻ.വി

നിർത്തുന്നില്ലാ പണിഞാൻ ജീവിത
ശില്പം തീർക്കാൻ ഭഗവൻ! നേടിയ
ചിറ്റുളി, വീതുളികൊണ്ടിഹമാറി
ച്ചെത്തിയിരിപ്പൂമിനുക്കിയിരിപ്പൂ
ശില്പരഹസ്യമപൂർണ്ണതയാണെ
ന്നറിയാൻമാത്രം മൂത്തവനാണീ
ശില്പി, നിലയ്ക്കില്ലിത്തിരുനടയിൽ
കൊട്ടുവടിപ്രഹരത്തുടിനാദം
അപൂർണ്ണതയുടെ സൗന്ദര്യം - പി.നാരായണക്കുറുപ്പ്

ന

നല്ലവസന്തംപെരുമാറുമ്പോൾ
മുല്ലകൾവാടിത്തളരുകയുണ്ടോ?
നിറയുംഗംഗാനദിയുടെകരയിൽ
പ്പറയുക, ദാഹക്കെടുതിവരാമോ?
മേരുമഹാമലമുകളിലിരിപ്പോർ
ക്കോരുകിലുണ്ടോപൊന്നിനുപഞ്ഞം?
നട്ടുച്ചയ്ക്കുമിരുട്ടാലഴലിൽ
പ്പെട്ടിടുമാളുകളെന്നായ്‌വരുമോ?
ദൈവഗതി - നാലപ്പാട്ട്

നല്ലകൃഷിക്കാരൻ താനങ്ങൊരു
കല്ലിൽവിതച്ചാൽക്കരികേയുള്ളു
നല്ലൊരുവയലിലതുഴുതുവിതച്ചാൽ
നെല്ലൊരുനാഴിയ്ക്കൊരുപറവിളയും
എന്നകണക്കെക്കേൾക്കുന്നവരറി
യുന്നജനങ്ങൾ മഹത്തുകളെങ്കിൽ
ഇന്നവനെന്നില്ലവനുടെവാക്കുകൾ
നന്നെന്നുംവരുമിതിനുടെയർത്ഥം.
സ്യമന്തകം - കുഞ്ചൻനമ്പ്യാർ

നേരമാവുന്നൂ,വരുന്നുചിത്തഭ്രമ
രോഗികൾക്കുള്ളോരവസാനവാഹനം
വീർപ്പിൽക്കരച്ചിൽഞെരിച്ചടക്കിക്കൊണ്ടു
യാത്രയാക്കുന്നു, വെറുക്കുന്നു നിന്നെ ഞാൻ
മുപ്പതുവെള്ളിവിലയുള്ളമെത്തയിൽ
പശ്ചാത്തപിക്കാത്തകൈകളാലന്യനെ
ക്കെട്ടിപ്പുണർന്നുകിടക്കൂ, ജരാനരാ
ബദ്ധദേഹാർത്തികൾതൻ മൃതിലീലയിൽ
ഒരു പ്രണയഗീതം-പതിനെട്ടു കവിതകൾ - ചുള്ളിക്കാട്

ന

നീലിമതുളുമ്പുമീയിരുളിൽ ഞാനെൻജപ
മാലയാഞ്ഞെറിയവേ മുത്തുകൾ ചിതറവേ
താരകങ്ങളായ് വാനമേറ്റുവാങ്ങവേ നീല
നീരന്ധ്രജലദങ്ങളവയെപ്പൊതിയവെ
പ്രാർത്ഥനവറ്റിപ്പോമെന്നാത്മാവിലിഴയുന്നു
സ്വാർത്ഥതയുടെ വിഷമാർന്നതാമൊരസ്വാസ്ഥ്യം
എന്നിലാഞ്ഞടിക്കുന്നു കൊടുങ്കാറ്റനുവേല
മെന്നിലെ ഹൃൽസ്പന്ദത്തിന്നിലകൾ കൊഴിയുന്നു.
ഭീതി - എസ് രമേശൻനായർ

നീളുകയീനല്ലരാത്രി! കോളുകൊണ്ടതരംഗങ്ങൾ
തോളുമാറിമാറിയേറ്റും തോണികളേറി,
ചെല്ലുക നാം, വരുണന്റെ ചില്ലു കൊട്ടാരത്തിൽവാതിൽ
തല്ലുക വൻതുഴകളാൽ, തകർന്നിടട്ടെ
തൻപുരത്തിലുള്ളതെല്ലാംവൻപുനടിക്കാതെകിഴി
ഞ്ഞമ്പുമവൻ നമുക്കിന്നു കാഴ്ചവയ്ക്കേണം
മലനാട്ടുപങ്കായത്തിൽതലകൊണ്ടുപഠിച്ചാനീ
യലയാഴിവിനയത്തിൻബാലപാഠങ്ങൾ
കടലിലേയ്ക്ക് - ഇതളുകൾ - ജി.

ന്യൂനതയൊന്നുണ്ടുനൂനമെന്നുണ്ണിക്കു
ദാനധർമ്മാസക്തിപാരവശ്യം
വെൺമതിക്കുള്ളകറുപ്പല്ലതെന്നാകിൽ
കൺമണിക്കുള്ളൊരുവെൺമയാട്ടെ
തന്നെമറന്നേവൻദാനംതുടങ്ങുന്ന;-
തന്നരനപ്രാജ്ഞനാത്മഘാതി
അംബുധികൂടിയുംവേലയാൽശോഭിപ്പൂ;
നന്മയ്ക്കുമൊട്ടൊരുസീമവേണം
കർണ്ണഭൂഷണം - ഉള്ളൂർ

ന

നാവിൻതുമ്പിൽനിന്നുതുടിപ്പൂ പണ്ടുപഠിച്ചൊരുപാട്ടിൻ പല്ലവി
നാവൂരിപ്പാൽമതിയീമാമനുനാടാകെപ്പിന്നൊരുപൊന്നോണം
കാണക്കാണെക്കളിച്ചിരിമാറിമനസ്സിൽമറ്റൊരുതിങ്കളുദിക്കെ
കാല്പനികതയുടെപൊന്നലയോലുംകൗമാരത്തിൻനീലപ്പുഴയിൽ
അരിയൊരുസ്വപ്നത്തിൻകളിവെള്ളംതുഴയുമ്പോൾഞാനത്ഭുതമാർന്നു
ആരുടെകൈകൾതട്ടിയുടഞ്ഞുതെളുതെളെമിന്നുംകളഭക്കിണ്ണം?
ഓരോരാവുംരാകേന്ദുവിനുടെവൃത്തംചെറുതായ്ചെറുതായ്പോകെയി
തോർത്തേനൂഴംവച്ചുസുരൻമാർവെണ്മതിതൻസുധനുകരുകയത്രേ
ചന്ദ്രപുരാണം - റെക്സ്

നാക്കിൽത്രിശൂലംകൊണ്ടുവരച്ച
വാക്കിൽനിന്നൊരുപാട്ടുണരുന്നു
തീകുരുക്കുന്നു തിരികൊളുത്തുന്നു
തിത്തെയ്തെയ്തപ്പും ചെണ്ടയും
വിധവയ്ക്കൊരുണ്ണിപിറക്കുന്നു
വെയിലത്താവിത്തുകുരുക്കുന്നു
ചൂളയിൽവെന്തോരെഴുത്താണിവീണ്ടുമെൻ
ജാതകമെഴുതിക്കോമാളിയാക്കുന്നു.
ബലിക്കുറിപ്പുകൾ - എ. അയ്യപ്പൻ

നെഞ്ചകത്തിലെരിയുന്നമൺവിളക്കിൽനിന്നുമൊരു
തങ്കനാളം കൊളുത്തിഞാനെടുത്തുവച്ചു;
പിന്നെവന്നകൊടുങ്കാറ്റതേതുമൂതിയണയ്ക്കാതെ
യെന്റെകൂപ്പുകൈചെരിച്ചുതടഞ്ഞുവച്ചു;
കണ്ണുനീരിൻചിപ്പിയിലെമുത്തുതാനേകൊഴിഞ്ഞതു
കണ്ടെടുത്തീയകക്കാമ്പിൽക്കരുതിവച്ചു;
പണ്ടുനാളിലറിയാതെമമഹൃത്തിലുദിച്ചൊരു
തിങ്കളിൻപൂമൊട്ടുമാറിൽമറച്ചു വച്ചു
കാത്തുവയ്പ് - ലക്ഷ്മീദേവി

ന

നെടിയശാഖകൾവിണ്ണിൽ നിവർന്നുമുട്ടിയിലയും
വിടപങ്ങളുംചുരുങ്ങി വികൃതമായി,
നടുവിലങ്ങുനിൽക്കുന്നുവലിയോരശ്വത്ഥം, മൂത്തു
തടികൾതേഞ്ഞുംതൊലികൾപൊതിഞ്ഞുവീർത്തും
ചടുലദലങ്ങളിലും ശൃംഗഭാഗത്തിലുംവെയിൽ
തടവിച്ചുവന്നു, കാറ്റിലിളകിമെല്ലെ
തടിയനരയാലതുതലയിൽത്തീകാളുംനെടും
ചുടലബ്ഭൂതംകണക്കേചലിച്ചുനില്പൂ
കരുണ - ആശാൻ

നീരലർക്കണ്ണിണതൂകുന്നബാഷ്പത്താ
ലാരെയുംകോൾമയിർക്കൊള്ളിച്ചേറ്റം
കേഴുന്നകേഴമാൻകണ്ണാളെയേതൊരു
പാഴുറ്റനാവോതിമാറ്റിനിർത്താൻ?
വേറൊരുകേഴമാൻകണ്ണാളെയാവാർപ്പിൽ
നൂറാണ്ടിനിയങ്ങുജീവിച്ചാലും
സൃഷ്ടിപ്പാനാവില്ലെന്നമ്മാമനെന്നത
ങ്ങിഷ്ടക്കേടായാലുംചൊന്നേതീരൂ
കേഴമാൻകണ്ണാൾക്കുവേണ്ടി - സഞ്ജയൻ

നീതന്നെജീവിതംസന്ധ്യേ!
നീതന്നെ മരണവും സന്ധ്യേ
നീതന്നെയിരുളുന്നു നീതന്നെമറയുന്നു
നീതന്നെനീതന്നെസന്ധ്യേ
നിൻകണ്ണിൽനിറയുന്നു നിബിഡാന്ധകാരം
നിൻചുണ്ടിലുറയുന്നുഘനശൈത്യഭാരം
നിന്നിൽ പിറക്കുന്നു രാത്രികൾ പകലുകൾ
നിന്നിൽ മരിക്കുന്നു സന്ധ്യേ!
പകലുകൾ രാത്രികൾ - അയ്യപ്പപ്പണിക്കർ

പ

പള്ളിമഞ്ചത്തീന്നുവെക്കമുത്ഥാനംചെയ്തിരുപക്ക-
മുള്ളപരിജനത്തോടുകൂടിമുകുന്ദൻ
ഉള്ളഴിഞ്ഞുതാഴത്തെഴുന്നള്ളി പൗരവരന്മാരും
വെള്ളംപോലെചുറ്റുംവന്നുവന്ദിച്ചുനിന്നു
പാരാവാരകല്പപരിവാരത്തോടുകൂടിഭക്ത
പാരായണനായനാരായണനാശ്ചര്യം
പാരാതെചെന്നെതിരേറ്റുകുചേലനെ; ദീനദയാ
പാരവശ്യമേവംമറ്റൊരീശ്വരനുണ്ടോ
കുചേലവൃത്തം - രാമപുരത്ത് വാര്യർ

പച്ചക്കദളിക്കുലകൾക്കിടയ്ക്കിടെ
മെച്ചത്തിൽ നന്നായ്പഴുത്തപഴങ്ങളും
ഉച്ചത്തിലങ്ങനെകണ്ടാൽപവിഴവും
പച്ചരത്നക്കല്ലുമൊന്നിച്ചു കോർത്തുള്ള
മാലകൾകൊണ്ടു വിതാനിച്ച ദിക്കെന്നു
മാലോകരൊക്കെയുംശങ്കിക്കുമാറുള്ള
ലീലാവിലാസേന നിൽക്കുന്നു വാഴകൾ
നാലുഭാഗങ്ങളിൽതിങ്ങിവിങ്ങിത്തദാ
കല്യാണസൗഗന്ധികം - കുഞ്ചൻനമ്പ്യാർ

പാദചാരിയായ് വന്ന രാമനുസമാശ്വാസ
പൂതമാം വിരുന്നേകാൻ പമ്പയും ശബരിയും
കാത്തിരുന്നിതുമുന്നം കേരളക്ഷേത്രത്തിന്റെ
കീർത്തിമുദ്രകൾ പോലെ ദാനമാധുരിപോലെ
പേരകത്തിയം ഗ്രന്ഥം നിർമ്മിച്ചു തമിഴന്നു
പേരുയർത്തിയമുനിവാണൊരിസ്സഹ്യാദ്രിയിൽ
സീതയെത്തേടിപ്പോന്ന ഭക്തനാം ഹനുമാന്റെ
പാദലാഞ്ഛനമിന്നും രോമാഞ്ചം വളർത്തുന്നു.
കേരളം വളരുന്നു - പാലാ നാരായണൻ നായർ

പ

പദങ്ങളന്വയമാർന്നേവാക്യംഭവിപ്പുസാർത്ഥകമായ്;
ശ്രുതിയും താളവുമൊത്തേഗാനംശ്രോത്രസുഖംനൽകൂ;
പരാർദ്ധസംഖ്യംപരമാണുഗണംപരസ്പരംചേരും
ശരീരമുടയോന്നല്ലീസകലംചരാചരഗ്രാമം?
പരാനപേക്ഷം പ്രണിയ്ക്കമരാൻപഴുതില്ലൊരിടത്തും;
പരൻപുമാനുംപ്രകൃതിസഹായൻപ്രപഞ്ചഘടനത്തിൽ,
പേർത്തുംതമ്മിൽപൃത്ഥ്വ്യപ്തേജോവായ്വാകാശങ്ങൾ
പിണപ്പുമേൻമേൽസൃഷ്ടിയിലീശൻ, പിരിപ്പുസംഹൃതിയിൽ
പ്രേമസംഗീതം - ഉള്ളൂർ

പാപകർമ്മത്താൽപ്പരുത്തകൈയെമ്മട്ടി
പ്പാവനപ്പൂവുടലാശ്ലേഷിക്കും?
മിത്ഥ്യോക്തികൗതുകം പൂണ്ടചുണ്ടെമ്മട്ടി
സ്സത്യത്തിടമ്പിനെയുമ്മവയ്ക്കും
സൽക്കൃതചാപലമായനെഞ്ചെമ്മട്ടി
സ്സൽഗുണകേന്ദ്രത്തെസ്വന്തമാക്കും?
ധന്യഞാൻ, ധന്യഞാ, നെൻകൈയിൽത്താനിതാ
ധാർമ്മികജീവിതപക്വഫലം
അമ്മ - ബാലാമണിയമ്മ

പാഴ്മണ്ണിൻവികാരമാംഞാനെങ്ങു? തേജോരൂപ
ശ്രീമ,നങ്ങെങ്ങീക്ഷുദ്രപങ്കജകപോലത്തെ
നാകത്തെത്തിളക്കുന്നതൃക്കൈയാൽ അയ്യാ! മദോ
ദ്രേകത്താൽഞാനെമ്മട്ടുതുള്ളില്ല തലോടുമ്പോൾ.
ലേഖമാർഗ്ഗസഞ്ചാരിൻ,മൽക്കവിൾത്തടരാഗ
രേഖ നീ പൊറുത്താലും; സ്നേഹത്തിൻചാപല്യത്താൽ
മുഗ്ദ്ധമാംമദീയാന്തരംഗം ഹാ ജഗദ്ഗുരോ,
സ്നിഗ്ദ്ധനായയ്യോ, വെറും സ്നിഗ്ദ്ധനായ്ഗണിച്ചല്ലോ
പങ്കജഗീതം - സൂര്യകാന്തി - ജി.

വ

പെറ്റൊരു മാത്രയിൽ പേടിച്ചും നാണിച്ചും
കറ്റക്കിടാവിനെക്കന്യകയാൾ
രത്നാകരത്തിങ്കൽച്ചേരേണ്ടതാവാമീ
രത്നപ്രകാണ്ഡമെന്നോർത്തപോലെ
പൊങ്ങുതടികൊണ്ടുതീർത്തോരുപെട്ടിയി
ലങ്ങിട്ടു വേഗമടച്ചുപൂട്ടി
അശ്രുനദിയിലൊഴുക്കിനാളാദ്യമായ്;
അശ്വനദിയിലോപിന്നെയല്ലോ

കർണ്ണഭൂഷണം - ഉള്ളൂർ

പോഴിയായ്തെണ്ടിച്ചുറ്റിനടക്കും 'ജിപ്സി'പ്പെണ്ണാ
ണൂഴി;യുത്തരീയത്തിൻകെട്ടിൽ ഞാനിരിക്കുന്നു.
ചിന്മയൻമകൻകുഞ്ഞിവാതുറന്നപ്പോൾധന്യ
ജന്മയാമൊരുഗോപിയീമഹാവിശ്വാകാരം
ഭീകരമനോഹരം ദർശിച്ചു ഹർഷാശ്ചര്യ
മൂകയായ്ക്ഷണം നിന്നുപോയിപോ, ലതുപോലെ
എന്നിലെ വിവശയാം ജിജ്ഞാസനില്പൂ, പക്ഷേ
മുന്നിലിക്കാണുംസത്യംമൂടൊല്ലെന്നർത്ഥിക്കട്ടെ!

വിശ്വദർശനം - ജി.

പലനൂറ്റാണ്ടിന്റെ രുചിപ്രഭേദങ്ങൾ
പലസംസ്കാരത്തിൻപ്രയോഗരീതികൾ
ഒടുവിലെൻപുരപ്പണിവന്നുകാണു
മൊരാൾകലർപ്പിന്റെകലവറപോലെ
ഉയരുമീഗൃഹംനടന്നുകാണുമ്പോൾ
ചിരിച്ചാലും കൊള്ളാംകയർത്താലുംകൊള്ളാം
എനിക്കിതേവേണ്ടൂ പറഞ്ഞുപോകരു
തിതുമറ്റൊന്നിന്റെ പകർപ്പെന്നുമാത്രം

പുരപ്പണി - ഇടശ്ശേരി

പ

പങ്കമകന്നകണ്ണീരാൽക്കഴുകിയ
തങ്കത്തൃക്കാൽകളെ ത്താഴ്മയോടെ
നേർത്തപട്ടിന്നുനേർകൊണ്ടവാർകൂന്തലാൽ
തോർത്തിത്തുടച്ചവരണ്ടിൻമേലും
ചെമ്പവിഴങ്ങൾപതിക്കയായ് കാമിനി
തൻപരിപേലവവായ്മലരാൽ
ഇന്നുനതാംഗിനിൻവക്ത്രംപവിത്രമായ്
ഇന്നുനിൻചുംബനംസ്ഥാനത്തായി

മഗ്ദലനമറിയം - വള്ളത്തോൾ

പണ്ടുചരിത്രമുദിക്കുംമുൻപു മതങ്ങൾകരഞ്ഞു പിറക്കുംമുമ്പൊരു
മന്നവർമന്നൻവാണിതുതൻകുടവാനിനുകീഴിലൊതുങ്ങീവിശ്വം
വൻമലപോലൊരുഭൂപൻമന്ത്രികൾകുന്നുകൾ പോലവരറിവിന്നുറവിൻ
വെൺനുരപോൽനറുപുഞ്ചിരിചിന്നിനിരന്നൊരു വെള്ളത്താടിവളർന്നോർ
ആവിധമഗ്രിമലോകരരോഗമനോഹരദേഹരുദാര മനസ്സുകൾ
ദേവകളറിയപ്പെട്ടിട്ടില്ലാദ്ധരണിയിലുത്തമ പൂർണ്ണമനുഷ്യർ
അവരുടെമുമ്പിൽപച്ചവിരിച്ചുസമസ്തപദാർത്ഥമെടുത്തുവിലക്കീ
യവനിവിശിഷ്ടമഹാതിഥികൾക്കുവിദഗ്ദ്ധകുലീന ഗൃഹസ്ഥകണക്കെ

ഓണപ്പാട്ടുകാർ - വൈലോപ്പിള്ളി

പതിനായിരംവർഷംവൻതപംനോറ്റുള്ളൊളേ
വ്രതകാർശ്യത്താൽചുക്കിച്ചുളിഞ്ഞുനരച്ചോളേ
ദേവിയാമനസൂയേബ്രഹ്മലോകത്തിൽചിരം
നീവിരുന്നേറ്റാലെന്തു മഹത്താം നിൻമാതൃത്വം
കൊതികൊൾകയാം മണ്ണിൻമകൾതൻപരിണയ
കഥകേൾക്കുവാൻഅതിൽകരളാൽസംബന്ധിപ്പാൻ
അവളെപ്പട്ടുംപൊന്നുംചാർത്തിപ്പാൻ മണാളന്റെ
യരികെനിർത്തിച്ചന്തം കണ്ടുകൺനിറയ്ക്കുവാൻ

ഉജ്ജ്വലമുഹൂർത്തം - വൈലോപ്പിള്ളി

പ

പാലപൂത്തപരിമളമെത്തി
പ്പാതിരായെപ്പുണർന്നൊഴുകുമ്പോൾ
മഞ്ഞണിഞ്ഞുമദാലസയായി
മഞ്ജുചന്ദ്രികനൃത്തമാടുമ്പോൾ
മന്ദമന്ദംപൊടിപ്പതായ്കേൾക്കാം
സ്പന്ദനങ്ങളിക്കല്ലറയ്ക്കുള്ളിൽ
പാട്ടുനിർത്തിച്ചിറകുമൊതുക്കി
കേട്ടിരിക്കുമതൊക്കെയുംനിങ്ങൾ
സ്പന്ദിക്കുന്ന അസ്ഥിമാടം - ചങ്ങമ്പുഴ

പുഞ്ചിരിപെയ്തുപെയ്താടൂനീലളിതേ,
തുഞ്ചന്റെതത്തയെക്കൊഞ്ചിച്ചകവിതേ!
അഞ്ചിക്കുഴഞ്ഞഴിഞ്ഞാടൂഗുണമിളിതേ,
കുഞ്ചന്റെതുള്ളലിൽമണികൊട്ടിയകവിതേ!
പലമാതിരിപലഭാഷകൾപലഭൂഷകൾകെട്ടി,
പാടിയുമാടിയുംപലചേഷ്ടകൾകാട്ടി,
വിഭ്രമവിഷവിത്തു വിതയ്ക്കിലും ഹൃദിമേ
വിസ്മരിക്കില്ല ഞാൻ നിന്നെസ്സുരസുഷമേ!
കാവ്യനർത്തകി - ചങ്ങമ്പുഴ

പൂജ്യരാംവൈദികൻമാരേ, തുനിഞ്ഞിവൻ
യോജ്യമല്ലെങ്കിലുമൊന്നോതുന്നേൻ
രാജ്യത്തെയോർത്തുംമതത്തെയോർത്തും പിന്നെ
പ്രാജ്യരാം നിങ്ങളെത്തന്നെയോർത്തും.
കാലം വൈകിപ്പോയി, കേവലമാചാര
നൂലുകളെല്ലാം പഴകിപ്പോയി
കെട്ടിനിറുത്താൻകഴിയാതെ ദുർബ്ബല
പ്പെട്ടചരടിൽജ്ജനതനിൽക്കാ
ദുരവസ്ഥ - ആശാൻ

വ

പൂമ്പൈതൽപിന്നെയാപ്പൂരിതക്രോധനാം
പാമ്പിന്റെ പൊങ്ങിയ പത്തിതോറും
ചെങ്കഴൽകൊണ്ടുചവിട്ടിത്തുടങ്ങിനാൻ
തങ്കച്ചിലങ്കകിലുങ്ങും വണ്ണം
പീലിപ്പുരികുഴൽകെട്ടഴിഞ്ഞുണ്ണിതൻ
തോളിൽപ്പതിഞ്ഞതിൻതുമ്പുകളിൽ
വെള്ളത്തിൻതുള്ളികളൊട്ടൊട്ടുനിന്നാടി
വെള്ളിയലുക്കുകളെന്നപോലെ
കർമ്മഭൂമിയുടെ പിഞ്ചുകാൽ - വള്ളത്തോൾ

പേരറിയാത്തൊരുപെൺകിടാവേനിന്റെ
നേരറിയുന്നു ഞാൻപാടുന്നു
കോതമ്പക്കതിരിന്റെ നിറമാണ്
പേടിച്ചപേടമാൻ മിഴിയാണ്
കൈയിൽവളയില്ല, കാലിൽ കൊലുസില്ല
മെയ്യിലലങ്കാരമൊന്നുമില്ല
ഏറുന്നയൗവനം മാടിമറയ്ക്കുവാൻ
കീറിത്തുടങ്ങിയചേലയാണ്.
കോതമ്പുമണികൾ - ഒ.എൻ.വി.

പിന്നെയബ്ഭാനുമാൻ മുങ്ങീടുമദ്ദിക്കിൽ
ചിന്നിമനോഹരകാന്തിപൂരം
ഓമനത്തൂമുകിൽത്തുണ്ടുകളങ്ങുള്ളം
വ്യാമോഹിപ്പിച്ചുതിളങ്ങിനിന്നു
പൂമരംപോലെയും പൊൻവല്ലിപോലെയും
താമരപൂത്ത കുളം പോലെയും
നേരിയമഞ്ഞിൻതിരയ്ക്കുള്ളിലക്കാഴ്ച
പാരംമനോജ്ഞവുമായിരുന്നു.
ദുരവസ്ഥ - ആശാൻ

പ

പൃത്ഥിയിലന്നുമനുഷ്യർനടന്നപഥങ്ങളിലിപ്പൊഴധോമുഖവാമനർ
ഇത്തിരിവട്ടംമാത്രംകാൺമവർ, ഇത്തിരിവട്ടംചിന്തിക്കുന്നവർ
മൂവടിമണ്ണിനിരന്നുകവർന്നുവധിച്ചുനശിപ്പോരല്പസുഖത്തിൻ
പാവകളിച്ചതുതല്ലിയുടച്ചുകരഞ്ഞുമയങ്ങിയുറങ്ങീടുന്നോർ
സൽഗുണമഹിമചവിട്ടിയമർത്തിവസുന്ധരയൊക്കെയസുന്ദരമാക്കി
സ്വർഗ്ഗപഥത്തിൽനയിപ്പാനന്ധവിരക്തിയെനിന്നുവിളിച്ചീടുന്നോർ
പെരുകിടുമിരുളിലുമെന്നാൽഞങ്ങടെതലകളിൽമങ്ങിമിനുങ്ങിയിരിപ്പൂ
നിരവധിപുരുഷായുസ്സിന്നപ്പുറമാളിയൊരോണപ്പൊൻകിരണങ്ങൾ
ഓണപ്പാട്ടുകാർ - വൈലോപ്പിള്ളി

പ്രണയവിവശയായ്തീരുവോരെൻ
വ്രണിതഹൃദയത്തിൻമൗനഗാനം
സഹജരേനിങ്ങളോടല്ലശൂന്യം
ബധിരതതൻമുന്നിലായിരുന്നു
അഴകിന്റെതൂവെള്ളിക്കിണ്ണമെല്ലാ
മഴലുനിറഞ്ഞവയായിരുന്നു
സ്ഫടികാഭമാകുമരുവികൾത
ന്നടിയെല്ലാംപങ്കിലമായിരുന്നു
അപരാധി - ഇടപ്പളളി

പ്രണതജനബഹുജനനമരണഹരനാമകം
പ്രാണപ്രയാണകാലേനിരുപിപ്പവൻ
ജനിമരണജലനിധിയെവിരവൊടുകടക്കുമ
ജ്ജൻമനാകിംപുനസ്തസ്യദൂതോസ്മ്യഹം
തദനുമമഹൃദിസപദിരഘുപതിരനാരതം
തസ്യാംഗുലീയവുമുണ്ടുശിരസിമേ
കിമപിനഹിഭയമുദധിസപദിതരിതുംനിങ്ങൾ
കീശപ്രവരരേഖേദിയായ്കേതുമേ
അദ്ധ്യാത്മരാമായണം - എഴുത്തച്ഛൻ

പ

പത്തമ്പതാളുകൾവട്ടത്തിൽചുറ്റിക്കൊ
ണ്ടുദ്രസമുത്സവവേളകളിൽ
നൽക്കരക്കോലടികൊണ്ടുതാളംപിടി
ച്ചിഗ്ഗാഥയോരോന്നുറക്കെച്ചൊല്ലി
ഒത്തകാൽവെപ്പോടുംമെയ്യഴകാർന്നൊരു
നൃത്തവിശേഷമുതിർക്കുംനേരം
ആവർത്തരീത്യാചലിക്കുമൊരൂഞ്ഞാലി
ലാടുന്നുഗീതിമാതെന്നുതോന്നും
പണ്ടത്തെപാട്ടുകൾ - വള്ളത്തോൾ

പഴയൊരങ്കത്തിൻപാട്ടാൽപുതിയൊരുപടപ്പാട്ടാൽ
പടയണിക്കുനീപുലിപ്പാൽപകരുമ്പോൾ
മറ്റുകളവാണികളുമൊത്തുചേർന്നാമലയിൽക്കൈ
കൊട്ടിയാർത്തുചോടുവെച്ചുനീകളിക്കുമ്പോൾ
ചിതംവിട്ടചീനരാകുമരിങ്ങോടർതൻമുഖത്തു
ചിലമ്പിട്ടചേവടിയാൽനീചവിട്ടുമ്പോൾ
അരുതെന്നാർവിമർശിപ്പാൻഅഗ്ര്യമായ് മാനവും നേരും
കരുതുന്നമലനാട്ടിൽ മകളല്ലോ നീ
വടക്കൻ പാട്ട് - വൈലോപ്പിള്ളി

പോരികിങ്ങിതിഹാസഭാരതിസുലളിത
പാദവിന്യാസംചേർത്തരംഗമീവിദ്യാപീഠം
നാലുമാറുമിട്ടാട്ടിഎണ്ണയൂറ്റിയോനതിൽ
നൂൽത്തിരിനനച്ചുനൂറ്റാണ്ടുകൾ വിളക്കിയോൻ
ചമ്രമിട്ടിരിക്കുന്നു നാട്ടാശാൻ കഴൽപ്പൂഴി
നെറ്റിയിലണിയുകപ്പുണ്യമാണല്ലോ പുണ്യം
പഴവൻപുരാണനിപ്പരമാചാര്യൻനാട്ടു
മൊഴികൾക്കെഴുത്തിന്നുമച്ഛനീസാരസ്വതൻ
വിദ്യാരംഭം - ഏറ്റുമാനൂർ സോമദാസൻ

പ

പോയ്‌വരാംതിരുരോളം പൈതലേ ചിദാനന്ദ
പീയൂഷം പൊഴിയുമക്കാഞ്ഞിരച്ചുവടോളം
വെണ്ണപോലിളവെയിലുരുകിത്തിളങ്ങുമീ
മണ്ണിലിന്നലെ നടപഠിച്ചൂമലയാളം
നലമായ്കളകാഞ്ചിശിഞ്ജിതംപൊഴിച്ചന്ന
നടയാളീമുറ്റത്തുകൊളുത്തീസന്ധ്യാദീപം
കുറയായ്കലിമലംചേർന്നനാവിനുമന്തഃ
കരണത്തിനുമിതേകൈവല്യതീർത്ഥസ്ഥാനം
വിദ്യാരംഭം - ഏറ്റുമാനൂർ സോമദാസൻ

പായലുപൂത്തുകിടന്നൊരുനീല
ക്കായലിലിന്നലെനീരാടി
ഈറൻ ചേലയുടുത്തനിശീഥിനി
കേറിയിറങ്ങിയ പടവുകളിൽ
കടലിൻകരളിൻനെടുവീർപ്പുകളുടെ
കവിതവിടർത്തുംമഴവില്ലേ,
മായരുതേ,നീമായരുതേ, നീ
മാനത്തെത്തിയ കുളിരല്ലേ !
മഴവില്ല് - വയലാർ

പശ്ചിമജലധിതരംഗാവലിതൻ
ഉത്സൃതശീതളശീകരസേവ്യം
വിസ്തൃതഭുവനകലാനിലയോപരി
നിസ്തുലമരുളിനമോഹനകാവ്യം
കുന്ദലതാപരിസേവിതനിലയം
സുന്ദരകേതകഭൂഷിതവലയം
ചമ്പകകുവലയകൂവളനിവഹം
ജൃംഭിതസുരഭിലമെന്നുടെരാജ്യം
കേരളഗാനം - ബോധേശ്വരൻ

പ

പങ്കമകന്നൊരുതങ്കംപൊന്നിനൊ
ടങ്കംപൊരുതുമൊരംഗപ്രഭയും
കുങ്കമനിറമാംചിറകുംകൊക്കും
പങ്കജരുചിരംചരണദ്വയവും
കണ്ടതുനേരം നൃപനുകുതൂഹല
മുണ്ടായ്‌വന്നൂമനതാരിങ്കൽ
കൊണ്ടാടിത്തൻകരകമലത്തെ
ക്കൊണ്ടുപിടിച്ചുമുറുക്കിക്കൊണ്ടാൻ
നളചരിതം - കുഞ്ചൻനമ്പ്യാർ

പായൽച്ചുരുൾചുറ്റിദാഹനീർതേടാത്ത
കായലും തോടുകളുമെവിടെന്റെ മക്കളേ?
ചാകരമഹോത്സവപ്പെരുനാളിലലയടി
ച്ചാർക്കുന്ന കടലോരമെവിടെന്റെ മക്കളേ?
കാർഷികഗവേഷണക്കശപിശയിൽവാടാത്ത
കാറ്റുവീഴാക്കേരതരുവെവിടെമക്കളേ?
ഫാക്റ്ററിപ്പുകയുറഞ്ഞാസ്മാവലിക്കാത്തൊ
രോക്സിജൻ വീശുന്നനാടെവിടെ മക്കളേ?
കാടെവിടെ മക്കളെ? - അയ്യപ്പപ്പണിക്കർ

പടയൊരുങ്ങുകയായീനമ്പൂതിരിമാരേ, നിങ്ങൾ
പകച്ചുനോക്കുവതെന്തുപരിഭ്രമത്താൽ?
ഇനിമേലിലൂതിയൂതിക്കത്തിപ്പതുപ്രതികാര
വഹ്നിമാത്രമാണു ഞങ്ങളടുപ്പുകളിൽ
കറുകമാലകളല്ലകെട്ടുന്നതുഞങ്ങൾ, ദാസ്യ
ക്കഴുത്തിറുക്കുവാനുള്ളകയറുകളാം
അബലയല്ലന്തർജ്ജനം; നമ്പൂതിരിമാരേ, നോക്കൂ
അടർക്കള, മടർക്കളമടുക്കളയും
അടുക്കളയ്ക്കുള്ളിൽ - ഒളപ്പമണ്ണ

പ

പൊതിയിങ്ങോട്ടുതന്നാലും ലജ്ജിക്കേണ്ട; ഗോപിമാരും
കൊതിയനെന്നിജ്ജനത്തെപ്പറവൂഞായം
ഇതി യദുപതി മുദാസതതമിരന്നു, സതാം
പതിയതുക്കൈക്കലാക്കീട്ടഴിച്ചുകൊണ്ട്
കല്ലുംനെല്ലുംമെല്ലാമവിലെന്നുവച്ചിട്ടൊരുപിടി
നല്ലവണ്ണംവാരിവേഗംവയറ്റിലാക്കി
മല്ലരിപുപിന്നെയും വാരുവാനാഞ്ഞനേരം വീശും
വല്ലഭവന്ദിച്ചുതന്റെ കരം പിടിച്ചു.
കുചേലവൃത്തം - രാമപുരത്തുവാരിയർ

പോരാപോരാ, സതീ, ലീലേ, മാലതീ, നാമുറങ്ങിയാൽ
പ്പോരോ,പോരിന്നിറങ്ങേണം, പൊടിപാറ്റേണം
മല്ലികപ്പൂചൂടുവാനും മുല്ലമാലകൊരുക്കാനു
മല്ല നമ്മൾ പിറന്നതു, കറിവയ്ക്കാനും
കെട്ടിച്ചമഞ്ഞിതുവരെപ്പൂരുഷാജ്ഞനിറവേറ്റാൻ
കുട്ടിക്കുരങ്ങെന്നപോലെകളിച്ചുനമ്മൾ
അനുകചുംബനമൊന്നിന്നാത്മബലിചെയ്വോർനമ്മൾ
അനുവദനീയമല്ലമേലിലിതൊന്നും
നമസ്തേ - തിക്കോടിയൻ

പാടിയതെല്ലാം പാഴീരടി; ജീവിതത്തിന്റെ
നോവുമാശയുമെല്ലാം ഹൃത്തിലിപ്പൊഴുംബാക്കി!
മുറിവാക്കുകളാകുമില്ലിക്കോലുകൾ നീട്ടി
മുഴുവൻ പൊട്ടിച്ചെടുക്കാനിവനുഷ്ണിച്ചാലും
ഉന്നതങ്ങളിലാർദ്രഗന്ധവൃഷ്ടികൾ ചിന്നി
നിന്ന ഭാവപുഷ്പങ്ങളകലത്തല്ലോ വീണ്ടും!
എങ്കിലും പാടും പാഴീരടിഞാൻ; കുഴയുന്നൊ
രെന്റെ ചുണ്ടിൽ നിന്നാദ്യചുംബനം തുടിക്കുന്നു.
പ്രണയഗീതങ്ങൾ - വിഷ്ണുനാരായണൻ നമ്പൂതിരി

പ

"പാരിന്റെ നൻമയ്ക്കത്രേ, പാഴ്വൻപുകാട്ടാനല്ലീ
യാരണ്യപിതാക്കൾതന്നാത്മീയധനംകുഞ്ഞേ!"
ഇക്കൊടുംക്കൊലക്കൂത്താൽ പ്രീതനാവുമോ, സ്വർഗ്ഗം
പുക്ക മൽപ്പിതാ, വാർഷസംസ്കാരം വളർത്തവൻ?
കാറ്റിലും കടലിന്റെ പാട്ടിലുമൊരേ ശാപം
കേട്ടുഞാൻ : "തപോബലം പാഴാക്കിക്കളഞ്ഞുനീ!"
ആത്മാവിലാരണ്യകശാന്തസുന്ദരഭാവ
മാകെമാച്ചുയർന്നല്ലോക്രൗര്യമെന്നഴൽപൂണ്ടേൻ.
മഴുവിന്റെ കഥ - ബാലാമണിയമ്മ

പ്രജകൾജഗത്തിൻസുകൃതികൾജായാപതികൾനടുംശുഭമാം
പരസ്പരപ്രണയാമരതരുവിൻഫലപ്രകാണ്ഡങ്ങൾ,
ചൂടാൻമലരുംഘനമായ്ത്തോന്നിനദോഹദകാലത്തിൽ
ചുമന്നിരിപ്പൂദുർഭരഗർഭംസുഖേനജനയിത്രി,
പിതാവുമാതാവുടപ്പിറന്നോർബാന്ധവരിഷ്ടൻമാർ
പ്രേയസിമക്കൾഭുജിഷ്യർതുടങ്ങിപ്രേമപരാധീനർ
പരിചരണോദ്യതർപലജീവികൾതൻ പരിതഃസ്ഥിതിമൂലം
പദേപദേനാംപ്രമുദിതർകാണ്മൂഭവാബ്ധിഗോഷ്പദമായ്
പ്രേമസംഗീതം - ഉള്ളൂർ

പണ്ടിളം തേൻമൊഴികൊഞ്ചിയതുഞ്ചന്റെ
പഞ്ചവർണ്ണക്കിളിപ്പെൺകൊടിയാൾ
പാൽപഴംപായസംപഞ്ചാരതേനിവ
പാടേവെറുത്തുവെടിഞ്ഞൊടുവിൽ
പഥ്യമായ്ത്തേടിപോൽതിക്തകാരസ്കര
പക്വ;മക്കയ്പ്പുനീരുള്ളിൽവാറ്റി
ചക്കരപ്പാവാക്കിമാറ്റിപോൽ; തുഞ്ചന്റെ
ചക്കിലന്നാടിപോൽ നാലുമാറും
കുയിലിനോട് - എൻ.കെ.ദേശം

ഫ

ഫലരഹിതമാംവാഗ്വാദഘോഷവും
പരിഭവങ്ങളും പാഴ്ക്കലഹങ്ങളും
ചതിയുമീർഷ്യയും വൻപുമസൂയയും
ഹൃദയശൂന്യമാം പച്ചച്ചിരികളും
പരപരിഹാസവാഞ്ഛയും വൈരവും
പരമനീചമായോരഹങ്കാരവും
മതി, യിതല്ലല്ലിസാഭിമാനംസദാ
മഹിപുകഴ്ത്തുന്നമാനവജീവിതം?
ബാഷ്പാഞ്ജലി - ചങ്ങമ്പുഴ

ഫലരഹിതമായിടും ചിന്താശതങ്ങളാൽ
പലയിരവുമിങ്ങനെപാഴിലായ്ത്തീർത്തുഞാൻ
തരളിതമനസ്കനായ്തപ്തബാഷ്പത്തിനാൽ
തലയിണനനയ്ക്കുന്നതെന്തിനായീവിധം?
തനിയെയൊരുകോണിലായ്പ്രേമവിവശയായ്
പനിമലരറിഞ്ഞിടാതിട്ടിടുംവീർപ്പുകൾ
കനകമയതാരമൊത്തുല്ലസിക്കേണ്ടതാം
പനിമതിയറിഞ്ഞില്ലയെങ്കിലെന്തദ്ഭുതം?
രാഗിണി - ഇടപ്പള്ളി

ഫാല ലോചനൻ പരമേശ്വരൻ പശുപതി
ബാലശീതാംശുമൗലി ഭഗവാൻ പരാപരൻ
പ്രാലേയാചലമകളോടരുൾ ചെയ്തീടിനാൻ,
ബാലികേ, കേട്ടുകൊൾക പാർവ്വതി, ഭക്തപ്രിയേ!
രാമനാം പരമാത്മാവാനന്ദ രൂപനാത്മാ-
രാമനദ്വയനേകനവ്യയനഭിരാമൻ
അത്രിതാപസ പ്രവരാശ്രമേ മുനിയുമാ-
യെത്രയും സുഖിച്ചു വാണീടിനാനൊരു ദിനം.
ആരണ്യകാണ്ഡം - എഴുത്തച്ഛൻ

ഫ

ഫോണിന്റെ മണിരണിതമോരോ
തവണയുണരുമ്പൊഴും, വെടിമരുന്നിൽ തീ
പ്പൊരി വീണപോലുള്ളിൽ വല്ലാത്തൊരാളൽ
കാലദൂരങ്ങളേ, കർമ്മമായ്, കനകമായ്
മാറ്റുമീ കാലത്രയേശന്റെ
മണിരണിതമുണരുമ്പൊഴെല്ലാം
വിയർത്തു വിറയ്ക്കുന്ന വിരൽകളാൽ
കരിവണ്ടുമുരളുന്ന ചെവിയിൽ വെയ്ക്കുന്നു ഞാൻ
മൂല്യം - എൻ.എൻ. കക്കാട്

ഫുല്ലാംബുജാസ്യയാൾവാസരാധീശ്വരീ,
അല്ലണിക്കൂന്തലാൾരാത്രിദേവി;
മേളിപ്പൂരണ്ടോടുംഞാ,നെനിക്കാവശ്യ
മീലോകച്ഛായകൾമാറിമാറി
പാത്രത്തിൽനൽകിയദാനത്താലിദ്ദിനം
പേർത്തുംഞാൻധന്യരിൽദ്ധന്യനായാൽ
അർത്ഥംഗ്രഹിപ്പിച്ചവാക്യത്തിനെന്തുമേ
ലെത്തേണ്ടുപൂർണ്ണവിരാമമെന്യേ?
കർണ്ണഭൂഷണം - ഉള്ളൂർ

ഫ്ളാറ്റിലെബാൽക്കണിത്തുഞ്ചത്തുകർക്കട
ക്കാറ്റുംമഴയുംകൊടിചുരുക്കി
താഴത്തെയിത്തിരിമണ്ണിൽവിനീതയാം
പാവത്തെ, ത്തുമ്പയെക്കണ്ടുന്നിൽക്കെ,
വേദനിപ്പിക്കാത്തൊരമ്മതൻനിശ്ശബ്ദ
വേപഥുവാർന്നമുഖംസ്മരിപ്പൂ
എന്തിന്നുപൂക്കളും? എന്തിലുംമീതെയാ
ണമ്മുഖം സ്നേഹമായുജ്ജ്വലിക്കെ
പുതുവർഷം-മഴതൻമറ്റേതോമുഖം - വിജയലക്ഷ്മി

ബ

ബന്ധം വന്നകുചേലോദന്തത്തെത്തന്നെ പാട്ടായിട്ടു
ബന്ധിപ്പേന തിന്നിനിയും സംഗതി വരും
ബന്ധുര തിരുവനന്തപുരത്തേയും ഭക്തജന
ബന്ധുവായ പദ്മനാഭനേയും തൊഴുന്നേൻ
യാനം ദൂരത്തിങ്കലെളുതല്ലെന്നിരിക്കിലും മമ
സ്യാനന്ദൂരത്തിങ്കലോളം ചെന്നീടുവാനും
ആനന്ദരൂപിയാമനന്തശായിയെ ദർശിപ്പാനു
മാനന്ദ ഗോപകുമാരൻ കൃപചെയ്യേണം
കുചേലവൃത്തം - രാമപുരത്തുവാര്യർ

ബാണരണത്തിങ്കൽ കൃഷ്ണൻപ്രമഥൻമാരെയും പുഷ്പ
ബാണപുരാന്തകനാകുംഭഗവാനെയും
ബാണങ്ങളെക്കൊണ്ടുജയിച്ചതുംബാല്യേകഴിഞ്ഞൊരു
വാണീജാനിജയത്തെക്കാളതികഠിനം
ധർമ്മപുത്രനുടെകാര്യക്കാരനോകാരണമർത്യൻ
ധർമ്മദൈവമോ ദൂതനോഞാനറിഞ്ഞില്ല
സൻമതിയാമർജ്ജുനന്റെ സഖിയോസൂതനോപര
ചിൻമയൻ ഗുരുഭൂതനോ ഞാനറിഞ്ഞില്ല.
കുചേലവൃത്തം - രാമപുരത്തുവാര്യർ

ബാലകൻമാരുമായ് കന്നുമേച്ചിങ്ങനെ
നാലഞ്ചുമാസം കഴിഞ്ഞകാലം
ഗോവിന്ദരാമൻമാർഗോക്കളെമേച്ചങ്ങു
മേവിത്തുടങ്ങിനാർമെല്ലെമെല്ലെ
ഭൂമിക്കാഭൂഷണമായിവിളങ്ങുന്നൊ
രോമനച്ചേവടി രണ്ടുകൊണ്ടും
കാനനംതന്നിലെക്കല്ലിനുംപുല്ലിനും
ആനന്ദമേറ്റംവളർത്തിനിന്നാർ
കൃഷ്ണഗാഥ - ചെറുശ്ശേരി

ബ

ബാണചാപാദിശസ്ത്രങ്ങളുംകൈക്കൊണ്ടു
തോണികളൊക്കെബന്ധിച്ചുസന്നദ്ധരായ്
നില്പിനെല്ലാവരുംഞാനങ്ങുചെന്നുക
ണ്ടിപ്പോൾവരുന്നതുമുണ്ടുവൈകീടാതെ
അന്തികേചെന്നുവന്ദിച്ചാലവനുടെ
യന്തർഗ്ഗതമറിഞ്ഞീടുന്നതുണ്ടല്ലോ
രാഘവനോടുവിരോധത്തിനെങ്കിലോ
പോകരുതാരുമിവരിനി നിർണ്ണയം
അയോദ്ധ്യാകാണ്ഡം-അദ്ധ്യാത്മരാമായണം - എഴുത്തച്ഛൻ

ബാല്യത്തിൻമഞ്ഞുകണികയെഞാൻ
കാല്യത്തിൻകൈയിൽപണയമാക്കി
എന്തിനിക്കൈതവഹേതുവാകും
ബന്ധുരരത്നംകരസ്ഥമാക്കി?
മൊട്ടിട്ടവല്ലരിയെന്തിനാവോ
പൊട്ടിച്ചിരിച്ചൂപുലരിതന്നിൽ?
കാണുന്നവർക്കുഹസിക്കാൻമാത്രം
കാണാത്തകണ്ണീർചൊരിയാൻമാത്രം
അദൃശ്യബാഷ്പം - ഇടപ്പള്ളി

ബാലദിനേശനുറക്കേ നവ
കാലകവാടം തുറക്കേ,
കണ്ണീരുപറ്റിയടർന്നു പൂവു
മണ്ണിലടിഞ്ഞുകിടന്നു
ശ്രേഷ്ഠമാമാദിത്യകാന്തി ചൊല്ലി;
"ജ്യേഷ്ഠസഹോദരി, ശാന്തി!
നിന്റെ കരളിൻ തെളിച്ചം തന്നെ
യെന്റെ പകലിൻവെളിച്ചം!"
പിച്ചകപ്പൂ - വൈലോപ്പിള്ളി

ബ

ബാലാനിലൻവന്നുതട്ടുന്നനേരത്തു
കോലാഹലംനൃത്തമാടുംദലങ്ങളും
ആലോകനംചെയ്തുവിസ്മയിച്ചീടിനാൻ
കാലാത്മജാനുജൻ വീരൻവൃകോദരൻ
താഴത്തുഭാഗത്തുവീണുകിടക്കുന്ന
വാഴപ്പഴംകൊണ്ടുമൂടീമഹീതലം
പാഴറ്റപട്ടുവിരിച്ചകണക്കിനേ
വാഴയ്ക്കുചുറ്റുംപ്രകാശമുണ്ടപ്പൊഴും
കല്യാണസൗഗന്ധികം - കുഞ്ചൻനമ്പ്യാർ

ബാല്യം എൻജീവിതവാസരംതന്നുടെ
കാല്യം കലിതാഭമായകാലം
പിച്ചനടക്കുവാനമ്മപഠിപ്പിച്ച
പൊൽച്ചിലമ്പൊച്ചയുതിരും കാലം
ആവർത്തനോത്സുകമാകുമാവേളക
ളീമർത്ത്യനെങ്ങനെ വിസ്മരിക്കും!
മങ്ങിക്കിടപ്പതുണ്ടിമ്മലർമുറ്റത്താ
മംഗളജ്യോതിസ്സിൻ കന്ദളങ്ങൾ
നവസൗരഭം - ഇടപ്പള്ളി

ബാഹുവീര്യങ്ങളും ബുദ്ധിപ്രഭകളും
സ്നേഹമൊലിക്കുമുറവുകളും
ആഹന്തയെത്രവിഫലമാക്കിത്തീർത്തൂ
നീ ഹിന്ദുധർമ്മമേ, ജാതിമൂലം!
എത്ര പെരുമാക്കൾ ശങ്കരാചാര്യൻമാ
രെത്രയോ തുഞ്ചൻമാർ കുഞ്ചൻമാരും
ക്രൂരയാം ജാതിയാൽ നൂനമലസിപ്പോയ്
കേരളമാതാവേ, നിൻ വയറ്റിൽ!
ദുരവസ്ഥ - ആശാൻ

ഭ

ഭംഗിയിലോണപ്പാട്ടുംപാടിയുമ്മറമുറ്റ
ത്തെൻകിടാങ്ങളേനിങ്ങൾപൂക്കളംചമയ്ക്കുമ്പോൾ
ഞാനിരുന്നോർപ്പൂമുന്നമാശ്രമത്തിലും രാജ
ധാനിയിങ്കലുംചന്ദനത്തിനാൽചമതയാൽ
യാഗാഗ്നികുണ്ഡം തീർത്തുയവവുമെള്ളുംനെയ്യു
മേകാഗ്രഭക്ത്യാഹോമിച്ചോരുതാപസൻമാരെ
ഉയരും സുഗന്ധിയാം ധൂമത്തോടൊപ്പംപൊങ്ങീ
വിയദങ്കണത്തിലേക്കവർതൻശുഭസൂക്തം
പൈതൃകസംഭാവനകൾ - വൈലോപ്പിള്ളി

ഭജനംപൂജനമാരാധനയും
സാധനയുംഹേ, നിർത്തുകസാധോ!
നിജ ദേവാലയ മൂലയിലെന്തി
നിരിയ്ക്കുന്നൂ നീ രുദ്ധകവാടം?
നിഭൃതമിരുട്ടിൽ നിഗൂഢമിരുന്നേ
നീ ധ്യാനിക്കും ദൈവതമവിടേ
നിലകൊൾവീല, നിമീലിതലോചന
മൊന്നുതുറക്കൂ, നന്നായ് നോക്കൂ
ഗീതാഞ്ജലി 119 - ജി.

ഭദ്രമായഭസ്മവും ധരിച്ചുനമസ്കാരകിണ
മുദ്രയും മുഖരമായ പൊളിക്കുടയും
രുദ്രാക്ഷമാലയുമേന്തിനാമകീർത്തനവുംചെയ്തു
ചിദ്രൂപത്തിങ്കലുറച്ചുചെഞ്ചെമ്മേചെല്ലും
അന്തണനെക്കണ്ടിട്ടുസന്തോഷംകൊണ്ടോ, തസ്യദൈന്യം
ചിന്തിച്ചിട്ടുള്ളിലുണ്ടായസന്താപംകൊണ്ടോ
എന്തുകൊണ്ടോശൗരികണ്ണുനീരണിഞ്ഞു? ധീരനായ
ചെന്താമരക്കണ്ണനുണ്ടോ കരഞ്ഞിട്ടുള്ളു?
കുചേലവൃത്തം - രാമപുരത്തുവാര്യർ

ഭ്ര

ഭദ്രമാമരുണോദയം വന്നുപോയ്;
ക്ഷുദ്രനിദ്രവെടിഞ്ഞുണർന്നാവുനാം!
കാനനമലർച്ചുണ്ടിലു,മാരാജ
മാനനിർമ്മലദിങ്മുഖത്തിങ്കലും,
ഗീതലോലമാം പൂഞ്ചോലതന്നുടെ
സ്ഫീതകൗതുകതുന്ദിലമാറിലും,
നാനാപക്ഷിച്ചിറകിലുംകാണുന്നു
ണ്ടാനന്ദത്തിന്റെ കാഞ്ചനരേഖകൾ.
സാഹിത്യകൗതുകം III - ജി.

ഭൂലോകസേവിനീ, കാരുണ്യശാലിനീ,
ഗോലോകമുഖ്യപയസ്വിനീ, കേൾ
അക്ഷീണമംഭസ്സുചോർത്തിയഭിഷേചി
ച്ചുജ്ജീവിപ്പിച്ചാലുമൂഴിയെനീ
വൃന്ദാവനക്കരിംകൂവളമാലികേ !
തന്നാലും നിൻ ദാനത്തൂമരന്ദം
എല്ലാക്കൃഷിക്കാർക്കും നെല്ലായ്പ്പശുക്കൾക്കു
പുല്ലായ്കിളിർക്കട്ടെ നിൻകാരുണ്യം.
ജലസേചനം - വൈലോപ്പിള്ളി

ഭവ്യപരിമളമൊന്നിതാപൂത്തൊരു
ദിവ്യലതയിൽനിന്നെന്നപോലെ
സുന്ദരിതങ്കൽനിന്നേറ്റിടചേരുന്നു
ചന്ദനശീതളചന്ദ്രികയിൽ
സ്ഫാടികപാത്രമൊന്നുണ്ടുവിളങ്ങുന്നു
പാടലമായതൽപ്പാണിയിങ്കൽ,
ഏറിയഭംഗ്യാവിരിഞ്ഞചെന്താമര
ത്താരിലൊരോമൽമരാളംപോലെ
മഗ്ദലനമറിയം - വള്ളത്തോൾ

ഭ

ഭക്തിയാലർപ്പിച്ചുനാലുമറുപതും
മുത്തുകിലുങ്ങുന്ന തൃക്കാൽക്കലീഞ്ഞങ്ങൾ
ജീർണ്ണമാംപണ്ടത്തെവാളുകൾ, താളുകൾ
ജീവിതവൃത്തിതൻക്ഷുദ്രായുധങ്ങളും
ഭംഗിയിൽചട്ടയിട്ടിക്കിളിയേറ്റുന്ന
ഞങ്ങൾതന്നാഭാസനേരുംനുണകളും
ഹൃദ്രമേസ്വീകരിച്ചാശീർവ്വദിച്ചാലും
അത്രമേൽഞങ്ങളനുഗ്രഹം വേണ്ടവർ
വിദ്യാരംഭം - വൈലോപ്പിള്ളി

ഭാര്യയുടെദുഃഖമോർത്തിട്ടതിവിരൂപനായതാൻ
കാര്യമാനുഷനോളം സുന്ദരനായതും
സൂര്യപ്രകാശനായതുമറിയാതെപോയിച്ചെല്ലും
ആര്യനായവിപ്രനാത്മദിക്കിനേക്കണ്ടു
കണ്ടാലച്യുതന്റെ കണക്കായകുചേലനാലില്ല-
മുണ്ടായിരുന്നദേശവുമടുത്തദിക്കും
രണ്ടാംദ്വാരകാപട്ടണമായിട്ടഗ്രേകാണപ്പെട്ടു
തണ്ടാർമാനിനീശന്റെ കാരുണ്യമാശ്ചര്യം
കുചേലവൃത്തം - രാമപുരത്തുവാര്യർ

ഭാരതക്ഷമേ! നിന്റെ പെൺമക്കളടുക്കള
ക്കാരികൾ വീടാം കൂട്ടിൽക്കുടുങ്ങുംതത്തമ്മകൾ
നരന്നുഗർഭാധാനപാത്രങ്ങളാജൻമാന്തം
പരതന്ത്രകൾ, പശുപ്രായകളബലകൾ
ആടയുംപണ്ടങ്ങളുംകൊണ്ടുമെയ്യാകെക്കൂടി
മൂടിയയന്ത്രക്കളിപ്പാവകൾ, വരാകികൾ
എങ്ങവർപതിതകൾ സഹധർമ്മിണീഗൃഹ
മംഗലദേവതാദി നാമങ്ങൾക്കനർഹകൾ
ചിത്രശാല - ഉള്ളൂർ

ഭ

ഭാസകാളിദാസാദ്യൻമാരെയും പുലർത്തിയ
ഭാസുരസാരസ്വതഭണ്ഡാരപ്പുരകളേ
ദുർഗ്രഹമാഹാത്മ്യമാമാമ്നായാദ്രിയിൽ നിന്നു
നിർഗ്ഗമിച്ചൊഴുകിയനിർമ്മലനദികളേ
ഉച്ചകൈരുപനിഷദ്ദേവതാക്ഷേത്രങ്ങളേ
സച്ചതുർവ്വർഗ്ഗാഭിഖ്യസസ്യകക്ഷേത്രങ്ങളേ
പേർപെറുമാര്യൻമാർതൻവിജയസ്തംഭങ്ങളേ
ശ്രീപുരാണാഗ്ര്യങ്ങളേ നിങ്ങൾക്കുനമസ്ക്കാരം
പുരാണങ്ങൾ - വള്ളത്തോൾ

ഭാരതവർഷത്തിലെപ്പൂർവ്വരാമൃഷീന്ദ്രൻമാർ
പാരിനുള്ളടിക്കല്ലുപാർത്തുകണ്ടറിഞ്ഞവർ
യോഗൈകനിരതൻമാർ ഭോഗനിസ്പൃഹർപരി
ത്യാഗൈകദ്രവിണൻമാർ അവർതൻവാസങ്ങളോ
പൊട്ടപ്പുല്ലുകൾകൊണ്ടുംശുഷ്കപത്രൗഘംകൊണ്ടും
കെട്ടിമേഞ്ഞവയായപാഴ്കുടിലുകളത്രേ
എങ്കിലുമവയിൽനിന്നങ്ങുകിട്ടിയമണി
ത്തങ്കങ്ങൾമഹാർഘങ്ങൾമറ്റെങ്ങുമലഭ്യങ്ങൾ
പുരാണങ്ങൾ - വള്ളത്തോൾ

ഭാരതത്തിൻനെടുംകോട്ടവാതിലുകൾ കാത്തുമേവും
വീരരിലുണ്ടൊരുവീരൻകേശവൻകുട്ടി
പണ്ടുപാഠശാലയിൽഞാൻമുട്ടുശാന്തിക്ലാസ്സെടുക്കെ
എന്തുപാഠം? പദ്യപാഠം, വടക്കൻ പാട്ടോ
ആരുചൊല്ലുംഭംഗിയായി? ട്ടവരനുക്രമം ചൊല്ലി
ചൂരുമില്ലചുവയുമില്ലുശിരുമില്ല
പിന്നെയൊരുചിടുങ്ങന്റെയൂഴമായിതവനങ്ങു
നിന്നുപാടിയുറുമിവാൾചീറ്റിടുംപോലെ
വടക്കൻപാട്ട് - വൈലോപ്പിള്ളി

ഭ

ഭാഷയായിട്ടുചമയ്ക്കുന്നവാക്കുകൾ
ദോഷമകന്നുവരുത്തുവാൻദുർഘടം
ശേഷമുള്ളാളുകൾകേട്ടുനമ്മെക്കൊണ്ടു
ദൂഷണംകെട്ടിച്ചമയ്ക്കാനടുക്കയാൽ
ഭോഷനായുള്ളോരെനിക്കുകനക്കവേ
ഭൂഷണമെന്നുമനസ്സിലുറയ്ക്കുന്നു
ഏറെത്തുടങ്ങിയാലൊന്നുംഫലംവരാ
വാറില്ലവാക്കിനെന്നെല്ലാംവരുമിനി
കല്യാണസൗഗന്ധികം - കുഞ്ചൻ നമ്പ്യാർ

ഭാരതംതൽസ്ത്രീകളെക്കണ്ടത്രനാണിക്കേണ്ട
വാരുണിതൻസ്ത്രീകളെക്കണ്ടത്രമദിക്കേണ്ട
ഇന്നത്തെസ്ഥാനംരണ്ടുദിക്കിലുംനന്നല്ലവർ
ക്കൊന്നടുക്കളയെങ്കിൽമറ്റതുകൂത്തമ്പലം
പാകശാലയുംകൊള്ളാം നൃത്തരംഗവുംകൊള്ളാം
പോകട്ടേരണ്ടിങ്കലുംതുല്യമായ്നതാംഗിമാർ
ശ്വഭ്രത്തിൽകിടപ്പതുമഭ്രത്തിൽപറപ്പതും
സർപ്പവുംപതത്രിയുംമദ്ധ്യവർത്തിതാൻമർത്ത്യൻ
ചിത്രശാല - ഉള്ളൂർ

ഭാരതഭൂതലമൗദാര്യസസ്യത്തിൻ
വാരുറ്റകേദാരംപണ്ടുപണ്ടേ
ആമൂലമാശിഖമാത്തത്ത്വംകണ്ടവൻ
ജീമൂതവാഹനൻവീണ്ടുംവീണ്ടും
ഇദ്ദിനംതൽക്കരമേന്തിടുംദംഭോളി
യദ്ദധീചിയ്ക്കുള്ളൊരസ്ഥിമാത്രം
വൃത്രാരികാട്ടിടുംവിഖ്യാതദോർവീര്യ
മദ്ദാനശൗണ്ഡൻതൻദാനവീര്യം
കർണ്ണഭൂഷണം - ഉള്ളൂർ

ഭ

ഭാരതഖണ്ഡത്തിങ്കൽപ്പിറന്നോരു
മാനുഷർക്കുംകലിക്കുംനമസ്കാരം
എന്നെല്ലാംപുകഴ്ത്തിടുന്നുമറ്റുള്ളോർ
എന്നതെന്തിനുനാംപറഞ്ഞീടുന്നു?
കാലമിന്നുകലിയുഗമല്ലയോ?
ഭാരതമിപ്രദേശവുമല്ലയോ?
ജൻമവുംനരജൻമമിതല്ലയോ?
ചെമ്മേനന്നായ്നിരൂപിപ്പിനെല്ലാരും
ജ്ഞാനപ്പാന - പൂന്താനം

ഭോഷ്കല്ലചൊല്ലുവനെങ്കിലോനിന്നോടു
കേൾക്കനീയെന്നുടെപത്തുനാമങ്ങളും
അർജ്ജുനൻഫൽഗുനൻപാർത്ഥൻവിജയനും
വിശ്രുതമായവൻപിന്നെക്കിരീടിയും
ശ്വേതാശ്വനെന്നുംധനഞ്ജയൻജിഷ്ണുവും
ഭീതിഹരൻസവ്യസാചിബീഭത്സുവും
പത്തുനാമങ്ങളുംനിത്യംജപിക്കനീ
ഭക്ത്യാഭയങ്ങളകന്നുപോംനിശ്ചയം
മഹാഭാരതം - എഴുത്തച്ഛൻ

ഭോഗങ്ങളെല്ലാംക്ഷണപ്രഭാചഞ്ചലം
വേഗേനനഷ്ടമാമായുസ്സുമോർക്കനീ
വഹ്നിസന്തപ്തലോഹസ്ഥാംബുബിന്ദുനാ
സന്നിഭംമർത്ത്യജൻമംക്ഷണഭംഗുരം
ചക്ഷുശ്രവണഗളസ്ഥമാംദർദ്ദുരം
ഭക്ഷണത്തിന്നപേക്ഷിക്കുന്നതുപോലെ
കാലാഹിനാപരിഗ്രസ്തമാംലോകവും
ആലോലചേതസാഭോഗങ്ങൾതേടുന്നു.
അദ്ധ്യാത്മ രാമായണം - എഴുത്തച്ഛൻ

ഭ

ഭിന്നവർണ്ണങ്ങളെകൈകോർത്തിണക്കീടു
മിന്ദ്രധനുസ്സിനാലന്തരീക്ഷം
മിക്കദിനത്തിലുംമിന്നുമിമ്മന്നിലോ
ശുഷ്കത്തിൽശുഷ്കമാംവർണ്ണവാദം
ആത്മാവിലാത്മാവിരിപ്പതുകാണുവിൻ
ആത്മാവാലാത്മാവുയർത്തിടുവിൻ
അന്യോന്യസൗഹൃദസസ്യംകൃഷിചെയ്വി
നന്യമെന്തുള്ളൂമതരഹസ്യം
പ്രഭാതഗാഥ - ഉള്ളൂർ

ഭീതങ്ങളായുള്ള മാതംഗ യൂഥങ്ങൾ
സിംഹങ്ങൾ നിന്നേടം ചെന്നണഞ്ഞു
സാമാന്യനായൊരു വൈരിവരുന്നേരം
വാമൻമാർതങ്ങളിൽച്ചേർന്നുഞായം
വേകുന്നദാരുവെക്കൈവിട്ടുമറ്റൊന്നിൽ
വേഗത്തിൽച്ചാടീതുവാനരങ്ങൾ
അറ്റൊരുദേഹത്തെക്കൈവിട്ടുദേഹിതാൻ
മറ്റൊരുദേഹത്തിൽച്ചാടുംപോലെ
ഖാണ്ഡവദാഹം - ചെറുശ്ശേരി

ഭൂതലംതന്നിൽപ്പതിച്ചുകിടന്നൊരു
പൂതനതന്നെയുംകണ്ടോരപ്പോൾ
ഉമ്പർകോൻചെന്നിട്ടുപക്ഷമറുക്കയാൽ
വമ്പറ്റുവീണൊരുശൈലംപോലെ
ലീലയുംപൂണ്ടവൾമാറിൽക്കരേറിന
ബാലകന്തന്നെയുംകണ്ടാർപിന്നെ
വങ്കുന്നിലേറീക്കളിച്ചുനിന്നീടുന്ന
രങ്കു തമ്പൈതലെയെന്നപോലെ
കൃഷ്ണഗാഥ - ചെറുശ്ശേരി

ഭ

ഭൂവിലും ദ്യോവിലുമെങ്ങുംവിളങ്ങുന്ന
ദേവി, നിൻകാൽക്കൽ നമസ്കരിക്കുന്നുഞാൻ
ജീവിതകർമ്മപ്രപഞ്ചപ്രചോദികേ
ദേവീ,നമസ്കരിക്കുന്നേൻ പദാന്തികേ
ഇന്നുനിൻഭക്തിപവിത്രപൂജാധൂപ
സന്നിധിയിങ്കൽനിവേദ്യമാക്കുന്നിതാ
എന്റെകളേബര,മെന്റഹൃദന്തരം
എന്റെവകയാംസമസ്തസമ്പദ്ഭരം
ഗീതാഞ്ജലി 14 – ജി.

ഭക്തിയൊഴിഞ്ഞുമറ്റൊന്നുമേവേണ്ടീല
മുക്തിവരുവാൻമുകുന്ദ,ദയാനിധേ!
ത്വൽപ്പാദപങ്കജത്തിങ്കലുറയ്ക്കേണ
മെപ്പോഴുമുൾക്കാമ്പെനിക്കുരമാപതേ!
ത്വന്നാമസങ്കീർത്തനപ്രിയയാകേണ
മെന്നുടെ ജിഹ്വസദാനാണമെന്നിയേ
ത്വച്ചരണാംഭോരുഹങ്ങളിലെപ്പോഴു
മർച്ചനംചെയ്യായ്‌വരികകരങ്ങളാൽ
അദ്ധ്യാത്മരാമായണം – എഴുത്തച്ഛൻ

ഭുക്തിമുക്തിദാതാവേ, ഭുവനനാഥാ,ഭഗവാനേ,
ഭക്തികൊണ്ടുഭക്തൻമാരുംനിന്നാലത്ഭുതം
ശക്തികൊണ്ടുശക്തൻമാരുംജയിക്കപ്പെടുന്നതിനാൽ
യുക്തംരണ്ടജിതാഖ്യയ്ക്കു,മന്തരം വേണ്ടാ
കപ്പവുംകൊണ്ടെല്ലാലോകപാലൻമാരുംദ്വാരംതോറു
മെപ്പോളവസരമെന്നു നോക്കിപ്പാർക്കുന്നു.
കുപ്പയിൽക്കിടന്നവനെപ്പൂജിക്കുന്നു ഭവാൻ! കീഴി
ലിപ്പുതുമകണ്ടിട്ടില്ല, കേട്ടിട്ടുമില്ല.
കുചേലവൃത്തം – രാമപുരത്തുവാരിയർ

ഭ

ഭൂലോകവൈകുണ്ഠലോകഭൂതാനന്തപുരത്തിങ്ക
ലാലോകിയ്ക്കപ്പെടുമഖിലാണ്ഡങ്ങളുടെ
മൂലകന്ദത്തിന്റെജൻമകർമ്മങ്ങൾക്കില്ലന്തം; കർമ്മ
ജാലങ്ങളിലിന്നുമൊരുകർമ്മവുംചൊല്ലാം
എങ്കിലെല്ലാവരും കേട്ടുകൊള്ളൂതിരുമനസ്സിന്നും
എങ്കലുള്ളപരമാർത്ഥംപാട്ടുകൊണ്ടുണ്ടാം.
പങ്കജനാഭാവതാരംപത്തിലുമാധിക്യമേറും
പങ്കഹരനായകൃഷ്ണനെന്നറിഞ്ഞാലും
കുചേലവൃത്തം - രാമപുരത്തുവാര്യർ

ഭോഷനാംമാനുഷനേവമിടുങ്ങിയ
ഭാഷയിലിട്ടടച്ചീടുകയാൽ
പേശലമാകുമിപ്പൂവലംഗങ്ങളി
ലേശിയനോവുമറന്നുനിങ്ങൾ
മാനസവല്ലിതൻഫുല്ലസങ്കല്പമായ്,
ആനന്ദവീണാനിനദമായി,
ചെല്ലച്ചെറുകാറ്റിൽത്തുള്ളിക്കളിക്കുവിൻ
മെല്ലെയെൻമുല്ലമലരുകളേ!
നിറപറ - പി.

ഭാവനയുടെ ചക്രവാളത്തിൽ
താവിയസാന്ധ്യദീപ്തിയിൽ
കണ്ടു ഞാൻ തവ പാദകുങ്കുമം
ചിന്തിയ നടപ്പാതകൾ
ജീവിതതീർത്ഥയാത്രയിലിന്നെൻ
താവളത്തിലിരുന്നു ഞാൻ
എന്തിനോ വീണ്ടും മീട്ടിനോക്കുന്നു
തന്ത്രിയറ്റൊരീ വീണയെ
വെളിച്ചത്തിലേക്ക് - ചങ്ങമ്പുഴ

മ

മൃതമീയബ്ദം; ഇതിൻ ജഡത്തെകുളിപ്പിക്ക
മിഴികൾചൊരിയുന്നപനിനീരിനാൽ; നെഞ്ചിൽ
ഉരുകും സ്നേഹത്താലേ സേചനം ചെയ്കതുണ്ടു
വിറകോരോന്നും ഇനിയൊരുക്കാമിതിൻ ചിത
മൃതമീയബ്ദം; ഇതുനമ്മുടെ വാഴ്‌വിൽനിന്നും
ക്ഷതമായ്വ്രണിതമായറ്റുപോമവയവം;
പഴുത്തൊരില! ഒരു പാഴ്ത്തൂവൽ! നിജകൃത്യം
നിറവേറ്റിയിട്ടന്യമാവുന്നു കൊഴിയുന്നു
അശാന്തിപർവ്വം - ഒ.എൻ.വി

മഞ്ഞുതുള്ളികൾ വീണു വിരിഞ്ഞിടും
മഞ്ജുവാമൊരു ചെമ്പനീർപ്പൂവുപോൽ
വേർപ്പുചിന്നിപ്പൊടിഞ്ഞാത്തലജ്ജയാൽ
ചോപ്പിരട്ടിച്ചൊരക്കവിൾത്തട്ടുകൾ
പ്രാതിനിധ്യം വഹിക്കയല്ലല്ലി നിൻ
മേദുരസ്നേഹചിന്തകൾക്കൊക്കെയും
ഞാനറിഞ്ഞുകഴിഞ്ഞേനവയിലെ
ഗാനസാന്ദ്രമാം സന്ദേശമോമലേ
ഹേമന്തചന്ദ്രിക - ചങ്ങമ്പുഴ

മണ്ണുതിന്നീടിനാൻ കണ്ണനെന്നിങ്ങനെ
തിണ്ണംപോയ്ചെന്നിട്ടദ്ദാരകൻമാർ
മാതാവോടായിട്ടുചൊല്ലിനിന്നീടിനാർ
മാതാവുതാനതുകേട്ടനേരം
ഓടിച്ചെന്നങ്ങവൻചാരത്തുചെഞ്ചമ്മെ
പേടിപ്പിച്ചീടുവാനായിച്ചൊന്നാൾ
മണ്ണുതിന്നീടുന്നതെന്തിന്നുചൊല്ലുണ്ണി
വെണ്ണയുംപാലുംഞാൻതരാഞ്ഞിട്ടോ?
കൃഷ്ണഗാഥ - ചെറുശ്ശേരി

മ

മലരൊളിതിരളും മധുചന്ദ്രികയിൽ
മഴവിൽക്കൊടിയുടെ മുന മുക്കി
എഴുതാനുഴറീ കല്പന ദിവ്യമൊ
രഴകിനെ;യെന്നെമറന്നൂഞാൻ
മധുരസ്വപ്നശതാവലിപൂത്തൊരു
മായാലോകത്തെത്തീ ഞാൻ
അദ്വൈതാമലഭാവസ്പന്ദിത
വിദ്യുൽമേഖല പൂകീ ഞാൻ
മനസ്വിനി - ചങ്ങമ്പുഴ

മേചകകാന്തികലർന്നുതുടങ്ങീതേ
മേഘങ്ങളെല്ലാമേമെല്ലെമെല്ലെ
വല്ലവീവല്ലഭൻതന്നുടെകാന്തിയേ
വെല്ലേണമിന്നുനാമെന്നപോലെ
ഡംബരമാണ്ടുമുഴങ്ങിത്തുടങ്ങീത
ങ്ങംബരംതന്നിലേമെല്ലെമെല്ലെ
അംബുദജാലങ്ങളംബുധിതന്നിലും
അംബരംതന്നിലും പാകിനിന്നു
കൃഷ്ണഗാഥ - ചെറുശ്ശേരി

മൈഥിലിതന്നെപ്പരിചാരികമാരുംനിജ
മാതാക്കൻമാരുംകൂടിനന്നായിച്ചമയിച്ചാർ
സ്വർണ്ണവർണ്ണത്തെപ്പൂണ്ടമൈഥിലിമനോഹരി
സ്വർണ്ണഭൂഷണങ്ങളുമണിഞ്ഞുശോഭയോടെ
സ്വർണ്ണമാലയുംധരിച്ചാദരാൽ മന്ദം മന്ദ-
മർണ്ണോജനേത്രൻമുമ്പിൽസത്രപംവിനീതയായ്
വന്നുടൻനേത്രോല്പലമാലയുമിട്ടാൾമുന്നേ;
പിന്നാലേ വരണാർത്ഥമാലയുമിട്ടീടിനാൾ
ബാലകാണ്ഡം-അദ്ധ്യാത്മരാമായണം-എഴുത്തച്ഛൻ

മ

മധുരമൊഴി മടിയരുതേ, മമസഖി, നീ, രാധേ
മധുമഥനനോടനുഭജനമാചരിക്കു മുഗ്ദ്ധേ
ചകിതനായിച്ചാരെയെത്തിച്ചാടുവാക്കുകൾതൂകി
ചരണയുഗം ശരണമെന്നായ് പ്രണമനവുമേകി
വഞ്ചുലലതാകുഞ്ജകത്തിൽമഞ്ജുകേളീതല്പം
സഞ്ചയിച്ചുനെഞ്ചിടിപ്പുതഞ്ചുമാറനല്പം
അനുഗതനായ് തവ രമണൻ കാത്തിരിപ്പൂകാലേ
അനുചിതമാണിനി വിളംബമിതറിയുക നീ ബാലേ
ദേവഗീത - ചങ്ങമ്പുഴ

മകരക്കൊയ്ത്തുകഴിഞ്ഞിട്ടെങ്ങടെ
കണ്ടമുണങ്ങിപ്പൂട്ടുംകാലം
കളമക്കതിർമണി കളമതിലൂക്കൻ
പൊന്നിൻകുന്നുകൾതീർക്കുംകാലം
വന്നുമടങ്ങണമാണ്ടുകൾതോറും
പൊന്നുണ്ണിക്കൊരുകുതുകംചേർക്കാൻ
ഞങ്ങടെവീടിനുമംഗളമേകാൻ
ഞങ്ങൾക്കഞ്ചിതസൗഖ്യമുദിക്കാൻ
പൂതപ്പാട്ട് - ഇടശ്ശേരി

മുതലാളികാരുണ്യം വെച്ചുകാട്ടീ
തൊഴിലാളിനീതിക്കായങ്കംവെട്ടീ
പലപാടും സന്ധിപറഞ്ഞുനോക്കി
ഫലമില്ലുടമയ്ക്കിളക്കമില്ല
തൊഴിലാളിസ്വസ്വപ്രതിജ്ഞാമുഷ്ടി
വിയദുൽക്കടോരസ്സിൽവീണ്ടുംനീട്ടി
“കുഴിവെട്ടിമൂടുകവേദനകൾ
കുതികൊൾക ശക്തിയിലേക്കുനമ്മൾ”
പണിമുടക്കം - ഇടശ്ശേരി

മ

മനസാ ഞാൻ നിരുപിച്ചേൻവലിയ
മ്മാവൻ തന്നുടെമഹാത്മ്യം
സ്ഥൂലമഹോന്നതവിഗ്രഹമാജ്ഞാ
ശീലമിയന്നോരിടിനാദം
ഗൗരവഭാവം ഭസ്മം തിലകം
ഗൗരീശങ്കരരുദ്രാക്ഷം
സമ്പത്തനുചരസംഘം നാട്ടിൽ
സകലജനാദൃതനദ്ദേഹം
കടൽക്കാക്കകൾ - വൈലോപ്പിള്ളി

മഞ്ഞത്തെച്ചിപ്പൂങ്കുലപോലേ
മഞ്ജിമവിടരും പുലർകാലേ
നിന്നൂലളിതേനീയെൻമുന്നിൽ
നിർവൃതിതൻപൊൻകതിർപോലെ
ദേവനികേതഹിരൺമയമകുടം
മേവീദൂരെദ്യുതിവിതറി
പൊന്നിൻകൊടിമരമുകളിൽശബളിത
സന്നോജ്വലമൊരുകൊടിപാറി
മനസ്വിനി - ചങ്ങമ്പുഴ

മുട്ടുവിൻവാതിൽതുറക്കുമെന്നങ്ങുന്നു
പട്ടാങ്ങമായ്ചൊന്നതോർത്തുകൊണ്ടേ
താവകാനുഗ്രഹദ്വാരത്തിൽ മുട്ടുമീ
പ്പാവത്തിനേകുകിങ്ങുൾപ്രവേശം
അല്ലൽപ്പെരുങ്കടൽകല്ലോലമാലയിൽ
ത്തെല്ലല്ലലഞ്ഞുകുഴങ്ങുന്നുഞാൻ
ഏഴയാമെന്നെക്കരേറ്റുവാൻമറ്റാരു
ണ്ടാഴിക്കുമീതെനടന്നവനേ?
മഗ്ദലനമറിയം - വള്ളത്തോൾ

മ

മൃതവത്സരത്തിന്റെയോർമ്മകൾ കനലുപോൽ
ചിതറിത്തെറിക്കുന്നു ചിതയിൽത്തീമങ്ങുന്നു
രാത്രിയാവുന്നു നമ്മളീയിതിഹാസത്തിന്റെ
സാക്ഷികൾ വീണ്ടുംകർമ്മസാക്ഷിയെത്തിരയുന്നു
എങ്കിലോനമുക്കിനിശുഭവത്സരംനേർന്നു
തങ്ങളിൽപിരിയുക, സഹജാതർതൻമൊഴി
സംഗീതമായിത്തോന്നും നാൾവരും ! ആശിക്കുക
മംഗളവചസ്സെന്നാൽതൊണ്ടയിൽകുരുങ്ങുന്നു.
അശാന്തിപർവ്വം - ഒ.എൻ.വി

മലരണിക്കാടുകൾ തിങ്ങിവിങ്ങി
മരതകകാന്തിയിൽമുങ്ങിമുങ്ങി
കരളുംമിഴിയുംകവർന്നുമിന്നി
കറയറ്റൊരാലസൽ ഗ്രാമഭംഗി
പുളകംപോൽകുന്നിൻപുറത്തുവീണ
പുതുമൂടൽമഞ്ഞലപുല്കിനീക്കി
പുലരൊളിമാമലശ്രേണികൾതൻ
പുറകിലായ്വന്നുനിന്നെത്തിനോക്കി
രമണൻ - ചങ്ങമ്പുഴ

മിന്നുമഞ്ജനം പൊട്ടിച്ചതിൻനിറം
ചിന്നിടുന്നനീമേൽത്തട്ടിലെത്തവേ
ആനതൻകൊമ്പടർത്തിപ്പൊളിച്ച ഗൗ
രാഭകോലുംമലയ്ക്കുടൻകൈവരും
തോളിലാലോലനീല ദുകൂലമൊ
ന്നേലുമാബലരാമന്റെ സൗഭഗം
കണ്ണൊരല്പം ചലിപ്പിച്ചിടാതെതാൻ
കണ്ടുകൊള്ളേണ്ടകാഴ്ചയല്ലോസഖേ
മേഘസന്ദേശം - തിരുനല്ലൂർ

മ

മുന്നോട്ടിനിയുംനീ പോകുമ്പോൾതോന്നുംനിൻ
പിന്നിൽമുഴുവൻ പ്രഭാമയമായ്
കണ്ണീർക്കണങ്ങൾ തുടച്ചിനി നീയൊരു
കർമ്മധീരോത്തമനായിരിക്കൂ
വന്നുചേരുന്നതഖിലംശുഭത്തിനാ
ണെന്നു നീ വിശ്വസിച്ചാശ്വസിക്കൂ
മുന്നിൽപ്പരക്കെനീകാണുമിരുട്ടിലും
മിന്നാമിനുങ്ങൊന്നുമിന്നിയേക്കാം
പറന്നുപോയ വൈകുണ്ഠം - ചങ്ങമ്പുഴ

മറഞ്ഞു പുലരൊളി മദ്ധ്യാഹനക്കൊടും ചൂടിൽ
മയങ്ങീമരച്ചില്ലത്തണലിൽ പ്പറവകൾ
പരന്നൂനിഴലുകൾ പാരെങ്ങുമന്തിക്കാറ്റു
വരുന്നൂ മുഴുമിച്ചീലെൻതൊഴിലിതേവരെ
മിന്നുമീയിഴയേതുമെന്റെ കൺമയക്കുന്നു
തുന്നിയുമഴിച്ചും ഞാൻപേർത്തുമാനന്ദിക്കുന്നു
വല്ലതും പിഴയൊന്നു, വളവോവൈരൂപ്യമോ
വന്നുപോകൊല്ലാമമപ്രേമോപഹാരത്തിൻമേൽ
ബാലാമണിയമ്മ

മദാന്ധകാരംമാറീലാമിഴി
തുറന്നുപൂർണ്ണതകണ്ടീലാ
അറിഞ്ഞുഞാനെന്നുള്ളോരീവെറു
മഹന്ത, കണ്ണാ, മാഞ്ഞീലാ
അന്ധതയാലേപുണരും ജീവിത
ബന്ധനമൊന്നുമഴിഞ്ഞീലാ
നിറുത്തിടൊല്ലേ നിൻനൃത്തം; ഫണ
മുയർത്തിനിൽപ്പേനാവോളം
കാളിയമർദ്ദനം - സുഗതകുമാരി

മ

മഞ്ഞിൽക്കുളിച്ചുകുളിരാർന്നൊരാതിര
ത്തെന്നൽക്കുറുനിരയൊന്നുമുകരണം;
മുന്തിരിച്ചാറുപിഴിയുന്നമൂവന്തി
യൊന്നായ്ച്ചിരട്ടയിലിത്തിരിമോന്തണം;
രാകാശശാങ്കമുഖിയാം രജനിതൻ
വാർകൂന്തലിൽ മുല്ലമാല ചൂടിക്കണം;
വായ്ക്കും രസത്തിൻ കസാലയിൽ വീണുടൻ
വാനത്തുമോഹപ്പുകക്കോട്ടകെട്ടണം!
കളിയച്ഛൻ - പി.

മധുരകേസരത്തിൻപൊൻതടവറവിട്ടുഞാൻ പെൺ
ചിറകിൽവെൺപരാഗമായ് പറന്നിടട്ടെ,
ഇതുവരെഞാൻ പൊഴിച്ച മിഴിനീരിൻ യമുനയിൽ
കമലദളങ്ങളായ്ഞാൻ വിരിയുവോളം
ഇതുവരെഞാൻ കുടിച്ച വിഷമതിലമൃതാകാ
നൊരു നീലക്കടൽ കാത്തു പുളയുവോളം,
നിറുകയിൽ നിന്നും മായ്ച്ചുകളഞ്ഞൊരെൻ സിന്ദൂരത്തിൻ
തുടുപ്പൊരുപുലരിയായ് പരക്കുവോളം
മീരപാടുന്നു - സച്ചിദാനന്ദൻ

മായായ്ക, മായായ്ക, മാനത്തിൻ മാണിക്യ
മാലാമതല്ലികേ, മാരിവില്ലേ!
കാലവധുവിന്നു കാറ്റത്തഴിഞ്ഞിടും
കാർവേണികെട്ടാൻ നീ പട്ടുനാട;
തൂമിന്നൽപ്പൊൻകസവങ്ങിങ്ങിളകുമാ
ശ്യാമളപ്പൂവുടയാടചാർത്തി
വർഷാംഗനവന്നുവാസരകണ്ഠത്തിൽ
വാരുറ്റണിഞ്ഞവരണമാല്യം
സാഹിത്യകൗതുകം II - ജി.

മ

മോളിലദൃശ്യങ്ങളായിത്തിരിയുന്ന നീഹാരികാ
പാളികളിൽ നവ നവ സൗരയൂഥങ്ങൾ
തുറക്കുന്നുണ്ടായിരിക്കാമദ്ഭുതവുമാഹ്ലാദവും
നിറഞ്ഞ കണ്ണുകൾ ശിവതാണ്ഡവം കാൺമാൻ!
തമസ്സിനെ, രജസ്സിനെ, യൂരിയെറിഞ്ഞെന്നാത്മാവാ
സ്സുമധുരസുധാപൂരംതന്നിൽമുങ്ങുന്നു
എന്നിലെവിസ്മയമന്തിമലരിയിൽവിരിയുന്നി
തെന്നിലെയാമോദം കാറ്റിലോളംവെട്ടുന്നു!
ശിവതാണ്ഡവം - ജി.

മറഞ്ഞുപോയ് കലാലയങ്ങൾ നൂതന
മനോജ്ഞഹർമ്മ്യങ്ങൾ ഇരമ്പും വീഥികൾ
അതീതകാലത്തിൻ കഴൽപ്പാടെമ്പാടും
പതിഞ്ഞതാംഗംഗാ നദീതടത്തിങ്കൽ
ഇലകൊഴിഞ്ഞൊരാൽമരത്തിനു കീഴി
ലിരുന്നു നോക്കി ഞാനുദയ സൂര്യനെ
സവിതാവേ പെയ്യൂ നറും തേനും പാലും
സമസ്തസൃഷ്ടിക്കും വളർച്ചയെത്തട്ടെ
ശ്രീകാശിയിൽ - ബാലാമണിയമ്മ

മഴതൻമറ്റേതോമുഖം, കൈക്കോട്ടുമായ്
ഇരുമ്പുചട്ടിയും ചുമന്നടുക്കുവോർ
മരുതുംപാലയുംതിണകൾപൂത്ത തായ്
ത്തമിഴകം വിട്ടു മല കടന്നവർ,
പുരമെരിച്ചപൊൻചിലമ്പിൻ വീര്യമായ്
പുലികളായ് പുനർജ്ജനിക്കുംദ്രാവിഡർ,
അവർക്കുവേണ്ടിയാണിടിമുഴക്കമി
ന്നവരെത്തൊട്ടുഴിഞ്ഞകലുന്നുമഴ
മഴതൻമറ്റേതോമുഖം - വിജയലക്ഷ്മി

മ

മുകളിൽത്തിളങ്ങുമാമുഗ്ദ്ധമഞ്ജരികളെ
മുകർന്നും മാധുര്യങ്ങൾനുകർന്നും മദമാർന്നും
പറന്നും പലതിലുമിരുന്നും തന്നെത്തന്നെ
മറന്നും പ്രകാശത്തിൻപൊടിയാലാറാടിയും
തുംഗകൗതുകം പൊങ്ങിപ്പൊങ്ങിപ്പോയങ്ങാകാശ
ഗംഗയാം നക്ഷത്രപ്പൂങ്കുലമേൽമേവീടുന്നു.
നാളമൊന്നതിൽനിന്നുനീളുന്നുണ്ടാവാം സൂര്യ
ഗോളമത്തുമ്പത്തതാവിടർന്നുതിളങ്ങുന്നു
വിശ്വദർശനം - ജി.

മൺകുടത്തിൽ മദകരമാം മധുതുളുമ്പീടുന്നു,
പൊൻകുടത്തിൽപ്പൂക്കുലകൾപൊട്ടിവിരിയുന്നു;
കളമധുരദ്യുതികഴുകിക്കളമെഴുതിത്തീർന്നു,
നിറപറയും കതിർചൊരിയുംനിലവിളക്കും വച്ചു;
ചെകിടടയും വെടികളോടെ ചെണ്ടമേളം താക്കി
ച്ചേലിയലും പെൺകൊടിമാർതാലവും നിരത്തി
സമയമായീ, സമയമായീ തേരിറങ്ങുകംബേ,
സകലലോകപാലനൈക സമയമതാലംബേ!
കാവിലെപാട്ട് - ഇടശ്ശേരി

മിന്നാമിന്നേ മിന്നാമിന്നേ
മിണ്ടില്ലേ നീയൊരു വാക്കും
മിണ്ടാതിങ്ങനെ മിന്നുകയാൽ
മിന്നാമിന്നായെന്നോ നീ!
'മിണ്ടാമിന്നെ'ന്നൊരുവട്ടം
നിന്നെവിളിച്ചുരസിച്ചോട്ടെ
നീരസമുണ്ടാമതിലെന്നാൽ
ഒരുവട്ടം നീ മിന്നേണ്ടാ
മിന്നാമിന്നും മിനിമോളും - കെ.വി.ബേബി

മ

മരണത്തിൻ മസ്തകത്തിൽക്കാലുവച്ചു പൊട്ടിച്ചിരി
യിരമ്പുന്ന വിശ്വാത്മാവു നൃത്തമാടുന്നു!
വിടരുന്നു വിസ്മയത്താൽ ബ്രഹ്മാണ്ഡമിത്താണ്ഡവത്താൽ
കടലലയുലഞ്ഞേറിയിറങ്ങിടുന്നു.
പല പല കൊടുമുടിയായിച്ചുളിയുന്നു കര
മലകളിൽലയാന്വിതപാദപാതത്താൽ
മിടിക്കുന്നു ചരാചരപ്രപഞ്ചത്തിലംഗുലിയാൽ
പിടിക്കുമുത്താളതാളം ജീവസ്പന്ദമായ്.
ശിവതാണ്ഡവം - ജി.

മാറ്റുവിൻചട്ടങ്ങളെസ്വയ,മല്ലെങ്കിൽ
മാറ്റുമതുകളീനിങ്ങളെത്താൻ
മാറ്റൊലിക്കൊണ്ടീമൊഴിതന്നെസർവ്വദാ
കാറ്റിരമ്പുന്നിന്നുകേരളത്തിൽ
നാലുപാടുംനിന്നതുതന്നെചൊല്ലുന്നു
കാലവും; നിങ്ങളിന്നൂന്നിനിൽക്കും
കാലിന്നടിയിലുമസ്വസ്ഥതയുടെ
കോലാഹലങ്ങൾ മുഴങ്ങിടുന്നൂ.
ദുരവസ്ഥ - ആശാൻ

മുണ്ഡിതശിരസ്കയായ്ഭ്രഷ്ടയായ് നീ സൗര
മണ്ഡലപ്പെരുവഴിയിലൂടെ,
മാനഭംഗത്തിന്റെ മാറാപ്പുമായി സ
ന്താനപാപത്തിൻ വിഴുപ്പുമായി
പാതിയുമൊഴിഞ്ഞൊരുമനസ്സിലതിതീവ്രമാം
വേദനകൾതൻജ്വാലമാത്രമായി
പോകുമിപ്പോക്കിൽസ്സിരകളിലൂടരി
ച്ചേറുകയല്ലീകരാളമൃത്യു?
ഭൂമിക്കൊരുചരമഗീതം - ഒ.എൻ.വി.

മ

മാളമെങ്ങറിഞ്ഞീല, സഞ്ചരിക്കുന്നൂ കാല
കാളകുണ്ഡലിജഗൻമണ്ഡലങ്ങളെച്ചുറ്റി
നേരിയനാനാശുക്ലപടലങ്ങള,ല്ലിപ്പാ
മ്പൂരിയൊരുറകളാണവ്യക്തസ്ഥലാന്തത്തിൽ
വിരിയും വിരിയുമി ന്നിങ്ങനെമോഹിച്ചും കൊ
ണ്ടരികത്തിരിക്കുന്നുപാവമേവിയത്പക്ഷി!
ഗോളമുട്ടകൾ നീലച്ചിറകിൻ കീഴേ കാണാം
നീളവേ; കാലം കൊത്തിക്കുടിച്ചതൊണ്ടാണെല്ലാം!
കാലം - ജി.

മാനുഷ, ഭവദ്ഭാഷയഭ്യസിച്ചപ്പോൾത്തന്നെ
ഞാനയ്യോ മറന്നുപോയ്വിശ്വസുന്ദരഭാഷ!
ആ നല്ല ഭാഷയ്ക്കില്ലാ സ്നേഹമല്ലാതേ ശാസ്ത്രം;
ആനന്ദമല്ലാതർത്ഥം, രൂപമല്ലാതേവൃത്തം
അന്തിവന്നാകാശത്തിലക്ഷരം കുറിച്ചിട്ടു
ചെന്തളിർക്കൈയാൽ; ദേവിമാറിനിന്നീടും മുമ്പേ
അപ്പോഴേമിഴിതുറന്നുള്ളപൂക്കളുംഞാനു
മൊപ്പമായതു നോക്കിവായിച്ചു ജാതോല്ലാസം
ശൈശവം - ജി.

മാമകപ്രേമം നിത്യമൂകമായിരിക്കട്ടെ
കോമളനവിടന്നതൂഹിച്ചാലൂഹിക്കട്ടെ
സ്നേഹത്തിൽനിന്നില്ലല്ലോ മറ്റൊന്നും ലഭിച്ചീടാൻ
സ്നേഹത്തിൻഫലം സ്നേഹം ജ്ഞാനത്തിൻ ഫലം ജ്ഞാനം
സ്നേഹമേ പരം സൗഖ്യം സ്നേഹഭംഗമേ ദുഃഖം
സ്നേഹം മേ ദിക്കാലാതിവർത്തിയായ്ജ്വലിച്ചാവൂ!
ദേഹമിന്നതിൻചൂടിൽദ്ദഹിച്ചാൽ ദഹിക്കട്ടെ
മോഹനപ്രകാശമെന്നാത്മാവുചുംബിച്ചല്ലോ
സൂര്യകാന്തി - ജി.

മ

മാരിമഞ്ഞുവെയിലുകൾ മാറി
മാറി മാറ്റുകളേറ്റുകയാലേ,
ആൺമ തേടിന മുണ്ടകൻ പാട
ത്താൺമെരുവിനാൽവാസനിക്കുമ്പോൾ
വേനലിൻ മധുവാൽ ഹൃദയത്തിൽ
തേനടകൾ നിറഞ്ഞുവിങ്ങുമ്പോൾ
അന്നു കണ്ടു ഞാൻ ശ്യാമമാം ഗ്രാമ
മണ്ണുപെറ്റൊരപ്പെൺകൊടിയാളെ
കുടിയൊഴിക്കൽ - വൈലോപ്പിള്ളി

മുത്തുപോൽവീഴുംമഴത്തുള്ളികളേറ്റുംകൊണ്ടു
ചക്രവാളത്തിൻചോട്ടിലേകനായ്നിന്നീടുമ്പോൾ
താഴെയെൻപാദങ്ങളെത്തഴുകിത്തളരുന്നോ
രാഴിവീചികൾ വിങ്ങി വിതുമ്പിക്കരയുമ്പോൾ,
മങ്ങുമാമാനത്തേതോചിരിതന്നൊളിവീശി
മിന്നലല്ലല്ലോ, വെള്ളിൽപ്പക്ഷികൾപറക്കുമ്പോൾ,
ആഴമോരുവാനാവാത്താനന്ദം നുകർന്നേൻ : ഈ
യൂഴിയും ഗഗനവു മൊക്കെയുമെന്റേതല്ലോ!
മുത്തുചിപ്പി - സുഗതകുമാരി

മൃദംഗമദ്ദളണദിമിദി നാദം മുഴങ്ങി, താളത്തിൽ
പ്പദങ്ങൾവച്ചുപലവിധഭംഗിയിലിളംകുരംഗാക്ഷി
പറന്നുപച്ചച്ചെടിയിലുലാവും പൂമ്പാറ്റയ്ക്കൊപ്പം
കറങ്ങിയാടീകംബളവിരിയിൽക്കാർകേശംചിന്നി
ചരിഞ്ഞുസുന്ദരിത്തെന്നിത്തെറിച്ചുനീങ്ങുമ്പോൾ
നിറഞ്ഞുസന്തോഷാരവപൂരംനർത്തനനിലയത്തിൽ
കലാഗുണത്തിൻകൈയിൽത്തൊരുതെരെവന്നുപതിക്കുകയായ്
കരാംഗുലീയം, മാല്യം, നാണ്യം, പൂന്തുകിലോരോന്നും
പുഞ്ചിരിക്കുശേഷം - വെണ്ണിക്കുളം

യ

യാതൊരുതാങ്ങുമറ്റഭ്രമത്തിൽമിന്നുമാ
സ്വാതന്ത്ര്യസ്വാരാജ്യരത്നദീപം
നമ്മുടെഫ്രൂത്കാരമേൽക്കുന്നീ, ലേൽക്കുകി
ലമ്മട്ടിൽ മങ്ങിക്കെടുന്നുമില്ല.
കല്ലുരപെട്ടാലും മെയ്മുറിഞ്ഞാലും, തീ
യ്ക്കുള്ളിൽപ്പോയ്വീണാലും തല്ലേറ്റാലും
തന്നൊളിമേൽക്കുമേൽ വീശുന്നകാഞ്ചന
മന്നല്ലാർക്കാകൽപ്പമായേപറ്റൂ!
കർണ്ണഭൂഷണം - ഉള്ളൂർ

യാതൊന്നുയാതൊന്നുപുല്ലിംഗവാചകം
വേദാന്തവേദ്യ! തൽ സർവ്വവുമേവ നീ
ചേതോവിമോഹന! സ്ത്രീലിംഗവാചകം
യാതൊന്നതൊക്കവേ ജാനകീ ദേവിയും
നിങ്ങളിരുവരുമെന്നിയേമറ്റൊന്നു
മെങ്ങുമേകണ്ടീല കേൾപ്പാനുമില്ലല്ലോ
അങ്ങനെയുള്ളൊരുനിന്നെത്തിരഞ്ഞറി
ഞ്ഞെങ്ങനെസേവിച്ചുകൊൾവൂജഗൽപതേ
അദ്ധ്യാത്മരാമായണം - എഴുത്തച്ഛൻ

യാത്രതിരിച്ചിടുമുണ്ണിയെവാരിയെ
ടുത്തുപുണർന്നാമൂർദ്ധാവിങ്കൽ
പലവുരുചുംബിച്ചത്തുറുകണ്ണാൽ
പ്പാവംകണ്ണീർച്ചോലചൊരിഞ്ഞും
വീർപ്പാൽ വായടയാതെകണ്ടും
നില്പൊരുപൂതത്തോടുപറഞ്ഞാ
ളപ്പോളാർദ്രഹൃദന്തരയായി
ട്ടഞ്ചിതഹസിതം പെറ്റോരമ്മ
പൂതപ്പാട്ട് - ഇടശ്ശേരി

യ

യോഗചേതനമന്ത്രക്കാറ്റിനായ്കാതോർക്കുമ്പോൾ
താപലോപങ്ങൾപ്രജ്ഞാചക്രത്തിലുരസുമ്പോൾ
കാലകാളിന്ദിക്കില്ലാകാർവർണ്ണഭാവം, ഹ്രദ
നീലിമയ്ക്കുള്ളിൽ, മാത്രാഹൃദയങ്ങളിൽ, കണ്ണൻ
കടയുന്നീലാസ്വരമൂലകം, മേഘങ്ങളിൽ
വിടരുന്നീലാവർണ്ണസാധക; മെന്നാൽ ശാന്ത
മൊരുപൈതലിൻമുടിപ്പീലിയീപ്രളയാഗ്നി
ത്തിരമേലുയർന്നാദിതാളമാവുകയല്ലോ!
സന്താനഗോപാലം - വി.മധുസൂദനൻനായർ

യുഗം വരും, പോകും; അതുലലാവണ്യേ,
ജഗത്തിനെന്നുംനീപ്രണയസർവ്വസ്വം!
സമാധിഭഗ്നമായ്മഹർഷിമാർകാൽക്കൽ
സമർപ്പണംചെയ്വൂതപസ്യതൻഫലം
തവമിഴിമുനതറയ്ക്കെയൗവന
വിവശമാകുന്നൂ ഭുവനം മൂന്നുമേ
ത്വദംഗസൗരഭം പരത്തുന്നു നീളെ
മദത്താൽതന്നെത്താൻമറന്നപൂന്തെന്നൽ
ഉർവ്വശി - ജി.

യാതൊന്നുമങ്ങയോടു ചോദിച്ചതില്ല, നിന്റെ
കാതിൽ ഞാനെന്റെ പേരു പറഞ്ഞുമില്ല.
നീ വിട ചൊല്ലി മെല്ലെ യാത്രയായ്; ഉരിയാടാ-
നാവാതെ കുഴങ്ങി ഞാൻ പരുങ്ങി നിന്നു.
ഒറ്റയ്ക്കിരുന്നു മരപ്പൂന്തണൽ ചാഞ്ഞ വഴി-
വക്കത്തൊരിടത്തു ഞാൻ കിണറ്ററികിൽ,
മങ്കമാർ മടങ്ങിപ്പോയ്വക്കോളം തുളുമ്പുന്ന
മൺകുടങ്ങളുമേന്തി,ക്കുടികൾ തേടി.
ഗീതാഞ്ജലി - ടാഗൂർ/എൻ.കെ. ദേശം

യ

യതിമര്യാദയിൽത്തന്നെയവനോർക്കിൽ ക്ഷണിക്കുമെൻ
സദനത്തിൽ വന്നു ഭിക്ഷ ഗ്രഹിക്കാമല്ലോ.
അതു ചെയ്യുമായിരുന്നാലത്രമാത്രമായ് മിഴിക്കാ
മധുരാകൃതിയെ നോക്കി ലയിക്കാമല്ലോ.
അർത്ഥഭാണ്ഡങ്ങൾ തൻ കനം കുറഞ്ഞുപോകുന്നു തോഴീ-
യിത്തനു കാന്തിതൻ വിലയിടിഞ്ഞിടുന്നു.
വ്യർത്ഥമായ്ത്തോന്നുന്നു കഷ്ടമവൻ കാണാതെനിക്കുള്ള
നൃത്ത ഗീതാദികളിലെ നൈപുണിപോലും.
കരുണ - കുമാരനാശാൻ

യമുനയിലിളംകാറ്റു തിരതല്ലി, ശാഖ ചലി-
ച്ചമരസല്ലാപം കേൾക്കായരയാലിന്മേൽ.
താണുടനേ രണ്ടു നീണ്ട ഭാനുകിരണങ്ങളങ്ങു
ചേണിയന്ന കനകനിശ്രേണിയുണ്ടാക്കി;
അതു നോക്കിക്കുതുകമാർന്നമല വിസ്മയ സ്മേര-
വദനയാമവൾക്കഹോ ശാന്തശാന്തമായ്
അർദ്ധനിമീലിതങ്ങളായുപരി പൊങ്ങീ മിഴിക-
ളൂർദ്ധ്വലോക ദിദൃക്ഷയാലെന്നപോലെതാൻ.
കരുണ - കുമാരനാശാൻ

യാതൊരുപാദാംബുജമാരായുന്നതുവേദം,
യാതൊരു നാഭി തന്നിലുണ്ടായി വിരിഞ്ചനും,
യാതൊരു നാമം ജപിക്കുന്നിതു മഹാദേവൻ,
ചേതസാ തത്സ്വാമിയെ ഞാൻ നിത്യം വണങ്ങുന്നേൻ.
നാരദമുനീന്ദ്രനും ചന്ദ്രശേഖരൻ താനും
ഭാരതീരമണനും ഭാരതീദേവിതാനും
ബ്രഹ്മലോകത്തിങ്കൽനിന്നന്വഹം കീർത്തിക്കുന്നൂ
കല്മഷ ഹരം രാമചരിതം രസായനം.
അദ്ധ്യാത്മരാമായണം - ബാലകാണ്ഡം - അഹല്യാസ്തുതി - എഴുത്തച്ഛൻ

ര

രണ്ടുഗോപുരത്തിന്റെ തട്ടിലുംവച്ചൂതേക്കു
കൊണ്ടുകൊത്തിയൊരഷ്ടദിക്പാലരൂപംങ്ങൾ,
ഒന്നെന്റെയിക്കൈതീർത്ത, തൊന്നവന്റേതും; ജീവൻ
വന്നിട്ടുണ്ടവന്റേതിലെന്റേതിനെക്കാളത്രേ!
എൻകരംതോറ്റാലെന്താണെൻമകൻ ജയിക്കുമ്പോൾ?
എൻകണ്ണിലുണ്ണിക്കലും പുകളെൻ പുകളല്ലേ?
കൊച്ചനെസ്തുതിക്കുമ്പോളെൻമുഖംമങ്ങീപോലും
തച്ചനായാലും ഞാനൊരച്ഛനല്ലാതായ്പ്പോമോ?
പെരുന്തച്ചൻ - ജി.

രണ്ടുമൂന്നുതാരങ്ങളങ്ങിങ്ങുമങ്ങിക്കാൺമൂ
വിൺതമാലക്കാട്ടിലെത്തൈമിന്നാമിനുങ്ങുകൾ
ആയവതാഴത്തേക്കുവീശിനനിഴൽപോലെ
രാജഗേഹത്തിൽചിലറാന്തലുംമെരിയുന്നു
തീരെയുൾക്കനംവിട്ടുദീനരായ്ത്തരളരാ
യാരെയപ്പൊൻ ഡ്രസ്സണിപ്പാറാക്കാർപേടിക്കുന്നു
ഇത്തരം ഭീ നിങ്ങൾക്കുമേകുവാൻ പോരുന്നതോ
കുത്താക്കൂത്തിരുട്ടിന്റെ കൂത്തടിക്കോലാഹലം
ഹീര - ഉള്ളൂർ

രാമപാവനപാദാങ്കിതങ്ങളാം
താഴ്വരകളാർന്നുത്തുംഗശീർഷനായ്
ചാരെനിൽക്കുമീയദ്രിയാംതോഴനെ
ച്ചാലവേപുൽകിയാത്രചോദിക്ക നീ
സാനുമാനിവൻ വർഷാഗമങ്ങളിൽ
താങ്കളെക്കണ്ടുകിട്ടുമ്പൊഴൊക്കെയും
കൂറുകാട്ടുന്നു നീണ്ടവേർപാടിനാൽ
ചൂടുവായ്ക്കുന്നബാഷ്പോദ്ഗമത്തിനാൽ
മേഘസന്ദേശം - തിരുനല്ലൂർ

ര

രാക്കിളികൾമരക്കൊമ്പിൽച്ചിറകടിച്ചിണകൂടി
മേൽക്കുമേൽപൊഴിപ്പൂനേർത്തകളകളങ്ങൾ
പാവനമാണീമുഹൂർത്തമിതുപാഴിൽകളകയോ
ജീവസർവ്വസ്വമേ പേർത്തും നിറയ്ക്കുപാത്രം
ചന്ദനശീതളമാമീപ്പൂനിലാവുംപുഴവക്കും
മന്ദാക്ഷലോലുപയായെന്നരികിൽനീയും
പരിമളലഹരിയും പതയുമീമുന്തിരിയും
പരമോല്ലാസദേ ഹാ ഞാൻനിർവൃതികൊൾവൂ
മദിരോത്സവം - ചങ്ങമ്പുഴ

രണ്ടുനാളിനുമുമ്പൊരുസന്ധ്യയ്ക്കു
കണ്ടുഞാനിതുദേവന്റെ തൃക്കൈയിൽ
അദ്ഭുതപ്പെട്ടുഞങ്ങളെല്ലാവരും
സ്വപ്നശാസനംകേൾക്കായിരാവിൽമേ
പൂന്താനംതൊഴാൻവന്നാൽകൊടുക്കുക
പൂതശ്ലോകനീമോതിരമെന്നായി
എങ്ങനെയാണിതിനുടെയാഗമ
മെന്നചോദ്യവുമർപ്പിച്ചാൻഭക്തനിൽ
ആ മോതിരം - വള്ളത്തോൾ

രാവിൽമുഴങ്ങുംഭഗവന്നാമം
'ഗോവിന്ദാഹരിഗോവിന്ദാ'
'അവിടെകേൾക്കട്ടേ'യെന്നോതിടു
മാവേശത്തോടമ്മാവൻ
എവിടെക്കേൾക്കണമെന്നൊരുസംശയ
മമ്മയൊരിക്കൽ ചോദിക്കെ
വൈകുണ്ഠത്തിൽ കേൾക്കണമത്രേ
വ്യാഖ്യാനിച്ചാളമ്മായീ
കടൽക്കാക്കകൾ - വൈലോപ്പിള്ളി

ര

രക്തമെല്ലാം ഒഴുകിപ്പോയ്, ക്ഷയിച്ചുശക്തി, സിരകൾ
രിക്തമായിപ്രാണപാശമറുമാറായി
അക്കിടപ്പിലുമവളാ യുവമുനിയെ വീക്ഷിപ്പാൻ
പൊക്കിടുന്നു തല രാഗവൈഭവംകണ്ടോ !
അഥവായിവൾക്കെഴുമിബ്ഭാവബന്ധബലത്താൽതാൻ
ശിഥിലമായ തൽപ്രാണൻതങ്ങിനില്പതാം
അന്തിമമാംമണമർപ്പിച്ചടിവാൻ മലർ കാക്കില്ലേ
ഗന്ധവാഹനെ? രഹസ്യമാർക്കറിയാവൂ?
കരുണ – ആശാൻ

രമണാനിൻചിന്തകൾക്കർത്ഥമില്ല
ഭ്രമവുംപ്രണയവുംഏകമല്ല
പണവുംപ്രതാപവുമറ്റിടത്തും
പ്രണയം മുളച്ചുകൂടായ്കയില്ല
സമുദായനീതികളല്ലതിന്റെ
വിമലസാമ്രാജ്യത്തിൻമാനദണ്ഡം
അതിലിശ്ശരീരം ശരീരമല്ല
ഹൃദയം ഹൃദയത്തെയാണുകാൺമൂ
രമണൻ – ചങ്ങമ്പുഴ

രാവുംപകലും യഥാർത്ഥത്തിലൊന്നുപോ
ലാവശ്യമാണിജ്ജഗത്തിനെന്നോർക്കനീ
വേണമിരുട്ടും വെളിച്ചവും ജീവിത
മാണെങ്കിൽ വേണംചിരിയും കരച്ചിലും
ഇല്ല നിയതിക്കു പക്ഷപാതം, പാഴി
ലല്ലൽപ്പെടുന്നതെന്തി,ന്നാശ്വസിക്കുനീ
നീ വിശ്വസിക്കൂ നിയതിയിൽ നിശ്ചയം
നീറും ഹൃദയം ചിരിക്കുമെന്നാകിലും
വൃത്തം – ചങ്ങമ്പുഴ

ര

രമണ നീയെന്നിൽനിന്നാരഹസ്യം
ഇനിയുംമറച്ചുപിടിക്കയാണോ
ഇരുമെയ്യാണെങ്കിലും നമ്മളൊറ്റ
ക്കരളല്ലേ നീയെന്റെ ജീവനല്ലേ
ഒരുതുള്ളിരക്തത്തിൻരേഖപോലും
കുറെനാളായ്നിൻമുഖത്തില്ലയല്ലോ
കരളുന്നതുണ്ടൊരുചിന്തനിന്റെ
കരളിനെനിത്യ,മെനിക്കറിയാം
രമണൻ - ചങ്ങമ്പുഴ

രണ്ടായിരത്തോളമാണ്ടുകൾക്കപ്പുറ
ത്തുണ്ടായൊരാമഹാത്യാഗത്തെയിപ്പൊഴും
മൂകമാണെങ്കിലുമുച്ചത്തിൽവർണ്ണിക്കു
മേകമുഖമാംകുരിശിനെമുത്തുവാൻ
ആരാലിറങ്ങിവരുംചിലമാലാഖ
മാരായ്‌വരാംകണ്ടവെൺമുകിൽത്തുണ്ടുകൾ
പാപം ഹരിച്ചുപാരിന്നുവിണ്ണേറുവാൻ
പാതകാണിക്കുംകുരിശേജയിക്കുക!
ഇന്നുഞാൻ, നാളെനീ - ജി.

രാജമാനപ്രഭാവയത്തനിവിയല്പംമുൻപു
രാജസ്ഥാനസാമ്രാജ്യലക്ഷ്മിതൻസപത്നിയാൾ
അപ്പൊഴേശത്രുക്കളാൽവഞ്ചിച്ചുകൊല്ലപ്പെട്ട
തൽഭർത്താവിനെപ്പിരിഞ്ഞാർത്തയായ്കേഴുന്നവൾ
അയ്യയ്യോചക്രവാകി തീരാത്തതല്ലോനിൻരാ
വന്യജന്മത്തിൽമാത്രമായതിൻസൂര്യോദയം
നടകൊള്ളിപ്പൂനിന്നെമടവാർമുത്തേ! വിധി
ചുടുകണ്ണീർതൂകിച്ചുചുടലക്കളത്തോളം
ഹീര - ഉള്ളൂർ

ര

രണ്ടുജീവിതങ്ങളെയൊന്നിച്ചുചേർക്കാൻ പണ്ടു
പണ്ടുനാൾതൊട്ടേപൂർവ്വർനടത്തുംചടങ്ങതിൽ
കാണികളാണന്യൻമാർ നമ്മളോപരസ്പരം
പ്രാണനെപ്പകുത്തീടാൻ ബാദ്ധ്യസ്ഥരാകാംനാളെ
അച്ഛനുഭാരംതീർക്കലമ്മയ്ക്കുപുത്തൻവേഴ്ച
ഇച്ഛപോൽകൂട്ടുകാർക്കുകൂടുവാനവസരം
ബന്ധുക്കൾക്കൊരുസദ്യനമുക്കോമരിപ്പോളം
ബന്ധന; മെന്തന്തരമവരും നാമും തമ്മിൽ
പെണ്ണുകാണൽ - പി. ഭാസ്കരൻ

രഥത്തിന്നൊലികേട്ടൂ പിന്നെനാം പോർട്ടിക്കോവി
ലടുത്തൊരോട്ടോറിക്ഷതൻ ചക്രശ്വാസത്തിലും
ഹാരിയാംശാകുന്തളാരംഭത്തിൻലഹരിയിൽ
ക്ലാസ്സാകെചിത്രാർപ്പിതമെന്നപോൽവർത്തിക്കവേ
വാതിൽക്കൽകുളമ്പടിച്ചെത്തുന്നൂവഴിക്കെങ്ങോ
മേഞ്ഞുനിൽക്കയാൽനേരം വൈകിയൊരാണുംപെണ്ണും
ഏട്ടിലെപുല്ലാണിങ്ങുതിന്നുവാൻരുചിയെങ്കിൽ
സ്വാഗതം മഹിഷമേ, നിനക്കും ചങ്ങാതിക്കും
ക്ലാസിൽ - ആറ്റൂർ രവിവർമ്മ

രാമായണങ്ങൾ പലതും കവിവര-
രാമോദമോടു പറഞ്ഞു കേൾപ്പുണ്ടു ഞാൻ.
ജാനകിയോടു കൂടാതേ രഘുവരൻ
കാനനവാസത്തിനെന്നു പോയിട്ടുള്ളു?
ഉണ്ടോ പുരുഷൻ പ്രകൃതിയെ വേറിട്ടു?
രണ്ടുമൊന്നത്രേ വിചാരിച്ചു കാൺകിലോ
പാണിഗ്രഹണമന്ത്രാർത്ഥവുമോർക്കണം,
പ്രാണാവസാനകാലത്തും പിരിയുമോ?
അയോദ്ധ്യാകാണ്ഡം - എഴുത്തച്ഛൻ

ല

ലവണജലനിധിശതകയോജനാവിസ്തൃതം
ലംഘിച്ചുലങ്കയിൽചെല്ലുവാൻമാരുതി
മനുജപരിവൃഢചരണനളിനയുഗളം മുദാ
മാനസേചിന്തിച്ചുറപ്പിച്ചു നിശ്ചലം
കപിവരരൊടമിതബലസഹിതമുരചെയ്തിതു
കണ്ടുകൊൾവിൻനിങ്ങളെങ്കിലെല്ലാവരും
'മമജനകസദൃശനഹമതിചപലമംബരേ
മാനേനപോകുന്നിതാശരേശാലയേ'
സുന്ദരകാണ്ഡം-അദ്ധ്യാത്മരാമായണം - എഴുത്തച്ഛൻ

ലോകാന്തരസ്ഥൻതന്നൈഹികവിഖ്യാതി
യാകാശ ശൂന്യതാഹീഹീഹാസം
അക്കീർത്തിതൻ ദ്യുതിയസ്ഥികൂടദ്യുതി;
അക്കീർത്തിനൃത്തം കബന്ധനൃത്തം;
ആർക്കുതാൻകാമ്യമല്ലത്യന്തദുർല്ലഭം
ദീർഘായുർല്ലക്ഷ്മിതൻ തൃക്കടാക്ഷം?
ഭിത്തിയാമായതിൽയോഗവുംക്ഷേമവും
ചിത്രങ്ങളായ്ച്ചേർന്നുമിന്നിടുന്നു
കർണ്ണഭൂഷണം - ഉള്ളൂർ

ലോലവല്ലരിപൊയ്കയിൽനോക്കി
നീലകുന്തളം കോതിയൊതുക്കി,
ചെമ്മിൽമുറ്റത്തുനിന്നൊരുമിച്ചു
ചെമ്പകങ്ങൾ കൈക്കൊട്ടിക്കളിച്ചു
തേൻമണിച്ചെറുമാകന്ദമൊട്ടു
തൂമണംതാവും പൂമ്പൊട്ടു തൊട്ടു
പൂന്തിങ്കൾക്കുളിർപ്പാലിളനീരു
മോന്തിച്ചെന്തൊങ്ങൊന്നാടിക്കുഴഞ്ഞു
നിറപറ - പി.

ല

ലോലപീതാംബരച്ചാർത്തുകൾക്കപ്പുറം
പീലിമുടിവനമാലകൾക്കപ്പുറം
പ്രീതിപ്പൊലിമതൻപൊൻതിടമ്പാം മഹാ
ജ്യോതിസ്വരൂപനെക്കാണുന്നതില്ലയോ?
ആർതൻകരുണയാലാദ്യമായ്നീചോടു
വച്ചതീഭൂമിയി, ലക്കൃപാവാരിധി
തെറ്റുകളെന്തും പൊറുത്തിങ്ങരങ്ങത്തു
തോറ്റവർക്കുറ്റകളിയച്ഛനല്ലയോ?
കളിയച്ഛൻ - പി.

ലോലശുഭ്രമായാറു വിദളങ്ങളും ശുഭ്ര
പേലവദളച്ചെപ്പുംനീണ്ടകേസരങ്ങളും
അനുരാഗിണിയായകന്യതൻശ്വാസംപോലെ
അതിപാവനമായഗന്ധവുംചേരും നിങ്ങൾ
പൂവുകളല്ലെന്നോർപ്പുപുരതോനിൽപ്പൂങ്ങൾ
ദിവ്യദർശനമേതോകണ്ടുനിൽപതുപോലെ
ഹൃത്തിനെസ്സുകൃതാഭിമുഖമാക്കുന്നു നിങ്ങ
ളത്രമേലലൗകികശുദ്ധിയാൽ സൗന്ദര്യത്താൽ
ലില്ലിപ്പൂക്കൾ - വൈലോപ്പിള്ളി

ലതകളിൽ നിന്റെ മെയ്യും ഭയന്ന മാൻ-
പിടമിഴികളിൽ മൈക്കൺവിലാസവും
മയിലുകൾക്കെഴും പീലിത്തഴപ്പിൽ വാർ
കുഴലുമിന്ദുവിൽപ്പൂങ്കവിൾക്കാന്തിയും
നദികൾതൻ ചിറ്റലകളിൽ ഭ്രൂലതാ
ചലനഭംഗിയുമൂഹിച്ചുകാൺമുഞാൻ
പരിഭവക്കാരി നിന്റെ സാദൃശ്യമി
ല്ലിവിടെ ഹാ! കഷ്ടമൊന്നിച്ചൊരേടവും
മേഘസന്ദേശം - തിരുനല്ലൂർ

ല

ലോകമേ തറവാടു തനിക്കീച്ചെടികളും
പുൽകളും പുഴുക്കളും കൂടിത്തൻ കുടുംബക്കാർ
ത്യാഗമെന്നതേനേട്ടം; താഴ്മ താനഭ്യുന്നതി;
യോഗവിത്തേവം ജയിക്കുന്നിതെൻഗുരുനാഥൻ,
താരകാമണിമാല ചാർത്തിയാലതുംകൊള്ളാം;
കാറണിച്ചളിനീളെപ്പുരണ്ടാലതും കൊള്ളാം;
ഇല്ലിഹ സംഗംലേപമെന്നിവ ; സമസ്വച്ഛ
മല്ലയോ വിഹായ, സ്സവ്വർണ്ണമെൻ ഗുരുനാഥൻ
എന്റെ ഗുരുനാഥൻ - വള്ളത്തോൾ

ലോലകോമളഭാവനയൂടേ
കാലകാഹളം കേട്ടിതു ഞങ്ങൾ:
വിശ്വസംസ്കാരപാലകരാകും
വിജ്ഞരേ, യുഗം വെല്ലുവിളിപ്പൂ:
ആകുമോ ഭവാൻമാർക്കു നികത്താൻ
ലോകസാമൂഹ്യദുർന്നിയമങ്ങൾ:
സ്നേഹസുന്ദരപാതയിലൂടെ?
വേഗമാവട്ടെ, വേഗമാവട്ടെ!
കുടിയൊഴിക്കൽ - വൈലോപ്പിള്ളി

ലീലയിൽജ്ജീവിത ഗീതികൾ പാടും ദി-
ക്കാലാതിവർത്തി മാഹാത്മ്യശാലിൻ,
ആരാലുമജ്ഞാതമാമേതോ മണ്ണിൽ വീ-
ണാരാൽ നശിക്കുവാൻ തീർന്നോരെന്നെ
നിൻദയാവൈഭവം ജംഗമാജംഗമ-
നന്ദനമാമൊരുവേണുവാക്കി.
ഭാവത്കശ്വാസത്താൽ ചൈതന്യപൂർണ്ണമെൻ
ജീവിതനിസ്സാര ശൂന്യനാളം.
ഓടക്കുഴൽ - ജി. ശങ്കരക്കുറുപ്പ്

ല

ലക്ഷ്യം ജയം തന്നെ മത്സരത്തിൽ; നമ്മൾ
പക്ഷേ പഠിക്കണം തോൽക്കുവാനും
ജീവിതമത്സരരംഗത്തു വെറ്റിയും
തോൽവിയും കാണ്മുനാം മാറി മാറി.
മത്സരം, വൈരവും വിദ്വേഷവും മറ-
ന്നുത്സവമാക്കണം സൗഹൃദത്താൽ.
സ്നേഹസൗഹാർദ്ദ സമത്വഭാവങ്ങളാൽ
മോഹനമാകാവൂലോകരംഗം.
മത്സരം - എൻ.കെ. ദേശം

ലോകമാതാവേ, സരസ്വതീ, ഭാരതീ,
വേഗാലയോദ്ധ്യയ്ക്കെഴുന്നള്ളുക വേണം.
രാമാഭിഷേകവിഘ്നം വരുത്തീടുവാ-
നാമവരാരും മറ്റില്ല നിരൂപിച്ചാൽ.
ചെന്നുടൻ മന്ഥര തന്നുടെ നാവിന്മേൽ-
ത്തന്നെ വസിച്ചവളെക്കൊണ്ടു ചൊല്ലിച്ചു
പിന്നെ വിരവോടു കൈകേയിയെക്കൊണ്ടു-
തന്നെ പറയിച്ചുകൊണ്ടു മുടക്കണം.
അയോദ്ധ്യാകാണ്ഡം - എഴുത്തച്ഛൻ

ലാത്തികൾക്കു മുമ്പിലാട്ടേ, പാഴ്ത്തുറുങ്കിലാട്ടേ,
താഴ്ത്തിടാത്താ ശീർഷമോടെ ഘോരമായ്പ്പോരാടീ.
യാതനയിൽനിന്നു വീണ്ടും യാതനയിലേക്കായ്
പാദമൂന്നി ക്രൂരമാകും പോരിലൂടെ നീങ്ങി.
ചൊടി മുഴുത്ത മാപ്പിളയെ അന്തമാനിലാക്കീ-
കുടി കെടുത്താൻ കൂത്തടിച്ചു ഭടർ നടന്ന നാളിൽ
മാനഭംഗപ്പെട്ട പെങ്ങമ്മാർക്കുവേണ്ടിത്താങ്കൾ
മാറു കാട്ടി വീറു കാട്ടി ക്രൂരമായ്പ്പോരാടി.
മുഹമ്മദബ്ദുറഹിമാൻ - പുത്തൻ കലവും അരിവാളും - ഇടശ്ശേരി

വ

വിമലനജനഖിലജഗദധിപനഥകാട്ടിനാൻ
വിശ്വസിച്ചീടുവാൻ വിശ്വരൂപത്തെയും
ത്രിഭുവനവുമസുരസുരമനുജഖഗമൃഗഭുജഗ
ദനുജപശുമുഖബഹുലഭുതവൃത്താന്തവും
ബഹുചരണബഹുവദനബഹുലകരജാലവും
വിസ്മയമോടുകണ്ടീടിനാനർജ്ജുനൻ
ഭയമൊടവനതുപൊഴുതുതെരുതെരെ നമസ്കരി
ച്ചഭയമരുളെന്നുകുപ്പിസ്തുതിച്ചീടിനാൻ
മഹാഭാരതം - എഴുത്തച്ഛൻ

വെന്തമണ്ണിൻവീറിൽനിന്നുമുറഞ്ഞെണീറ്റകുറത്തി ഞാൻ
കാട്ടുകല്ലിൻകണ്ണുരഞ്ഞുപൊരിഞ്ഞുയർന്നകുറത്തിഞാൻ
എന്റെമുലയുണ്ടുള്ളുറച്ചുവരുന്നമക്കൾഅവരെനിങ്ങളൊടുക്കിയാൽ
മുലപറിച്ചുവലിച്ചെറിഞ്ഞീപ്പുരമെരിക്കുംഞാൻ
മുടിപറിച്ചുനിലത്തടിച്ചടിച്ചീക്കുലമടക്കും ഞാൻ
കരിനാഗക്കളമഴിച്ച് കുറത്തി നിൽക്കുന്നു
കാട്ടുപോത്തിൻ വെട്ടുപോലെ കാട്ടുവെള്ളപ്രതിമപോലെ
മുളങ്കരുത്തിൻ കൂമ്പുപോലെ കുറത്തി നിൽക്കുന്നു
കുറത്തി - കടമ്മനിട്ട

വയ്ക്കോലെല്ലാം പുരയോളം പൊക്കത്തിൽനൽക്കുണ്ടായാക്കി
വയ്ക്കുമതിൽക്കേറിബാലർകേളിയാടീടും
മെല്ലെ മെല്ലെ കേറീടേണമല്ലെന്നലോതാഴെ വീണി
ട്ടെല്ലും മുള്ളും നുറുങ്ങിപ്പോം പല്ലും പോയേക്കും
എത്തിമോളിലെന്നാലൊരു മെത്തപോലെ വയ്ക്കോൽ വെച്ചു
സ്വസ്ഥമായിക്കിടന്നീടാം നക്ഷത്രം നോക്കി
മഞ്ഞുവീഴും മുമ്പായെന്റെ കുഞ്ഞുങ്ങളേ പോന്നീടാഞ്ഞാൽ
നെഞ്ഞടപ്പും മൂക്കടപ്പും വന്നു പെട്ടേക്കും
കൊയ്ത്തുകാലം - ഒടുവിൽ കുഞ്ഞികൃഷ്ണമേനോൻ

വ

വീട്ടിലുണ്ടെങ്കിൽ വിരുന്നുചോറുംകിട്ടു
മൂട്ടിലുംകിട്ടാദരിദ്രനെന്നോർക്കണം
കാട്ടിൽക്കിടന്നുപൊറുക്കുന്നനമ്മളും
വീട്ടിലിരന്നുനടക്കുന്നതേഗുണം
നെല്ലുംപണങ്ങളുംനല്ലഗൃഹങ്ങളും
തെല്ലുംകുറവില്ലനാടുവാണീടിനാൽ
കല്ലുംമരങ്ങളും പുല്ലും പുഴുക്കളും
അല്ലാതെയില്ലെടോ കാടുവാണീടിനാൽ
കല്യാണസൗഗന്ധികം - നമ്പ്യാർ

വരികപാന്ഥ നീ നിശ്ശബ്ദനായി
വരികിപ്രേമകുടീരകംകാൺമാൻ
വരിക രാവിതിൽ വാനത്തിൻവെള്ളി
വയലിൽനെല്ലിപ്പൂപൂക്കുമിക്കാലം
ഇരുളിൽ പാതിരാപ്പൂവിൻ തുറക്കു
മിമയിൽ തങ്ങുന്നതൂമഞ്ഞുതുള്ളി
പൊഴിയാതങ്ങനെനില്പതുകണ്ടോ
പൊഴിയരുതുനിൻ കണ്ണീരിറ്റിക്കിൽ
പാടുന്ന മൺതരികൾ - പി.ഭാസ്കരൻ

വിബുധപതിയൊടുനിശിചരാലയംവെന്തൊരു
വൃത്താന്തമെല്ലാമറിയിച്ചുകൊള്ളുവാൻ
അഹമഹമികാധിയാപാവകജ്വാലക
ളംബരത്തോളമുയർന്നുചെന്നൂമുദാ
ഭുവനതലഗതവിമല ദിവ്യരത്നങ്ങളാൽ
ഭൂതിപരിപൂർണ്ണമായുള്ള ലങ്കയും
പുനരനിലസുതനിതിദഹിപ്പിച്ചിതെങ്കിലും
ഭൂതിപരിപൂർണ്ണമായ്വന്നിതദ്ഭുതം
സുന്ദരകാണ്ഡം-അദ്ധ്യാത്മരാമായണം - എഴുത്തച്ഛൻ

വ

വിരലിൻതുമ്പിനാൽ വീണകൾ മീട്ടി
വിടരും കണ്ണിനാൽസ്വപ്നങ്ങൾ കാട്ടി
വിമലഗാനത്താൽ വിസ്മൃതി നീട്ടി
വിധിതൻകല്പന കാലാൽച്ചവിട്ടി
എവിടുന്നെത്തിനീ ഗായക,യാന
മെവിടെയ്ക്കായിത്തുടർന്നുമറഞ്ഞു
അഴകിൻ ഗാനം വിരിയുന്നകോല
ക്കുഴലതുനിനക്കെങ്ങനെകിട്ടി
പാടുന്നമൺതരികൾ - പി. ഭാസ്കരൻ

വർദ്ധിച്ചതാപേന വൻമരുഭൂവിലെ
യധ്വഗർപോലെത്തുമോരോദിനങ്ങളും
പാടത്തെവെള്ളംകുടിച്ചുവറ്റിക്കയാൽ
വാടിത്തുടങ്ങീതുവാരിളംനെല്ലുകൾ
തൈത്തലയെല്ലാംവിളർത്തൂമുളകിന്റെ
കൈത്തിരിതീരെകൊളുത്താതെവീണുപോയ്
കാർമണ്ഡലത്തെപ്രതീക്ഷിക്കുമൂഴിയെ
പ്പാഴ്മഞ്ഞുതിർത്തുഹസിക്കയാം വിണ്ടലം
പടയാളികൾ - വൈലോപ്പിള്ളി

വാരണവീരൻ തലയറ്റുവില്ലറ്റു
വീരൻഭഗദത്തൻതന്റെതലയറ്റു
നാലാമതാനതൻ വാലുമരിഞ്ഞിട്ടു
കോലാഹലത്തോടുപോയിതുബാണവും
നീലമലപോലെവൻകരിവീണിതു
ചാലവേചാരേഭഗദത്തവീരനും;
ഭീമനതിൻമീതെവന്നുവീണിടിനാൻ ;
പൂമഴപെയ്താരമരരുമന്നേരം
മഹാഭാരതം - എഴുത്തച്ഛൻ

വ

വിദ്യകൊണ്ടറിയേണ്ടതറിയാതെ
വിദ്വാനെന്നുനടിക്കുന്നിതുചിലർ
കുങ്കുമത്തിന്റെഗന്ധമറിയാതെ
കുങ്കുമംചുമക്കുംപോലെഗർദഭം
കൃഷ്ണ കൃഷ്ണ! നിരൂപിച്ചുകാണുമ്പോൾ
തൃഷ്ണകൊണ്ടേ ഭ്രമിക്കുന്നിതൊക്കെയും
എണ്ണിയെണ്ണിക്കുറയുന്നിതായുസ്സും
മണ്ടിമണ്ടിക്കരേറുന്നു മോഹവും
ജ്ഞാനപ്പാന - പൂന്താനം

വീണിതല്ലോ കിടക്കുന്നു ധരണിയിൽ
ശോണിതവുമണിഞ്ഞയ്യോശിവശിവ!
നല്ല മരതകക്കല്ലിനോടൊത്തോരു
കല്യാണരൂപൻകുമാരൻ മനോഹരൻ
ചൊല്ലെഴുമർജ്ജുനൻ തന്റെ തിരുമകൻ!
വല്ലവീവല്ലഭ! നിന്റെ മരുമകൻ
കൊല്ലാതെ കൊള്ളാഞ്ഞതെന്തിവൻതന്നെനീ?
കൊല്ലിയ്ക്കയത്രേ നിനക്കു രസമെടോ!
മഹാഭാരതം - എഴുത്തച്ഛൻ

വിളർത്തകണ്ണീർച്ചോലകളായെൻ
വിഷങ്ങളെല്ലാമലിവോളം
സ്വീയവിഷാദമുലർന്നെരിയുന്നോ
രീയഭിമാനം കുറവോളം,
നിൻ കഴൽമതിയാവോളമണിഞ്ഞെൻ
സങ്കടമെല്ലാം മറവോളം,
കുനിക്കുകില്ലീപ്പത്തികൾ, കണ്ണാ
മുറയ്ക്കുനർത്തനമാടൂ നീ
കാളിയ മർദ്ദനം - സുഗതകുമാരി

വ

വൃന്ദാവനമുരളീരവപശ്ചാത്തലമൊന്നിൽ
സ്പന്ദിക്കുമാമധുരസ്വരവീചികൾതന്നിൽ
താളം നിരനിരയായ് നുരയിട്ടിട്ടുതങ്ങീ,
താമരത്താരുകൾ പോൽ തത്തീ ലയഭംഗി !
സതതസുഖസുലഭതതൻ നിറപറവച്ചു
ഋതുശോഭകൾ നിൻമുന്നിൽത്താലം പിടിച്ചു
തങ്കത്തരിവളയിളകിനിൻപിന്നിൽ ത്തരളിതകൾ
സങ്കല്പസുഷമകൾ ചാമരം വീശി
കാവ്യനർത്തകി - ചങ്ങമ്പുഴ

വൃന്ദാവനത്തിലിരുന്നൂഹലായുധൻ
ചിന്താഭികൃഷ്ടമാംചിത്തമോടേ
തൻമനോരാജ്യത്തിലെങ്ങുമേകണ്ടീല
നൻമരുന്നൂഴിയെപ്പുഷ്ടയാക്കാൻ
പച്ചിലക്കുമ്പിളിൽത്തുള്ളുമിളംകള്ളിൽ
മജ്ജനം ചെയ്കയായ്ത്തൻഹൃദയം
അപ്പൊഴുതാമധുപൂരത്തിൽനിന്നാവാം
ബുദ്ബുദംപോലൊരു ചിന്തപൊങ്ങി
ജലസേചനം - വൈലോപ്പിള്ളി

വീർത്തോരകിടുമായ്പ്പൈക്കൾയമുനയെ
പ്പാർത്തുതണലത്തയവിറക്കി
ആർത്തുനെൽപ്പാടത്തിലാറ്റകൾ, തീരത്തു
കൂത്തുപറന്നുപശുക്കിടാങ്ങൾ;
അമ്മാനമാടീപഴങ്ങളാ, ലമ്പാടി
ത്തെമ്മാടിക്കുട്ടികൾ വാടിതോറും
പൊങ്ങീദധിമഥനോത്സവസംഗീതം
കങ്കണരിംഖണസങ്കലിതം
ജലസേചനം - വൈലോപ്പിള്ളി

വ

വെള്ളമേതൊരാൾമോന്തുമാറില്ലൊരു
തുള്ളി,നിങ്ങൾകുടിയ്ക്കാതൊരിക്കലും
നുള്ളുമാറില്ലണിയുവാൻ നിങ്ങളി
ലുള്ളകൂറാൽഇളംതളിരേതൊരാൾ;
എണ്ണിയേതൊരാളുത്സവമായ്, നിങ്ങൾ
കന്നിപൂക്കുന്നനാൾ; ആശകുന്തള
ഇന്നു പൂകുന്നുതൻ കാന്തമന്ദിരം;
നിങ്ങളേകുവിൻ പോകുവാൻ സമ്മതം
ശാകുന്തളം - എൻ.കെ.ദേശം

വെള്ളയാണേറ്റവുമുജ്ജ്വലവർണ്ണ,മെ
ന്തുണ്ടിതിൽ സ്സംശയം? നോക്കൂ
ചാരമരതകവർണ്ണവിലാസമാർ
ന്നാടുമിലകൾക്കിടയിൽ,
വാനിന്റെ നീലിമ വെന്നുശയിച്ചിടും
വാപിയിലൂന്നിനിവരും
പുത്തൻവെൺതാമരപ്പൂവിൻതിളക്കമെ
ന്തുജ്ജ്വലകാന്തിമധുരം!
നിറങ്ങളുടെ അമ്മ - സി.എ. ജോസഫ്

വേദങ്ങളുള്ളിലെക്കാതലായ്നിന്നുള്ള
പാദങ്ങൾതങ്കലങ്ങേല്ക്കയാലേ
ദുർമ്മദം പോയങ്ങുനിർമ്മലനായ്വന്നാൻ
കൻമഷം നീങ്ങിനാലെന്നുഞായം
ആരിതെന്നിങ്ങനെപാരാതെചിന്തിച്ചു
നാരായണൻതാനെന്നുള്ളിൽനണ്ണി
പാദങ്ങൾകുമ്പിട്ടു'പാലിച്ചുകൊള്ളേണം
വേദത്തിൻകാതലേ' എന്നുചൊന്നാൻ
കൃഷ്ണഗാഥ - ചെറുശ്ശേരി

വ

വേലനാളെ, ജ്ജഗത്തിനിന്നുത്സവ
വേളയെന്നുവിളംബരംചെയ്യുക!
വീണക്കമ്പിമുറുക്കു, മുറുക്കു, മൽ
പ്രാണപ്രേയസീ, പാടൂമധുരമായ്;
ഗാനത്തിന്റെലഹരിയിലെന്നിലെ
ഞാനലിഞ്ഞലിഞ്ഞില്ലാതെയാവട്ടെ!
ജീവിതത്തിന്റെ നൂലിട്ടാലെത്താത്ത
ഭൂവിലേയ്ക്കതിൽമുങ്ങിഞാനെത്തട്ടെ!
വിളംബരം - ജി.

വ്യഞ്ജകമാണോരോലോലചലനവും, ഭാവഭംഗി
ഭഞ്ജകമല്ലൊറ്റസ്സൂക്ഷ്മസ്പന്ദനംപോലും!
വേർതിരിക്കാതൊരിക്കലും സർഗ്ഗയുഗ്മലാസ്യാഹ്ലാദാൽ
പാതിപെണ്ണായ്, പാതിയാണായ്, പരിപൂർണ്ണനായ്
കടുമൃദുരൗദ്രസൗമ്യതാമസസാത്വികഭാവ
ചടുലമാം സനാതനനടനകേളി
തുടരവേ യുഗാന്തരനൂപുരങ്ങൾ പൊട്ടിത്തകർ
ന്നടരവേ, എന്തെന്താത്മാവിഷ്കാരശൈലി!
ശിവതാണ്ഡവം - ജി.

വിതതമാംവ്യോമകേശംപാറിടുന്നുകെട്ടഴിഞ്ഞു
ചിതറുന്നുണ്ടാനക്ഷത്രരുദ്രാക്ഷമാല!
ആടിയുലഞ്ഞൊരുപുറത്തേയ്ക്കുചാഞ്ഞുകിടക്കുന്നു
ചൂടിയോരമ്പിളിക്കലഹർഷവിഹ്വലം
തുടുപ്പുവറ്റാത്തോരന്തിമങ്ങലാമക്കാട്ടാനത്തോ
ലുടുത്തിരിക്കുന്നതഴഞ്ഞിഴഞ്ഞാലോലം
മതിമറന്നാടിടുന്നു തൂനിലാവിൻഭസ്മമുതിർ
ന്നുതിർന്നു വീഴുകയാണെൻ മുഗ്ദ്ധജീവനിൽ
ശിവതാണ്ഡവം - ജി.

വ

വെറുപ്പിന്നധമമാംവേരുകളറുത്തീടാം
മറക്കാം നമുക്കിനി മാനിറച്ചിതൻ രുചി
കുടത്തിൽനിന്നും വീണ്ടും വരുമോഭൂതം, പണ്ടേ
യടച്ച പേടകത്തിന്നേടുകളെടുക്കുന്നു
വേരുകൾ തേടാം പിതാമഹന്റെ നാടും വീടും
പേരും കണ്ടെത്താം നീയീഭൂപടം നിവർത്തുക
ഇതാ, ഈ നാമാക്ഷരമിനിയെൻനാവിൻ ക്യാൻസർ
ഇതാ, ഈക്കൊടിക്കൂറയിനിയെൻ ശവക്കച്ച
വെയിൽതിന്നുന്നപക്ഷി - എ.അയ്യപ്പൻ

വല്ലപ്പൊഴെങ്ങാനുമെൻമനസ്സിന്റെ പൂ
വില്ലത്തു പൂത്തുവിരിയുന്ന ദശപുഷ്പങ്ങൾ
മന്ത്രമായ്, പിന്നെമരുന്നായുണർവിന്റെ
മന്ദ്രസംഗീതമായ്, ഉജ്ജീവനികളായ്
വിഷദംശമേറ്റുമയങ്ങുമീമണ്ണിനൊരു
സുഖശീതളൗഷധലേപനമാവുക!
കാതോർത്തറിയട്ടെനിങ്ങളിൽ നിന്നൃതു
കാലഭേദങ്ങൾതൻ വീർപ്പുമുൾത്തേങ്ങലും
ദശപുഷ്പങ്ങൾ - പുതുശ്ശേരി രാമചന്ദ്രൻ

വെള്ളിക്കതിരണിത്തിങ്കളേനിന്നെഴു
ന്നള്ളത്തിനെന്തുവിളംബമുള്ളു
കൈയിലുണ്ടായിരുന്നോരുപരിമള
മീയുള്ളോർക്കെല്ലാംപകുത്തുനൽകി
നീയ്യിങ്ങടച്ചുവെച്ചുള്ളനറുമണം
പെയ്യുന്നൊരാമ്പൽപ്പൂച്ചെപ്പുതോറും
മുട്ടിക്കുഴങ്ങുന്നു സാധുസമീരണ
ക്കുട്ടി തുറന്നുകൊടുക്കുവേഗം
അമ്പിളിയോട് - കല്ലൻമാർതൊടി രാവുണ്ണിമേനോൻ

വ

വറ്റിക്കൊണ്ടിരിക്കുന്നവെള്ളത്തിന്നടിത്തട്ടു
പറ്റിനിന്നിടറുന്ന കൊച്ചുമീൻപറ്റങ്ങളെ
ഒന്നാകെകുത്തിപ്പിടിച്ചുലച്ചുകുതറിക്കൊ
ണ്ടെന്നുവന്നെത്തുംവീണ്ടുമിടവപ്പാതിക്കോളിൽ
കുന്നലനാട്ടിൻ കൂറ്റൻകൊമ്പനായ് ഉരുൾപൊട്ടി-
നിന്നലർച്ചയിൽപൂരപ്പഞ്ചാരിമേളത്തോടെ
രക്താഭമായിക്കുതിച്ചുയർന്നുപരന്നേറു
മെക്കലീവയൽക്കടവെത്തിക്കുംവെള്ളപ്പൊക്കം
നദികൾ - അയ്യപ്പപ്പണിക്കർ

വീണ്ടുമാരാഗംപാടാൻവന്നുഞാൻ പക്ഷേ വേണ്ട
വേണ്ടെന്നോ സർവ്വംസഹേ നീ സഗദ്ഗദം ചൊൽവൂ
വർഷത്തെവസന്തത്തെയുൽക്കട നിദാഘാഗ്നി
പുഷ്പത്തെയെന്നിൽനിന്നുഞാൻവിളിച്ചുണർത്തവെ
മന്നവൻ(മനുഷ്യരും)മന്ത്രിച്ചൂ താൻസൻ താങ്കൾ
ക്കിന്ദ്രജാലമോ മന്ത്രവാദമോ രാഗാലാപം?
ഋതുദേവതമാരാം നാഗസുന്ദരിമാരെൻ
ഹൃദയകൂടാരത്തിലുറങ്ങിക്കിടക്കുന്നു.
താൻസെൻ - ഒ.എൻ.വി.

വെറ്റിയും തോൽവിയും പോർക്കളത്തിൽചെന്നാൽ
പറ്റും ഇതിനതുമീതേയല്ല
എന്തിന്നുവേണ്ടിനീയെങ്ങനെപോർചെയ്തു
ചിന്തിച്ചിടേണ്ടതീരണ്ടുകൂട്ടം
നന്മയ്ക്കുവേണ്ടി നീ നേർവഴിയിൽ നിന്നു
ധർമ്മയുദ്ധം ചെയ്തുതോറ്റുപോയാൽ
പോകട്ടേ! ആ തോൽവിതന്നെജയമെന്നു
ലോകർ കടശ്ശിയിൽ സമ്മതിക്കും
ഉദ്ബോധനം - ഉള്ളൂർ

വ

വാസന്തലക്ഷ്മിവിതാനിച്ചൊരുക്കിയ
വാരുറ്റവല്ലീനികുഞ്ജമൊന്നിൽ
കണ്ണനെത്തന്നെനിനച്ചിരിപ്പാണിതാ
തന്നെത്താൻപോലുംമറന്നുരാധ
തള്ളിപ്പടർന്നൊരുമേഘപടലിത
ന്നുള്ളിലെഴുംകൊച്ചുതാരപോലെ
അല്ലെങ്കിലായതിൻചില്ലയിൻമേൽ തന്നെ
മെല്ലെവിരിയും പൊൽത്താരുപോലെ
ഹൈന്ദവസംസ്കാരം - കല്ലൻമാർതൊടി രാവുണ്ണിമേനോൻ

വൃക്ഷവൃന്ദങ്ങളിൽച്ചെന്തെങ്ങാണങ്ങുന്നു
നക്ഷത്രവർഗ്ഗത്തിൽശുക്രനത്രേ
രക്ഷിക്കും ബാന്ധവശ്രേണിയിലമ്മതാൻ
പക്ഷികുലത്തിലോ പച്ചക്കിളി
നാനാചെടികളിൽത്തൃത്താവാകുന്നു നീ
മാനായജാതിയിൽകൃഷ്ണമൃഗം
നൂനമൃതുക്കളിൽ മാധവമാസം നീ
പാനവസ്തുക്കളിൽപ്പാലുതന്നെ
ഒരു ചിത്രം - വള്ളത്തോൾ

വ്രീളയാൽ ചൂളിപ്പോകുമോർമ്മകൾ ഭാഗ്യം ഞാനാ
വേലവിട്ടൊരുയന്ത്രപ്പണിക്കാരനായ്കൂടീ
ഡ്രൈവറായ് പിന്നീടെന്നാലെന്ത്? ജീവിതത്തിന്റെ
കൈവഴികളിൽ കണ്ടതിരുളും മാലിന്യവും
ഒരു ദുർമണമേറ്റാൽ ചുളിയും മൂക്കാണെന്നി
ക്കൊരുദൂനതകണ്ടാലുരുകും മിഴികളും
ഒരു സൗഹൃദം തൊട്ടാലലിയും ഹൃദയവും
ഇരുമ്പായ്ച്ചമയേണ്ടുമീയന്ത്രയുഗത്തിങ്കൽ
കിളിയും മനുഷ്യനും - വൈലോപ്പിള്ളി

വ

വാണീടുകനാരതമെന്നുടെനാവുതൻമേൽ
വാണിമാതാവേ വർണ്ണവിഗ്രഹേ, വേദാത്മികേ!
നാണമെന്നിയേ മുദാനാവിൻമേൽ നടനം ചെ
യ്കേണാങ്കാനനേ, യഥാ കാനനേ ദിഗംബരൻ
വാരിജോത്ഭവമുഖവാരിജവാസേ, ബാലേ,
വാരിധിതന്നിൽത്തിരമാലകളെന്നപോലേ
ഭാരതീപദാവലിതോന്നേണം കാലേകാലേ
പാരാതെസലക്ഷണം മേൻമേൽ മംഗലശീലേ!
രാമായണം - ബാലകാണ്ഡം - എഴുത്തച്ഛൻ

വണ്ടുമൂളിയും കിളിപാടിയും ചെണ്ടാടിയും
കൊണ്ടാടും വസന്തത്തിൻസുന്ദരസ്മിതത്തേക്കാൾ
അലറിത്തടംതല്ലിത്തകർത്തുകൂത്താടുന്ന
പുഴതൻചിലമ്പിച്ചചിരിയാണെനിക്കിഷ്ടം
പാഴിലീയാനന്ദത്തിന്നിളവെയ്ലേറ്റുംകൊണ്ടു
വാഴുമീ മയങ്ങുന്നപൊയ്കതൻ കിനാവേക്കാൾ
ഊഴിതൻ ദുസ്വപ്നം പോൽപ്പിടയും കരളോലു
മാഴിതന്നസ്വസ്ഥമാം തേങ്ങലാണെനിക്കിഷ്ടം
മുത്തുചിപ്പി - സുഗതകുമാരി

വെൺപുകളണിത്തൂലികയാലേ
വെന്ന സൗന്ദര്യകാമുകരെല്ലാം
എന്നെയും സ്വീകരിപ്പതായ്ത്തോന്നീ
തന്നനശ്വരഗാനസദസ്സിൽ
ചിന്തിതമായ്ക്കഥിതമായുള്ള-
തെന്തിലുംശ്രേഷ്ഠമായവയാലേ
സ്പന്ദിതമാകുമാസ്സഭപൂകാൻ
സംഗതിയാവതെന്തതിഭാഗ്യം
കുടിയൊഴിക്കൽ - വൈലോപ്പിള്ളി

വ

വടിവാർന്നുതെളിയുന്നിതക്ഷരവിസ്മയം കണ്ണിൽ
മിഴിവാർന്നു തിളങ്ങുന്നുഭൂമികന്യയുടെ കണ്ണീർ;
രാജപട്ടാംബരംചാർത്തീടുമ്പൊഴും വൽക്കലം ചുറ്റി
ക്കാടുപൂകുമ്പൊഴും മങ്ങാതുള്ള രാമമുഖരാഗം;
ചോരനീന്തിക്കബന്ധങ്ങൾക്കിടയൂടെനടന്നെത്തും
നീതി; ചെങ്കോലിനെ വൈക്കോലെന്നുകാണുന്നവൈരാഗ്യം;
ഒടുവിൽക്കർമ്മങ്ങൾ, ബീജവാസനകൾ, ഒലിച്ചെത്തു
മഴിമുഖത്തിലെ ദ്വന്ദ്വാതീതമാം കേവലശാന്തി
അതിർത്തിയിലേക്കൊരു യാത്ര - വിഷ്ണുനാരായണൻ നമ്പൂതിരി

വാണീ, നമസ്കാര മെങ്ങളിൽബ്ബോധമായ്
വാണരുളുന്നപരംപൊരുളേ,
സംഗീതസാഹിത്യസഞ്ജീവനികളാൽ
ഞങ്ങളെപ്പോറ്റുമലിവുറവേ
ഓണം കഴിഞ്ഞാലുമോണമല്ലോ കലാ
റാണിയാം നീയെഴുന്നള്ളുമീനാൾ
വന്നാലുമംബികേ, വർണ്ണാമൃതാത്മികേ,
തന്നാലുമൻപാർന്നനുഗ്രഹങ്ങൾ
വാണീപ്രണാമം - എൻ.കെ.ദേശം

വഴിവക്കിൽനിൽപ്പുഞാൻപൈതലിന്നഴലോർത്തു
വലയുമജ്ജനനിപോലല്ലലേന്തി
അറിവൂഞാനീയല്ലിലെന്നഴലിങ്കലൂ
ടവനിതൻ ശാശ്വത ദൈന്യതകൾ
പുണരാനിപ്പാരിനെക്കരളിലണച്ചൊന്നു
പുണരാനെനിക്കുകഴിഞ്ഞുവെങ്കിൽ
പ്രണയത്തിൻ ഭാഷയിലൊന്നതിന്നാശ്വാസ
മരുളാനെനിക്കു കഴിഞ്ഞുവെങ്കിൽ
സന്ധ്യയിൽ - ആർ.രാമചന്ദ്രൻ

ശ

ശിശിരശീതളനീലനിലാവിൽ
ശിശുവിനെപ്പോൽച്ചിരിക്കുമീരാവിൽ
ഇവിടെയെത്തിഞാൻനിൽപ്പുനിസ്തബ്ധൻ
കവിൾനനയാതെ, കണ്ണടയാതെ
ചെവികളോർക്കനീ : കേൾപ്പിതോ മന്ദ
മവിടെ വീഴുമാഗാനമരന്ദം?
ഒരുമുരളിയടിഞ്ഞതാംമണ്ണിൻ
തരികൾപാടുമാമന്ദ്രസംഗീതം?
പാടുന്ന മൺതരികൾ - പി.ഭാസ്കരൻ

ശ്രാവണവനജ്യോത്സ്നപൂത്തുപിന്നെയും ഭാദ്രം
പൂവിട്ടൂ; വന്നൂപിന്നെയാശ്വിനിപ്രിയമാസം
കാതോർത്തുനിൽക്കുന്നുവോ കാതരമിഴിനിന്റെ
വേദനയെന്റേതല്ലോനാമൊരേതീർത്ഥം തേടി
ത്തേടിവന്നവരല്ലോ! കാലത്തിന്നദൃശ്യമാം
വീഥികൾപിന്നിട്ടെങ്ങോനിന്നുതേരിറങ്ങിനീ
അബ്ദങ്ങളകലുന്നൂനാമിരുവരുമൊരേ
സ്വപ്നത്തെയോരോദിവ്യ ദുഃഖത്തെയുപാസിച്ചു
ഒക്ടോബറിലെ സന്ധ്യ - ഒ.എൻ.വി.

ശക്തൻപോൽമാനവൻതൃപ്തൻപോൽ മാനവൻ
സത്യമാരാഞ്ഞുപോംബുദ്ധിമാൻപോൽ
സ്വന്തംസിരകൾ തുടുക്കാനവനന്യ
ജന്തുവിൻ ചോരകുടിച്ചുവേണം
പോരേ? നികൃഷ്ടമാമിത്തരം ഹിംസതൻ
പേരോ 'വിജയ'മെന്നാണുപോലും
ആദർശമാദർശം ! ലോകത്തിലാമണി
നാദംമുഴക്കിയിട്ടെന്തുകാര്യം?
ചിതറിയചിന്തകൾ - ചങ്ങമ്പുഴ

ശ

ശാന്തനാംപകലോനെദ്ദഹിപ്പിച്ച
സാന്ധ്യരാഗാനലന്റെപുകപോലെ
ധ്വാന്തമൊട്ടൊട്ടുയർന്നതുകാൺകയാൽ
ശ്രാന്തനദ്ധ്വഗൻവെമ്പിനടക്കയായ്
കാലിടംകൈയുംകൊണ്ടുപിടിച്ചുള്ളോ
രോലവട്ടക്കുടയുണ്ടിടംതോളിൽ
വെയ്‌ലതേവരെക്കോൾകയാൽക്ഷീണിച്ച
പോലവേചാഞ്ഞുവിശ്രമംതേടുന്നു.
ആ മോതിരം - വള്ളത്തോൾ

ശതകൂപത്തിൽപ്പരംവാപിയെന്നറിഞ്ഞാലും
ശതവാപിയിൽപ്പരംയാഗമെന്നൊന്നുകേൾപ്പു
ശതയാഗത്തിൽപ്പരംപുത്രനൊന്നല്ലോനൂനം
ശതപുത്രരിൽപ്പരംസത്യമൊന്നെന്നുകേൾപ്പൂ
സഹസ്രാശ്വമേധത്തോടൊത്തൊരുസത്യംതന്നെ
സഹസ്രപത്രോൽഭവൻതൂക്കിപണ്ടെന്നുകേൾപ്പൂ
അന്നേറെത്തൂങ്ങിയതുസത്യമെന്നറിഞ്ഞാലും
മന്നവസത്യത്തെക്കാൾവലുതല്ലൊന്നുമോർത്താൽ
മഹാഭാരതം - എഴുത്തച്ഛൻ

ശ്രീകോവിൽനടയതാതുറന്നൂ; പുതിയൊരു
ലോകമിതേതോ ഹന്ത! ശോഭനതേജോ മയം!
കർമ്മസാക്ഷിയാംദേവൻപടിഞ്ഞാറുദിച്ചിതോ!
കമ്രനക്ഷത്രവ്രാതമേകത്രകൂടിച്ചേർന്നോ!
ചന്ദനാലേപം ചാർത്തിശ്ശോഭിപ്പൂതിരുമുഖം,
മന്ദഹാസാർദ്രം, മണിപ്പൊൻകിരീടത്തിൻതാഴേ;
നിർന്നിമേഷമായ്നിൽക്കനേത്രമേ! ഭാഗ്യാലിതാ
നിന്നിലേയ്ക്കൊഴുകുന്നുസച്ചിദാനന്ദാമൃതം!
ഭക്തിയും വിഭക്തിയും - വള്ളത്തോൾ

ശ

ശോകാർദ്രചിന്തക! നിൽക്കുക നീയിദം
ലോകത്തെക്കുറ്റപ്പെടുത്തിയാലോ?
അന്നത്തെലോകവുമിന്നത്തെലോകവു
മൊന്നുതന്നാണതിനില്ലമാറ്റം
നീമാത്രംമാറിപ്പോയ് കാലതരംഗക
സ്തോമങ്ങൾമറ്റൊരാളാക്കിനിന്നെ!
നീണാളായുള്ളൊരിജ്ജീവിതപ്പോരിൽ നിൻ
പ്രാണനിലൊക്കെപ്പരുക്കുപറ്റി
പറന്നുപോയ വൈകുണ്ഠം - ചങ്ങമ്പുഴ

ശ്രീതൊടും കൃഷ്ണക്രാന്തപ്പൂവൊളിനീലക്കല്ലിൻ
മോതിരംധരിച്ചുകൊണ്ടത്തമെത്തുമ്പോഴേക്കും
മോടിയിലുടുപ്പിട്ടു ചമഞ്ഞിങ്ങിറങ്ങുന്നു
നാടുവിട്ടെങ്ങോപോയപൊന്നോണമലരുകൾ
നീട്ടുന്നുനിനവുകൾ വീണ്ടുമന്നോണപ്പാട്ടു
നീട്ടിപ്പാടിയചിങ്ങപ്പട്ടണിപ്പുലരികൾ
നെഞ്ചകമലിയിക്കും മംഗളഗ്രാമോത്സവം
പിഞ്ചിളംചുണ്ടിൽ ചിത്രീകരിച്ചമൂവന്തികൾ
കൈരളിയുടെ പേക്കിനാവ് - പി.

ശൃണുസുമുഖി, തവചരണ നളിനദാസോസ്മ്യഹം
ശോഭനശീലേ, പ്രസീദ പ്രസീദ മേ.
നിഖില ജഗദധിപമസുരേശ മാലോക്യ മാം
നിന്നിലേ നീ മറഞ്ഞെന്തിരുന്നീടുവാൻ?
ഭവതി, തവ രമണമപി ദശരഥതനൂജനെ
പാർത്താൽച്ചിലർക്കു കാണാം ചിലപ്പോഴെടോ.
പല സമയമഖിലദിശി നന്നായ്ത്തിരകിലും
ഭാഗ്യവതാമപി കണ്ടുകിട്ടാപരം.
സുന്ദരകാണ്ഡം - എഴുത്തച്ഛൻ

ശ

ശാന്തഗംഭീരമായ്പ്പൊങ്ങി നിൽക്കും
അന്തിമഹാകാളൻകുന്നുപോലും
ജൃംഭിതയന്ത്രക്കിടാവെറിയും
പമ്പരം പോലെ കറങ്ങി നിൽക്കും.
കളിയും ചിരിയും കരച്ചിലുമായ്-
ക്കഴിയും നരനൊരു യന്ത്രമായാൽ
അംബ, പേരാറേ, നീ മാറിപ്പോമോ
ആകുലയാമൊരഴുക്കു ചാലായ്?
കുറ്റിപ്പുറം പാലം - കറുത്ത ചെട്ടിച്ചികൾ - ഇടശ്ശേരി

ശീമോന്റെ പൂമേട തന്നിലെ നേത്രാഭി-
രാമ വിശാലമാം ശാലയിങ്കൽ
എണ്ണപ്പെട്ടുള്ള സുഗന്ധം പരത്തുന്നൊ-
രെണ്ണ പകർന്നു കൊളുത്തിച്ചെമ്മേ
തൂവെള്ളിച്ചങ്ങലത്തുമ്പത്തതാതിടം
തൂക്കിയ ദീപത്തിൻ ദീപ്തിപൂരം
ദൂരിതമാകുമാറങ്ങണഞ്ഞിതൊരു
പൂരുഷരൂപമാം തേജഃപുഞ്ജം.
മഗ്ദലനമറിയം - വള്ളത്തോൾ

ശ്യാമാഗ്രമായി, ശ്ലേഷം ഹേമാഭമായി, വിങ്ങും
ഭൂമിതൻ വക്ഷോജം പോൽ തുംഗമാം ഗിരിദൂരെ!
ഊർന്നു വീണതാം മണിക്കച്ചപോലതിൻ തട-
മാർന്നിടതൂർന്നെമ്പാടും തളിർക്കും തേന്മാവുകൾ.
ചാരെയായ്ജനകജാ സ്നാനപാവനതീർത്ഥ-
മാറാടി വരും കാറ്റിൻനിർവൃതി നിശ്വാസങ്ങൾ...
ശാന്തമാമീ രാമഗിര്യാശ്രമ വാടത്തിലും
താന്തനായ്, അശാന്താത്മാവായ് ഭവാനിരിക്കുന്നു.
ഉജ്ജയിനി - ഒ.എൻ.വി.

ശ

ശുഭ്രവേഷരായ്, ശുഭ്രസത്വരായ്, വിദ്യാദാന-
വ്യഗ്രരായ് മേവും സ്നേഹധനരാമദ്ധ്യാപകർ-
മധുരിപ്പിച്ചാരിവർ കാഞ്ഞിരത്തളിരുകൾ;
വിരിയിപ്പിച്ചാരിവർ കൽക്കീറ്റിൽക്കല്ഹാരങ്ങൾ.
മുങ്ങാതെ മറുകര പിടിക്കെ, കൈവന്നതു
ഭംഗിയേറിയ മുത്തോ രത്നമോ കടൽ മീനോ?
മീനെങ്കിൽ, മേല്പത്തൂരെപ്പട്ടേരിയുടെ വഴി
മാനിച്ചു മത്സ്യം കൂട്ടിത്തുടങ്ങാമിനിമേലിൽ!
ജീവിതം കാവ്യം - ഒ.എം. അനുജൻ

ശ്യാമയാം നിശ്ശബ്ദകാനനമേ, നിന്നെ-
യാനന്ദബാഷ്പം നിറഞ്ഞ മിഴികളാൽ
ഞാനൊന്നുഴിഞ്ഞുകൊള്ളട്ടേ, കരംകൂപ്പി
ഞാനൊന്നു കണ്ടു നിന്നോട്ടേ മതിവരെ?
മിന്നലാളുന്ന മുടി ചൂടി നെറ്റിമേൽ
മിന്നും പ്രഭാതനക്ഷത്രപ്രഭയുമായ്
നിന്നു കരിങ്കടൽ പോലെയിളകുന്ന
നിന്നെ ഞാൻ കണ്ടു നിന്നോട്ടേ മതി വരെ?
സൈലന്റ്‌വാലി - കുറിഞ്ഞിപ്പൂക്കൾ - സുഗതകുമാരി

ശ്രദ്ധിപ്പൂതമസ്സിൽ ഞാൻ; എത്ര വാറനായാസ-
മൃത്യുവോടർദ്ധ പ്രേമബദ്ധനായ്പ്പോയെന്നോ ഞാൻ!
അവനെപ്പലപാട്ടിൽച്ചെല്ലപ്പേർ വിളിച്ചു ഞാൻ
മമ സൗമ്യനിശ്വാസം വായുവിൽച്ചേർക്കാൻ ചൊന്നേൻ.
നന്നിപ്പോൾ മരിക്കാൻ മറ്റേതുവേളയേക്കാളു-
മെന്നു തോന്നുന്നുണ്ടത്രയ്ക്കാനന്ദപ്പുളപ്പിൽ നീ
ചേതനയൊരു ഗാനധാരയായ് വർഷിക്കുമ്പോൾ
വേദനയെന്യേപാതിരാവിതിൽ മരിക്കുവാൻ.
രാപ്പാടിയോട് - കീറ്റ്സ് - എൻ.കെ. ദേശം

സ

സ്നേഹപൂർണ്ണമായെന്നെനോക്കി വീർപ്പിടും ജൻമ
ഗേഹമേ! പൊങ്ങുന്നില്ല യാത്രചോദിപ്പാൻ ശബ്ദം
ഇന്നു നിൻ സൗന്ദര്യത്തെപ്പൂർണ്ണമായ്ഞാൻ കാണുന്നി
തിന്നുനിൻ പ്രേമം മൂലം മൻമനം പിളരുന്നു
വിരഹത്തിലല്ലാതെ ലാവണ്യം സമഗ്രമായ്
നിരവദ്യമായിട്ടുകാണുവാൻ കഴിവീല
പ്രേമത്തിൻതിളക്കം കണ്ടതുചെന്നെടുക്കായ്വിൻ;
ഭീമമാം ഖഡ്ഗത്തേക്കാൾ മൂർച്ചയേറിയതത്രേ
എന്റെ വേളി - ജി.

സ്വസ്തി ഹേ, സൂര്യ തേസ്വസ്തി
മറ്റുള്ളവർക്കായ് സ്വയം കത്തിയെരിയുന്ന
സുസ്നേഹമൂർത്തിയാം സൂര്യ!
വറ്റാത്തനിറവാർന്നനിൻതപ്തദീപ്തമാം
അക്ഷയപാത്രത്തിൽനിന്നുറന്നൊഴുകുന്നൊ
രിത്തിരിച്ചുടുപാൽവെളിച്ചം കുടിച്ചിവിടെ
യിച്ചെറിയ വട്ടത്തിലിക്കൊച്ചുഭൂമിയിൽ
ജീവന്റെയുൻമത്തനൃത്തം
സൂര്യഗീതം - ഒ.എൻ.വി

സ്നേഹത്താൽ നിത്യം തടം നനപ്പിൻ,ദയാ
ദോഹളം നൽകുവിൻ പൂവിനെല്ലാം.
സാഹസമറ്റ കാലോചിതധർമ്മമാം
മോഹനപ്പൊൻനൂലാൽ വേലികെട്ടിൻ
ഇങ്ങനെ നിങ്ങൾ വളർത്തുമിപ്പൂവനം
തിങ്ങും ഗുണങ്ങൾതൻ ധാടിയാലേ
നന്ദനത്തിൻ മെച്ചം നേടും, പരമഭി
നന്ദിക്കും കണ്ടതു ദേവ ദേവൻ
ദുരവസ്ഥ - ആശാൻ

സ

സുന്ദരിയോടഥസാദരംചോദിച്ചു
മന്ദമധുരമായ് മന്നോർമന്നൻ
ഭദ്രേ ഭവതിക്കു സമ്മതം താനല്ലീ
ഭക്തനാമെന്നുടെ ദേവീപദം?
സങ്കുചിതാംഗിയായ് സാഞ്ജലിയായ് നിന്നാ
മങ്കയാൾ ഗദ്ഗദം പൂണ്ടുചൊന്നാൾ
കന്യകയല്ലഞാൻ കാന്തനെൻ പ്രാണനാ
ണന്യനെ അപ്രീതി തോന്നരുതേ
ഭാരതസ്ത്രീകൾതൻഭാവശുദ്ധി - വള്ളത്തോൾ

സഹകരിക്കട്ടെ സഹജനിന്നെ
സകലസൗഭാഗ്യവും മേൽക്കുമേലേ
ഒരുപുഷ്പകല്യാണമണ്ഡപത്തി
ലൊരുദിനം നിങ്ങളെരണ്ടുപേരെ
ഒരുമിച്ചുകണ്ടുകൃതാർത്ഥനാകും
പരിചിലീയോമനക്കൊച്ചനുജൻ
ദ്രുതമാമുഹൂർത്തം പറന്നണയാൻ
സതതം ഞാൻ പ്രാർത്ഥിച്ചുകൊണ്ടിരിക്കും
രമണൻ - ചങ്ങമ്പുഴ

സാരമില്ലെടോ, നിൻനഷ്ടം, സഹജേ നൊടിയിൽ ഗുരു
കാരുണിയാൽ നിനക്കിന്നു കൈക്കലാമല്ലോ
ചോരനപഹരിക്കാത്ത ശാശ്വതശാന്തിധനവും
മാരനെയ്താൽ മുറിയാത്ത മനശ്ശോഭയും
കരയായ്കഭഗിനീ, നീ കളക ഭീരുത, ശാന്തി
വരും, നിന്റെ വാർനെറുകഞാൻ തലോടുവൻ
ചിരകാലമഷ്ടമാർഗ്ഗചാരിയാമബ്ഭഗവാന്റെ
പരിശുദ്ധപാദപത്മം തുടച്ചകൈയാൽ
കരുണ - ആശാൻ

സ

സമയമായില്ലപോലും സമയമായില്ലപോലും
ക്ഷമയെന്റെ ഹൃദയത്തിലൊഴിഞ്ഞുതോഴി
കാടുചൊല്ലുന്നതാമെന്നെക്കബളിപ്പിക്കുവാൻ കൈയി
ലോടുമേന്തിനടക്കുമീയുൽപലബാണൻ
പണമില്ലാഞ്ഞുതാൻ വരാൻ മടിക്കയാവാമസ്സാധു
ഗണികയായ്ത്തന്നെയെന്നെഗണിക്കയാവാം
ഗുണബുദ്ധിയാൽഞാൻതോഴീകൊതിപ്പതക്കോമളന്റെ
പ്രണയംമാത്രമാണെന്നുപറഞ്ഞില്ലേ നീ?
കരുണ - ആശാൻ

സ്നേഹത്തിൽനിന്നുദിക്കുന്നു ലോകം
സ്നേഹത്താൽ വൃദ്ധിതേടുന്നു
സ്നേഹം താൻ ശക്തിജഗത്തിൽ സ്വയം
സ്നേഹം താനാനന്ദമാർക്കും
സ്നേഹം താൻ ജീവിതംശ്രീമൻ സ്നേഹ
വ്യാഹതിതന്നെമരണം
സ്നേഹം നരകത്തിൻ ദ്വീപിൽ സ്വർഗ്ഗ
ഗേഹം പണിയും പടുത്വം
ചണ്ഡാലഭിക്ഷുകി - ആശാൻ

സലിലകണാർദ്രസമീരസാന്ദ്ര
സരസിജപത്രത്താൽ മന്ദമന്ദം
അരുകിലിരുന്നൊരു താലവൃന്ദാ
ലനുപമേവീശിത്തരട്ടയോഞാൻ
വടിവിൽനിൻരംഭോരുസാദരമെൻ
മടിയിലെടുത്തുവച്ചാത്തരാഗം
തുടുചെന്താരൊത്തനിൻചേവടികൾ
തടവിത്തരട്ടയോബാലികേ ഞാൻ
ശാകുന്തളപദ്യം - ചങ്ങമ്പുഴ

സ

സ്ഥാനമാനങ്ങൾ ചൊല്ലിക്കലഹിച്ചു
നാണംകെട്ടുനടക്കുന്നിതുചിലർ
മദമത്സരംചിന്തിച്ചുചിന്തിച്ചു
മതികെട്ടുനടക്കുന്നിതു ചിലർ
ചഞ്ചലാക്ഷിമാർവീടുകളിൽ പ്പുക്കു
കുഞ്ചിരാമനായാടുന്നിതു ചിലർ
കോലകങ്ങളിൽ സേവകരായിട്ടു
കോലംകെട്ടിഞ്ഞെളിയുന്നിതു ചിലർ
ജ്ഞാനപ്പാന - പൂന്താനം

സ്വൈരതയേൽക്കിലുമവിടെസ്സുദതികൾസൗഹൃദമധുര പവിത്രചരിത്രകൾ
വീരതകൊൾകിലുമവിടെപ്പൂരുഷർ വിനയവിശാരദർ കരുണാമൂർത്തികൾ
കുശമുന പോലാംധിഷണകളവിടെക്കുടിലതയെന്യേ മിന്നീ വാർദ്ധക
ദശയിലുമങ്ങുവികസ്വരയൗവനരസികതയാർന്നു വിളങ്ങീ കരൾകൾ
അവരുടെ കലകൾക്കുറ്റസദസ്സായ് ഗൗരവമുദ്രിതമദ്രി സമൂഹവു
മലകൾ തിമിർക്കും കടലും സൂക്ഷ്മവികാരതരംഗിത താരാപഥവും
ദിവ്യതപൂജിക്കായ്കിലുമവരുടെ ജീവിതമൊക്കെയൊരാരാധനയായ്
ഉർവ്വിയിലവരുടെയുഗമോസുകൃതപ്പൂക്കളൊടുങ്ങാത്തിരുവോണവുമായ്
ഓണപ്പാട്ടുകാർ - വൈലോപ്പിള്ളി

സ്ഥിരതയില്ലാത്തലോകത്തിലെന്തിനായ്
ചിരവിരഹിഞ്ഞാൻ മേലിലും കേഴണം
മധുരചിന്തകൾ മാഞ്ഞുപോയീടവെ
മരണമാണിനിജ്ജീവിച്ചിരിക്കുവാൻ
ഇരുളിലാരുമറിയാതെയെത്രനാൾ
കരളുനൊന്തുഞാൻ കേഴുമനർഗ്ഗളം?
ഹൃദയമില്ലാത്തലോകമേയെന്തിനാ
യതിനുകാരണം ചോദിപ്പുനീസദാ
മണിനാദം - ഇടപ്പള്ളി

സ

സുരഭിലമൃഗമദതിലകിതഫാലം
സുമസമസുലളിതമൃദുലകപോലം
നളിനദളമോഹന നയനവിലാസം
നവകുന്ദസുമസുന്ദരവരമന്ദഹാസം
ഘനനീലവിപിനസമാനസുകേശം
കുനുകുന്തളവലയാങ്കിതകർണ്ണാന്തികദേശം
മണികനകഭൂഷിതലളിതഗളനാളം
മമമുന്നിലെന്തെന്തൊരുസൗന്ദര്യമേളം
കാവ്യനർത്തകി - ചങ്ങമ്പുഴ

സകലശുകകുലവിമലതിലകിതകളേബരേ
സാരസ്യപീയുഷസാരസർവ്വസ്വമേ
കഥയമമകഥയമമ കഥകളതിസാദരം
കാകുൽസ്ഥലീലകൾ കേട്ടാൽ മതിവരാ
കിളിമകളൊടതിസരസമിതിരഘുകുലാധിപൻ-
കീർത്തികേട്ടീടുവാൻ ചോദിച്ചനന്തരം
കളമൊഴിയു മഴകിനൊടുതൊഴുതുചൊല്ലീടിനാൾ
കാരുണ്യമൂർത്തിയെച്ചിന്തിച്ചുമാനസേ
അദ്ധ്യാത്മരാമായണം - എഴുത്തച്ഛൻ

സാരസങ്ങളുതിരും മദകള
താരകൂജനം നീളുമാറാക്കിയും
മുഗ്ദ്ധഫുല്ലാംബുജാമോദസംഗ സൗ
ഗന്ധമാർന്നുമാ ശിപ്രാസമീരണൻ
കാൽപിടിച്ചു തേൻവാക്കുകൾ കൊഞ്ചിടും
കാമുകൻ കണക്കെന്നുംപുലർച്ചയിൽ
ഏണനേത്രമാരേലും രതോത്സവ
ക്ഷീണമാറ്റുന്നിതംഗാനുകൂലനായ്
മേഘസന്ദേശം - തിരുനല്ലൂർ

സ

സത്യമോർക്കുകിൽ സംസാരയാത്രയിൽ പാപത്തിൽക്കഴൽ
കുത്തിടാതെകടന്നവർ കാണുകില്ലെടോ
ബദ്ധപങ്കമായോടുന്നിതൊരു കാലം നദി പിന്നെ
ശുദ്ധികലർന്നൊരു കാലം ശോഭ തേടുന്നു
കാലമില്ല നിനക്കെന്നും കരൾകാഞ്ഞു വൃഥാമതി-
ശാലിനി മാഴ്കൊല്ല ചിരംജീവികൾക്കുമേ
ലോലമാംക്ഷണമേ വേണ്ടു ബോധമുള്ളിൽ ജ്വലിപ്പാനും
മാലണയ്ക്കും തമസ്സാകെ മാഞ്ഞുപോകാനും
കരുണ - ആശാൻ

സൂതൻപോൽ സൂതൻപോൽ സൂതകുലത്തിന്നു
പാതിത്യമെന്തിത്ര പറ്റിപ്പോയി
നാൻമുഖനിന്നലെസൂതനായ് വാണവൻ
നാരായണൻനാളെസൂതനാവോൻ
ബാഹുജവംശങ്ങൾ പണ്ടോരോവീരർതൻ
ബാഹുക്കൾ നട്ടുതഴച്ചതല്ലീ
നൂനമെൻ കർണ്ണനുമബ്ബാഹുവുണ്ടങ്ങേയ്-
ക്കാനയെകാണാനും വെള്ളെഴുത്തോ?
കർണ്ണഭൂഷണം - ഉള്ളൂർ

സാരിനീ ചെരിച്ചേറ്റിപ്പോകെ നിൻമൃദുരോമ
ചാരുവാം കണങ്കാൽകണ്ടെനിക്കു പാവം തോന്നി
പൂവിരിനടക്കാവുവിട്ടുഹാപുണ്യവ്രതേ
നീവരിച്ചല്ലോ ചളിക്കുഴമ്പുവരമ്പുകൾ
കണ്ടുനാം വരമ്പായ വരമ്പിൻദ്വാരം തോറും
ഞണ്ടുകൾ വരിഷത്തെ സ്വാഗതം ചെയ്തേ നിൽപ്പൂ
ഇറുക്കീലവനമ്മെ സ്നേഹവൈകൃതാൽ തമ്മിൽ
പരിക്കേറ്റിന ദയനീയരെന്നോർത്തിട്ടാവാം
കണ്ണീർപാടം - വൈലോപ്പിള്ളി

സ

സൂചികൊണ്ടുതുളയ്ക്കാമിരുട്ടുകൺ
മൂടിടും രാജവീഥിയിലൂടവേ
രാത്രിയിൽക്കാമുകാലയം പൂകുവാൻ
യാത്രയാകുന്ന പെൺകൊടിമാർക്കുനീ
പൊന്നുരച്ചപോൽ വീശിത്തെളിഞ്ഞിടും
മിന്നലാൽ നിലം കാട്ടിക്കൊടുക്കണം
ഒച്ചവയ്ക്കൊലാ പെയ്തും മുഴങ്ങിയും
അത്രമാത്രം പതറിയോരാണവർ
മേഘസന്ദേശം - തിരുനല്ലൂർ

സത്യസൗന്ദര്യമേ, നിൻപ്രകാശത്തിനാൽ
നിത്യം വിടരുമാറാവുകെൻ ജീവിതം!
എൻ കരളിങ്കൽ തുളുമ്പുമാറാകനിൻ
സങ്കല്പസത്തിൻസമാർദ്രമാം മാധുരി!
എന്നിൽ നിന്നെങ്ങുമുയർന്നനിർവാച്യമായ്
മന്നിൽസുരഭിലോൻമാദം പരക്കുക!
എന്നുമെനിക്കു നിറവുളവാക്കുക
നിന്നുജ്ജ്വലാനുഗ്രഹത്തിൻ കതിരുകൾ!
പൂജാപുഷ്പം - ജി.

സത്യലോകകവാടം തുറന്നല്ലോ
ശുദ്ധസൗന്ദര്യതത്ത്വം ഗ്രഹിക്കേണ്ടൂ
സർഗ്ഗശക്തി വിരുദ്ധമാം ജീവിത
സത്തതേടിപ്പടരേണ്ടകല്പകം
മുള്ളുലർന്നപൂഞ്ചില്ലയിലല്ലയോ
നല്ല ഗന്ധം വിരിയുന്നതെപ്പൊഴും?
ഭീതശോകാന്ധജന്മങ്ങളിൽ നിന്നേ
ഗീതപോലും പിറക്കുന്നു മന്ത്രമായ്
തിരുമുടി - പി.പി.കെ.പൊതുവാൾ

സ

സ്ഫടികപ്പാത്രത്തിലെപ്പാരതന്ത്ര്യം ഹാ ദുഃഖം
എരിയുംതീച്ചട്ടിയിലെണ്ണയിൽ വീണാൽ മോക്ഷം
ഞെരിച്ചപാദങ്ങളെപ്പൂവുകളോർമ്മിക്കുന്നു,
നനച്ച കരങ്ങൾ തൻ കാരുണ്യം മറക്കുന്നു......
തറച്ച കൂരമ്പിന്റെ വേദനയോർമ്മിക്കുന്നു,
കറുകത്തലപ്പിനെപ്പുള്ളിമാൻമറക്കുന്നൂ.
കമ്പികളിണക്കിയ വല വീശുകനമ്മൾ
നൊമ്പരം തരുന്നവരാത്മാവിൽ ജീവിക്കട്ടെ
വേട്ട - രമാകാന്തൻ

സീരത്താലാറ്റിന്റെ തീരത്തെ നിദ്രാഹ
ങ്കാരത്തെബ്ഭേദിച്ചുരാമഭദ്രൻ
തൽക്ഷണം വാനിനെബ്ഭേദിച്ചുഗോപർത
ന്നുച്ചമാംജൈത്രകോലാഹലങ്ങൾ
തൻഗതിമുട്ടിയുഴന്നുപോയ്കാളിന്ദി
യങ്കുശമേറ്റ കരിണിപോലെ
പൊന്തും മുടികളാൽനോക്കിഗോവർദ്ധനം
എന്തിതെന്നാഴിപരിഭ്രമിക്കെ
ജലസേചനം - വൈലോപ്പിള്ളി

സർവ്വസമ്പത്തും ജഗത്തിൽ വിതയ്ക്കുന്ന
ദിവ്യമാംതൃക്കരം ചുംബിപ്പാനും
ഏഴെട്ടുകാശിന്റെയുൻമദത്തള്ളലേ,
പാഴുറ്റനിൻതലതാഴില്ലെന്നോ?
നൽപനിനീരാൽക്കഴുകിക്കവേണ്ടുന്ന
തൃപ്പദത്തിന്നുവെറും തണ്ണീരും
ലഭ്യമായീലതൽഗ്ഗേഹത്തി; ലല്ലെങ്കി
ലിപ്പദം താനൊരുപുണ്യതീർത്ഥം
മഗ്ദലനമറിയം - വള്ളത്തോൾ

സ

സജ്ജനസഭയുടെസുഭഗത്വംകൊ
ണ്ടിജ്ജനമൊന്നുപ്രയോഗിക്കുമ്പോൾ
ദുർജ്ജനമെങ്കിലുമതിനെക്കൊണ്ടൊരു
ദൂഷണമൊരുവൻചൊല്ലുകയില്ല
നല്ല ജനങ്ങടെസഭയിൽച്ചെന്നാൽ
വല്ലതുമവിടെ ശ്ശോഭിതമാവും
മുല്ലപ്പൂമ്പൊടിയേറ്റുകിടക്കും
കല്ലിനുമുണ്ടാമൊരുസൗരഭ്യം
കിരാതം - കുഞ്ചൻനമ്പ്യാർ

സൂരനും നവനവ പ്രഭനൽകാനും വർണ്ണോ
ദാരമാംകാർവില്ലിനും തൻ കാന്തി പകുക്കാനും
കാലത്തേക്കാളുംവേഗം ചലിച്ചീടാനും, സ്നേഹ
ത്താലപൂർവ്വമാം ശക്തിയേതിന്നു കല്പിച്ചേകി
ആ മമാന്തരംഗം ഞാൻ സ്വാർത്ഥനിശ്വാസത്തിന്റെ
ധൂമത്താൽമലീമസമാക്കാതെകാത്താലും നീ!
വന്ദനംസനാതനാനുക്ഷണവികസ്വര
സുന്ദരപ്രപഞ്ചാദികന്ദമാം പ്രഭാവമേ!
വിശ്വദർശനം - ജി.

സംസാരമോക്ഷത്തിൻ കാരണമായതോ
വൈരാഗ്യമെന്നല്ലോ ചൊല്ലിക്കേൾപ്പൂ
എന്നതുതന്നെ വരുത്തി നിന്നീടുവാൻ
ഇന്നിതുതന്നെ ഞാൻ നിർമ്മിക്കുന്നു.
ബോധമില്ലാതെ ഞാനേതുമേ വല്ലാതെ
ഗാഥയായ്ച്ചൊല്ലുന്നു ഭാഷയായി.
നിർഗ്ഗുണനായുള്ളൊരീശനെ ക്കൊണ്ടല്ലോ
നിർഗ്ഗുണമായതു ചേരുമപ്പോൾ
കൃഷ്ണഗാഥ - കൃഷ്ണോത്പത്തി - ചെറുശ്ശേരി

സ

സഞ്ചിതമായിരിപ്പുണ്ടു തികച്ചുമി-
ച്ചെം ചെറുവായ്മലർപ്പുഞ്ചിരിയിൽ
പാരിങ്കലെപ്പനിനീർപ്പൂക്കളൊന്നൊന്നായ്
സ്വൈരം വിരിയും വിരിയലെല്ലാം-
സൗന്ദര്യലക്ഷ്മീ വിലാസദളങ്ങളോ-
രോന്നായ് നിവരും നിവരലെല്ലാം-
മഞ്ജിമ മാണിക്യക്കുഞ്ഞിയളുക്കുകൾ
മന്ദം തുറക്കും തുറക്കലെല്ലാം.
എന്റെ കൊച്ചുമകൾ - സാഹിത്യമഞ്ജരി VII - വള്ളത്തോൾ

'സത്യമെന്താണ്?' വിളിച്ചു ചോദിക്കുന്നു
യുദ്ധരംഗങ്ങൾ തൻ പൂഴിമണ്ണിപ്പൊഴും
'സത്യമെന്താണ്?' കുരിശുയുദ്ധത്തിനായ്
ചത്തുമലച്ച കുതിരകൾ തന്നുടെ
ഉഗ്രമാം രോദനം കാലക്കടലിന്റെ-
യക്കരെനിന്നുമുയർന്നു വന്നിപ്പൊഴും
കൊട്ടിയടച്ച ചരിത്രകവാടത്തിൽ
മുട്ടി വിളിച്ചു ചോദിക്കയാണിപ്പൊഴും.
നീ വിശ്വസിക്കുന്ന സത്യം - പി. ഭാസ്കരൻ

സൃഷ്ടി, സൗന്ദര്യത്തിൻസിദ്ധി; തുടർച്ചയിൽ
പുഷ്ടി പ്രാപിക്കുന്നു സത്യധർമ്മാദികൾ.
കാടാണണിയറ, മാനവജീവിത-
മാടുന്ന നാടകവിദ്യകൾക്കൊക്കവേ.
ആദികവിതാനുഭൂതിപ്രഭവങ്ങ-
ളാരണ്യഭൂവിന്റെയാത്മഗതങ്ങളിൽ.
കാടില്ലയെന്നാൽ മനുഷ്യനിന്നും വെറും
മാടിനെപ്പോലെ; കാൽരണ്ടെന്നൊരന്തരം.
മേനക - എം. ഗോവിന്ദൻ

സ

സൗഹൃദത്തിന്റെ സൗരഭത്തിനാൽ
സൗഭഗാർദ്രമാണിദ്ദിനം.
കർമ്മശുദ്ധിതൻ കമ്രകാന്തിയാൽ
നന്മ പൂണ്ടതാണിദ്ദിനം.
ഭാവശാന്തതയാലടിമുടി
പൂവണിഞ്ഞതാണിദ്ദിനം.
ഒത്തു ചേർന്നിന്നു വാഴ്ത്തുക നമ്മ-
ളിദ്ദിനത്തെസ്സഹജരേ!
സൗഹൃദഗാനം - ചങ്ങമ്പുഴ

സ്നേഹത്തിനെന്തേ നിറം? പിഞ്ചുപൈതലി-
ന്നേറെ വിശപ്പെഴും ചുണ്ടിൽ
ഇറ്റിറ്റു വീഴുന്ന വെണ്മുലപ്പാലുപോൽ
അത്ര വെളുത്തതാണല്ലോ!
സ്നേഹത്തിനെന്തേ നിറം? യൗവനസ്വപ്ന-
ദാഹശതങ്ങൾക്കു മുമ്പിൽ
ചൊടിയാർന്നു വിടരുന്ന ചെമ്പനീർപ്പൂവുപോൽ
തുടുതുടെച്ചോന്നതാണല്ലോ!
സ്നേഹത്തിനെന്തേ നിറം - കുറിഞ്ഞിപ്പൂക്കൾ- സുഗതകുമാരി

സ്വരത്തിനുടെ മാധുര്യം കേട്ടാ-
ലൊരുത്തിയെന്നതു നിശ്ചേയം;
സ്വൈരംചാരേ ചെന്നിവളോടു ഞാൻ
സുമുഖിയൊടാരിതി പൃച്ഛേയം;
മരത്തിനിടയിൽക്കാണാമേ സു-
ന്ദരത്തിനുടെ സാദൃശ്യേയം;
കേന വിയോഗാൽക്കേണീടുന്നിവൾ?
കേന നു വിധിനാ വശ്യേയം?
നളചരിതം രണ്ടാം ദിവസം - ഉണ്ണായിവാരിയർ

ഹ

ഹൃദ്യമാം വർണ്ണങ്ങളെ, സ്സുഖശീതളമാകു
മെത്രയോഗന്ധങ്ങളെനിൻഗാനമാവാഹിപ്പൂ
പൂവിന്റെപുന്നെല്ലിന്റെ പഴുത്തുഞ്ഞാലുംഞ്ഞാലി
പ്പൂവന്റെ കദളിത്തേൻകൂമ്പിന്റെ ഗന്ധങ്ങളും
തുമ്പികളുടെ യോണക്കിളികളുടെ മലർ
ക്കന്യകളുടെയുടുപുടവഞ്ഞൊറികളിൽ
തുടിക്കും വർണ്ണങ്ങളും വാറ്റിയതുടുമദ്യ
മെടുത്തു മോന്തുന്നൂഞ്ഞാൻ നിന്റെ കൈകളിൽനിന്നും
ശ്രാവണഗീതം - ഒ.എൻ.വി.

ഹീരേ! മദ്ധീരേ പോകാം കോലകത്തേയ്ക്കെന്നോതു
മാരാജ്ഞിയാളെത്തടുത്തപ്പുറമുണർത്തിനാൾ
സ്വീകരിച്ചാലും ശീഘ്രം! സ്വീകരിച്ചാലും ദേവി
ലോകാനന്ദകന്ദമാമീയോമൽക്കിടാവിനെ
ഈ മണിത്തിങ്കൾത്തെല്ലിൻപൂനിലാവിനാൽമേൻമേൽ
വ്യോമവുംപാരുംനേടും ശൈത്യവും ധാവള്യവും
കുട്ടനെക്കൈയാൽവാങ്ങിക്കൊണ്ടുപോയ്കൊട്ടാരത്തിൽ
ഭട്ടിനി വളർത്താലും ഭാവുകം ഭവിക്കട്ടെ
ഹീര - ഉള്ളൂർ

ഹിമഗിരിക്കാട്ടിലെത്താഴ്വാരം
നറുപൊന്നിലത്താലിചാർത്തുമ്പോൾ
ദേവപ്രയാഗയിൽസ്സത്രത്തിൽ
ദേവദാരുദ്രുമതല്പത്തിൽ
നമ്മെ നിമന്ത്രിച്ചുണർത്തുന്നു.
ബ്രഹ്മയാമത്തിൽ ശിവഗംഗ
പിന്നെയീശാനദിശനോക്കി
ത്തന്നെനാം യാത്രികർപോകുന്നു.
അതിർത്തിയിലേക്ക് - വിഷ്ണുനാരായണൻ നമ്പൂതിരി

ഹ

ഹാ വലങ്കാലൊരല്പം മടക്കി
പൂവെതിരിടങ്കാൽത്തണ്ടുരുമ്മി
തെല്ലിടംഗളംചാഞ്ഞംഗുലികൾ
ലല്ലലല്ലലം തത്തിക്കളിക്കെ
താളമൊപ്പിച്ചു പീലിയിളക്കി
ചേലിലാവനമാലകളാട്ടി
ഗാനധാരയിൽ വിശ്വം മയക്കി
വേണുഗോപാലനങ്ങുല്ലസിപ്പൂ
യവനിക - ചങ്ങമ്പുഴ

ഹരിതവിപിനങ്ങൾ വെന്തടിയുന്നു ദുരയാകു
മെരിതീയിൽ നാൾക്കുനാൾ; അവിടെയെല്ലാം
ഇടതൂർന്നുപൊന്തുന്നു കോൺക്രീറ്റെടുപ്പുകൾ
ചുടലക്കുഴിക്കുടക്കല്ലുകൾ പോൽ
തടിവെട്ടുവെട്ടിപ്പിൽ വെട്ടുക്കിളിക്കൂട്ട
മിരയാക്കിമാറ്റുന്നു പച്ചയെല്ലാം
നഗരങ്ങൾ പെറ്റുകൂട്ടുന്നു സുഖങ്ങൾ തൻ
മറിമായമയമായപൊയ്മുഖങ്ങൾ
മലമാത്തൻമാർ - എൻ.കെ.ദേശം

ഹൃഷ്ടയായ്പ്രകൃതിതാനാദരാൽ പനിനീർപ്പൂ
മ്പട്ടെങ്ങും വിരിച്ചിട്ട താവകാശ്രമഭൂവിൽ
പ്രത്യഹം തവശുകിപാടിയ ഗീതത്തിൽ നി
ന്നെത്രരാഗങ്ങൾ പൊഴിഞ്ഞുൾച്ചേർന്നുകിടപ്പുണ്ടാം
വെട്ടത്തുനാട്ടിൻനിത്യസൗഭാഗ്യസത്സിന്ദൂര
പ്പൊട്ടുപോലെഴും തുഞ്ചൻപറമ്പേ നമസ്കാരം
കളഗാനത്തോടൊരു തത്തപ്പെൺമണിതത്തി
ക്കളിച്ചതളിർച്ചെടിപ്പടർപ്പേ നമസ്കാരം
തുഞ്ചത്തെഴുത്തച്ഛൻ - വള്ളത്തോൾ

ഹ

ഹരിതപത്രംകരിഞ്ഞൊരിച്ചില്ലയോ
ടരിയപൈങ്കിളിയാത്രചൊല്ലീടുമോ?
വെയിലുവീണ്ടുമീയാർദ്രതയൂറ്റുവാൻ
വരികയോ മൗനഗന്ധംചുരന്നപോൽ?
പടിയിറങ്ങിയപാഴ്നിലാച്ചിന്തുമായ്
വിരലുനീട്ടിത്തൊടുന്നൊരീസന്ധ്യയിൽ
കിനിയുമോർമ്മതൻ വാതിൽ തുറന്നുഞാൻ
ഇനിയൊരീണവും കാത്തിരിക്കുന്നുവോ?
സ്നേഹത്തടവറയിൽ - രാജലക്ഷ്മി

ഹാ, ദിനാന്ത്യത്തിൻ മൂടൽമഞ്ഞിലൂടിരുളിലൂ
ടാദിയാംവെളിച്ചത്തിൻ പരിവേഷവും ചാർത്തി,
കുളുർക്കെച്ചിരിച്ചു നീ വന്നെത്തു, മാത്മാവിന്റെ
വിളക്കേ, നിന്നെക്കണ്ടെൻ കൈയുകൾ താനേകൂമ്പും
അന്നോളംശോകാന്ധമീയിരുളിൽത്തളർന്നു നി
ന്നിങ്ങനെ ചൊല്ലും നിന്നെ വിശ്വസിക്കുന്നു ഞാനും
"രാവിതുമായും, വീണ്ടും പുലരിചിരിച്ചെത്തും
പാഴ്മഞ്ഞിൻ പുറകിലായ്പ്പൂക്കാലമല്ലേ ദേവീ?"
മുത്തുചിപ്പി - സുഗതകുമാരി

ഹൃദയനീഡം നിറയെവെൺമുട്ടകൾ
കുളിരുമുൾച്ചൂടുനൽകിയുമുൺമയായ്
അരികിലിങ്ങനെച്ചേർന്നിരിക്കുമ്പൊഴും
അചലശൃംഗങ്ങൾ തേടുമെൻകല്പന
അകലെയെങ്ങോചിറകടിച്ചാർക്കവേ
മൊഴിമറന്നേപിരിയുന്നു നാം വഴി.
മഴനനയും മനസ്സുമായോരോരോ
കരകളായി വിറങ്ങലിക്കുന്നുവോ?
സ്നേഹത്തടവറയിൽ - രാജലക്ഷ്മി

ഹ

ഹാ, കരിംകൂന്തൽച്ചാർത്തുചിതറി, ക്കതിർപാറും
വാർമിഴിവിടർന്നിരുളാടകളുലഞ്ഞാടി
കരത്തിൽക്കൊടുങ്കാറ്റുമിടിമിന്നലും പേറി
യുയർത്തിപ്പൊട്ടിപ്പൊട്ടിച്ചിരിച്ചുമദോൽക്കടം
അബ്ധികൾകലങ്ങുമാ,റിക്ഷിതികുലുങ്ങുമാ
റുച്ചലം പദാഘാതതധംതധണൽക്കാരത്തോടും
ഉഗ്രസംഘോഷത്തോടെ നൃത്തമാടുമീശ്യാമ
ദുർഗ്ഗയെ, നവവർഷകന്യയെ, സ്നേഹിപ്പൂഞാൻ
മുത്തുചിപ്പി - സുഗതകുമാരി

ഹരിയെന്നാദ്യം ഗുരു വിരലാലെഴുതിച്ച
വരയെൻ കാലിൽക്കുത്തും വൃശ്ചികമായീടുന്നു.
എഴുതാൻ വഴങ്ങിടാ ശ്രീയിഴഞ്ഞാടുന്നുഗ്രം
ഫണവും നീട്ടി,ക്കണ്ണിൽ ക്കന്മഷക്കറുപ്പേന്തി.
ഗണവും ഗണങ്ങൾതൻ പതിയും പതിഞ്ഞിരു-
ഞ്ഞിരുളിൽക്കാത്തീടുന്നൂ കുതികാൽ വെട്ടാനായി.
അക്ഷരം വാക്കായ്, വാക്കിൻ കൂട്ടമായ്, വാക്യങ്ങളായ്-
ച്ചുറ്റുന്നൂ, നാക്കും നീട്ടിച്ചീറ്റുന്നു നാനാർത്ഥങ്ങൾ.
ശിക്ഷകൻ - ഇളംചുവടുകൾ - എ.സി. ശ്രീഹരി

ഹാ, വിത്തവല്ലരി വേരുറയ്ക്കാൻ
പാവങ്ങൾ തൂകുമക്കണ്ണുനീരിൽ
ഞാനെന്റെ ശോക വിവർണ്ണമാകും
മാനസസൂനം തെളിഞ്ഞുകാണ്മൂ.
ലോകസിംഹാസനമൊത്തുതാങ്ങും
സാധുഗളങ്ങൾ തൻ ഗദ്ഗദത്തിൽ
ഞാനിത്രനാളും തിരഞ്ഞിരുന്ന
ഗാനശകലം തെളിഞ്ഞു കേൾപ്പൂ.
ബാഷ്പാഞ്ജലി - ചങ്ങമ്പുഴ

ഹ

ഹൃദയത്തിലിരുൾ നിറച്ചുയരുന്ന കഠിനമാം
കദനത്താൽ നൊന്തു കരയുന്നു ഞാൻ.
അറിയണേ ദേവാ, ഭവാ, നീ വിലാപത്തി-
ന്നരുളണേ കാതു നീ, തമ്പുരാനേ!
അലിവറ്റു നീ താനനീതി ചെയ്തീടുകി-
ലതു താങ്ങാനാർക്കാകും തമ്പുരാനേ!
അഖില പാപങ്ങൾക്കും പൊറുമ നൽകാനല്ലേ,
നിഖിലേശ, നീ ദയാസാഗരമായ്!
അലെക്സിസ് പുണ്യവാളൻ - എൻ.വി. കൃഷ്ണവാരിയർ

ഹേമാഭിരാമമാം വാർമുടിയുള്ളവൻ
കോമളഗാത്രനാണെന്റെ പുത്രൻ
പൂനിലാപ്പുഞ്ചിരി തൂകുവോനാണവൻ
മേനിയിൽത്തങ്കമാണെൻ കുമാരൻ.
നിങ്ങളാരാനുമെന്നുണ്ണിയെക്കണ്ടുവോ?
മംഗലക്കാതലാണെൻ തനയൻ.
മാലാഖയെപ്പോലുള്ളാമുഖം കാണുകിൽ
മാലാകെ മാറിപ്പോമേതൊരാൾക്കും.
ക്രിസ്തുഗാഥ 13 - മാത്യു ഉലകംതറ

ഹൃദയ യുഗളത്തിന്റെ സംഘട്ടനത്തിനാ-
ലുദിതമൊരുരാഗ സ്ഫുലിംഗമൊന്നിത്രമേൽ
വളരൊളി പരത്തുന്ന വെള്ളിനക്ഷത്രമായ്
വളരുവതു കേവലം കേഴുവാൻ മാത്രമോ?
പിഴുതുകളയുന്നതിന്നാകാത്തൊരാപ്രേമ-
ലതികയുടെ പത്രങ്ങൾ - പൊയ്പോയ നാളുകൾ -
മറവിയുടെ പിന്നിൽനിന്നെത്തിയെന്നോർമ്മയിൽ
മധുരതരചിത്രശതങ്ങൾ വരയ്ക്കയാം.
ഞങ്ങൾ - ഇടപ്പള്ളി രാഘവൻ പിള്ള